மாணவர்களுக்கான தமிழ்

பாகம் 3

மாணவர்களுக்கான தமிழ்

பாகம் 3

என். சொக்கன்

ZDP
SPECIFICS

Title: Maanavarkalukkaana Tamil - Part - 3
Author's Name: N Chokkan

Published by ZDP Specifics

SPECIFICS

(An imprint of Zero Degree Publishing)
No. 55(7), R Block, 6th Avenue,
Anna Nagar,
Chennai - 600 040

Website: www.zerodegreepublishing.com
E Mail id: zerodegreepublishing@gmail.com
Phone: 89250 61999

ZDP Specifics First Edition: August 2023
ISBN: 978-93-95222-36-5
TITLE NO ZDPS: 62

Cover Design & Layout: Vijayan, Creative Studio

பொருளடக்கம்

1. ஆட்சி, ஆவணம், காட்சி

ஆனந்தனுக்குச் சொந்தமாக இரண்டு ஏக்கர் நிலம் இருக்கிறது.

அது ஆனந்தனுக்குச் சொந்தம் என்று எப்படித் தெரியும்?

பல ஆண்டுகளாக ஆனந்தனின் குடும்பம்தான் அந்த நிலத்தை ஆண்டு அனுபவித்துவருகிறது. ஆகவே, அது ஆனந்தனின் நிலம்தான்.

இன்னொரு காரணம், பல ஆண்டுகளுக்குமுன்னால் இந்த நிலத்தை வைத்திருந்தவர் அதை ஆனந்தனின் குடும்பத்துக்கு எழுதிக்கொடுத்து விட்டார். அந்த ஆவணமும் ஆனந்தனிடம் இருக்கிறது.

மூன்றாவது காரணம், அவர் தன் நிலத்தை ஆனந்தன் குடும்பத்தினரிடம் விற்றபோது நேரில் பார்த்தவர்கள் இருக்கிறார்கள். அவர்களும், 'இந்த நிலம் ஆனந்தனுக்குதான் சொந்தம்' என்று சொல்கிறார்கள்.

ஆக, நாளைக்கே யாராவது ஆனந்தனிடம் வந்து 'இந்த நிலம் உன்னுடையதில்லை, என்னுடையது' என்று சண்டைபோட்டால், அவர் பதற்றப்படமாட்டார். இந்த மூன்று காரணங்களையும் காண்பித்து அது தன் நிலம்தான் என்பதை நிரூபித்துவிடுவார்.

இதேபோல், வீடு, நகை, துணிமணிகள், வண்டி என்று ஒருவரிடம் எந்தச் சொத்து இருந்தாலும் சரி, அது அவருக்குதான் சொந்தம் என்று நிரூபிக்கிற விஷயங்கள் மூன்று:

1. ஆட்சி: அவர் இதனை ஆண்டுவருகிறார்

2. ஆவணம்: அவருக்குதான் இது சொந்தம் என்று ஆவணத்தில் எழுதியிருக்கிறது

3. காட்சி: அவருக்குதான் இது சொந்தம் என்பதைப் பார்த்த சாட்சிகள் இருக்கிறார்கள்

இந்த மூன்றையும், பெரியபுராணத்தில் ஒரு பாடலில் குறிப்பிடுகிறார் சேக்கிழார்:

‘ஆட்சியில், ஆவணத்தில்,
அன்றி மற்று அயலார்தங்கள்
காட்சியில் மூன்றில் ஒன்று
காட்டுவாய்.’

இப்படி மூன்று விஷயங்கள் சொல்லப்பட்டாலும், சட்டத்தைப் பொறுத்தவரை ‘ஆவண’த்துக்கு மதிப்பு அதிகம். எந்த வழக்கென்றாலும், ‘இதை நிரூபிக்க உன்னிடம் என்ன ஆவணம் இருக்கிறது?’ என்றுதான் கேட்பார்கள்.

எடுத்துக்காட்டாக, நீங்கள் ஒரு கடைக்குச்சென்று ஒரு புத்தகம் வாங்குகிறீர்கள். அதற்குக் கடைக்காரர் ஒரு ரசீது அச்சிட்டுத்தருகிறார்.

பின்னர், நீங்கள் இன்னொரு கடைக்குச் செல்கிறீர்கள். அங்கே சிறிதுநேரம் சுற்றிப்பார்த்துவிட்டு எதையும் வாங்காமல் வெளியேறுகிறீர்கள்.

அப்போது, அந்த இரண்டாவது கடைக்காரர் உங்களைப் பிடித்துக்கொள்கிறார், ‘தம்பி, உன் கையில் இருக்கும் புத்தகத்துக்குப் பணம் தரவில்லையே’ என்கிறார்.

‘இல்லைங்க, இது நான் அந்தக்கடையிலே வாங்கினது’ என்று நீங்கள் மறுக்கிறீர்கள், ‘அதுக்கு நான் அப்பவே

பணம் கொடுத்துட்டேன்' என்று ரசீதைக் காட்டுகிறீர்கள். உடனே, இரண்டாவது கடைக்காரர் உங்களிடம் மன்னிப்பு கேட்டுக்கொண்டு உங்களை அனுப்பிவைக்கிறார்.

இப்போது நீங்கள் அவரிடம் காட்டிய 'ரசீது'தான் ஆவணம். அந்தப் புத்தகத்தை நீங்கள் திருடவில்லை, காசுகொடுத்து வாங்கியிருக்கிறீர்கள் என்பதற்குச் சாட்சி.

ஒருவேளை, முதல் கடைக்காரர் ரசீது தராவிட்டால்? அவர் தந்த ரசீதை நீங்கள் கிழித்துப்போட்டிருந்தால்? இரண்டாவது கடைக்காரர் உங்களை எப்படி நம்புவார்?

ஆகவே, ஆவணங்கள் மிக முக்கியமானவை. பத்திரமாகப் பாதுகாக்கவேண்டியவை

★★★

2. இலக்கியம் மூலம் இந்திய இணைப்பு

இந்தியாவில் எத்தனை மொழிகள் பேசப்படுகின்றன?

நம் தென்னிந்தியாவிலேயே தமிழ், தெலுங்கு, மலையாளம், கன்னடம் என்ற நான்கு முதன்மை மொழிகள் இருக்கின்றன. இன்னும் வடக்கு, கிழக்கு, மேற்கு எனச் சென்றுபார்த்தால் ஹிந்தி, பஞ்சாபி, பெங்காலி, மராத்தி, குஜராத்தி, ஒடியா, கொங்கணி என்று பட்டியல் மிகப்பெரியது.

இப்படி ஒவ்வொரு மொழியிலும் எத்தனை எத்தனை எழுத்தாளர்கள் இருப்பார்கள், அவர்கள் எத்தனை எத்தனை படைப்புகளைத் தந்திருப்பார்கள், அவை அனைத்தையும் ஒருவர் படிக்கவேண்டும் என்றால் சாத்தியமாகுமா? இந்தக் கோணத்தில் யோசித்தால், இந்திய இலக்கியத்தின் செழுமை புரியும்.

பல ஆண்டுகளுக்கு முன்னால், தமிழ் எழுத்தாளர் ஒருவர் இலக்கியத்தின்மூலம் இந்தியமொழிகளை இணைக்கும் முயற்சியொன்றைத் தொடங்கினார். இந்தியாவின் வெவ்வேறு

மூலைகளில் பேசப்படும் பதினெட்டு மொழிகளைத் தேர்ந்தெடுத்து, அந்த மொழிகளில் எழுதிவரும் நூற்றுக்கும் மேற்பட்ட சிறந்த எழுத்தாளர்களை நேரில் சென்று சந்தித்தார். அவர்களுடைய அனுபவங்களை, சிந்தனைகளை மொழிபெயர்த்து வெளியிட்டார்.

அந்த எழுத்தாளர், சிவசங்கரி; அவருடைய இந்த அரிய ஆய்வு 'இலக்கியம்மூலம் இந்திய இணைப்பு' என்ற பெயரில் தமிழிலும், '*Knit India Through Literature*' என்ற பெயரில் ஆங்கிலத்திலும் நான்கு பெருந்தொகுதிகளாக வெளியாகியிருக்கிறது.

'இந்த முயற்சியைத் தொடங்கியபோது, ஆறுவருஷத்துல முடிச்சுடலாம்ன்னு நினைச்சேன்' என்கிறார் சிவசங்கரி. 'ஆனா உண்மையிலே அது 18வருடங்களுக்குத் தொடர்ந்தது!'

ஒவ்வோர் எழுத்தாளரையும் சந்திப்பதற்காகச் சென்ற சிவசங்கரியின் பயண அனுபவங்கள், அந்தந்த எழுத்தாளர்களின் பேட்டி, அவர்களுடைய படைப்பொன்றின் மொழிபெயர்ப்பு, விளக்கம் எனப் பலவிதமான அம்சங்கள் இந்நூலில் உண்டு. இவற்றை முழுமையாக வாசிக்கும்போது, இந்தியாவின் பல்வேறு மொழிகள் எப்படி இலக்கியத்தால் பிணைக்கப்பட்டிருக்கின்றன என்கிற பார்வை கிடைக்கும்.

இத்தனை எழுத்தாளர்களைச் சந்தித்துப் பேட்டிகண்ட சிவசங்கரி எழுதவந்தது எப்படி?

எழுதவேண்டும் என்ற கனவோ, சாதனை புரிகிற வெறியோ இல்லாமல் எதேச்சையாகதான் எழுதத்தொடங்கியதாகச் சொல்கிறார் சிவசங்கரி. ஆனால், எதைச் செய்தாலும் அதை முழு ஈடுபாட்டுடன், சிரத்தையுடன், உழைப்புடன், ஆக்கப்பூர்வமாகச் செய்யவேண்டும் என்ற கொள்கை அவரைச் செலுத்தியதால், அவருடைய நூல்கள் ஒவ்வொன்றும் பெரும் ஆய்வுகளின் அடிப்படையில் உருவாகியிருக்கின்றன. நாவல்கள், சிறுகதைகள், கட்டுரைகள், வாழ்க்கைவரலாறுகள், மொழிபெயர்ப்புகள் என நூற்றுக்கும் மேற்பட்ட புத்தகங்களை எழுதியிருக்கிறார். இலக்கியச்சிந்தனை விருது, கஸ்தூரி சீனிவாசன் விருது, ராஜா

சர் அண்ணாமலைச்செட்டியார் விருது, பாரதிய பாஷா பரிஷத் விருது உள்ளிட்ட பல கௌரவங்களைப் பெற்றுள்ளார்.

இலக்கியத்தோடு, கலையிலும் இவருக்கு ஆர்வமுண்டு. முறைப்படி பரதமும் இசையும் கற்றவர். பல சமூகசேவைப்பணிகளிலும் ஈடுபட்டுப் புகழ்பெற்றவர்!

★★★

३. ஈர், ஓர், அர், ஆர்

'பல்சான்றீரே' என்று தொடங்குகிறது ஒரு புறநானூற்றுப் பாடல். இச்சொல்லுக்கு என்ன பொருள்?

மாணவர்கள் பலவிதமான கலைகளைக் கற்கும் இடத்துக்குப் 'பல்கலைக்கழகம்' என்ற பெயரைப் பார்த்திருக்கிறோம். ஆக, 'பல்' என்றால் 'பல' என்று பொருள்.

'சான்றீர்' என்பதன் வேர்ச்சொல் 'சான்று'. இதைச் 'சான்றோர்' என்று பல இடங்களில் வாசித்திருக்கிறோம்.

நீங்கள் ஒரு வங்கியில் சேமிப்புக்கணக்கு தொடங்க வேண்டுமென்றால், அவர்கள் அடையாளச்சான்று, முகவரிச் சான்று போன்றவற்றைக் கேட்கிறார்கள். அவ்வாறு நீங்கள் காட்டும் ஆவணங்களைப் பார்த்து உங்களுடைய பெயர், முகவரி விவரங்களை அவர்கள் உறுதிப்படுத்திக்கொள்கிறார்கள்.

அதேபோல், நம்முடைய வாழ்க்கையிலும் இப்படிதான் நடக்கவேண்டும், இந்தச் சூழ்நிலைகளில் இப்படித்தான் செயல்பட வேண்டும் என்று உறுதிப்படுத்திக்கொள்வதற்குச் சான்றாக சில நல்ல மனிதர்கள் தேவைப்படுகிறார்கள். அவர்களைதான் நாம் 'சான்றோர்' என்கிறோம்.

உங்களைச்சுற்றி இதுபோன்ற சான்றோர் பலர் இருப்பார்கள்; எடுத்துக்காட்டாக, உங்கள் பெற்றோர், ஆசிரியர்கள், உறவினர்கள், வழிகாட்டிகள் போன்றோரைச் சொல்லலாம். இவர்கள் எல்லாரையும் ஒரே நேரத்தில் அழைத்தால் அந்தச் சொல்தான் 'பல்சான்றீரே', அதாவது, பல சான்றோர்களே!

சான்றீர், சான்றோர் என்ன வேறுபாடு?

இரண்டும் ஒரே பொருளைதான் குறிப்பிடுகின்றன. விகுதி மட்டும் மாறியுள்ளது:

★ 'சான்றீர்' என்பதன் விகுதி 'ஈர்'.

★ 'சான்றோர்' என்பதன் விகுதி 'ஓர்'.

இதேபோல் பன்மையைக் குறிக்கும் இன்னும் சில விகுதிகள்: அர், ஆர் போன்றவை. எடுத்துக்காட்டாக:

★ 'வணிகர்' என்ற சொல் வணிகத்தொழிலில் ஈடுபட்டுள்ள பலரைக் குறிக்கிறது, இதன் விகுதி 'அர்'

★ 'கற்றார்' என்ற சொல் படித்த பலரைக் குறிக்கிறது, இதன் விகுதி 'ஆர்'

இந்த விகுதிகள் அனைத்தும் பன்மையைக் குறித்தாலும், இவற்றின் பின்னே 'கள்' என்ற இன்னொரு விகுதியைச் சேர்த்து எழுதும் பழக்கமும் இருக்கிறது. எடுத்துக்காட்டாக:

★ 'மாணவர்' என்பதன் விகுதி 'அர்', இது பன்மைச்சொல்தான், எனினும் 'மாணவர்கள்' என்று எழுதுவதும் உண்டு, இங்கே 'அர்கள்' என்ற விகுதி வருகிறது

★ 'சான்றோர்' என்பதன் விகுதி 'ஓர்', இது பன்மைச்சொல்தான், எனினும் 'சான்றோர்கள்' என்று எழுதுவதும் உண்டு, இங்கே 'ஓர்கள்' என்ற விகுதி வருகிறது

இங்கே மாணவர், சான்றோர் என்று எழுதினாலே போதுமானது, ஆனாலும், பழக்கம் காரணமாக மாணவர்கள், சான்றோர்கள் என்று எழுதுகிறோம். அது பிழையில்லை.

இன்னொரு காரணம், சில நேரங்களில் 'சான்றோர்' என்ற சொல் ஒரே ஒருவரைமட்டும் குறிப்பிடுவதும் உண்டு. அதனை மரியாதைப்பன்மை என்பார்கள்.

ஆகவே, 'சான்றோரைக் கண்டேன்' என்றால், ஒருவரைக் கண்டேனா, பலரைக் கண்டேனா என்று குழப்பம் வரலாம். அதற்குப்பதிலாக, 'சான்றோர்களைக் கண்டேன்' என்றால் தெளிவாக இருக்கும்.

★★★

4. அந்தக் காலம், இந்தக் காலம்

பெரியவர்கள் சிலர் அவ்வப்போது சொல்கிற ஒரு சொற்றொடர், 'அந்தக் காலத்துல இப்படியா இருந்தது? எல்லாம் மாறிப்போச்சு!'

இந்தக் கருத்தை நாம் நேர்விதமாகவும் எடுத்துக்கொள்ளலாம், எதிர்மறையாகவும் எடுத்துக்கொள்ளலாம்.

எடுத்துக்காட்டாக, அந்தக் காலத்தில் ஓரிடத்திலிருந்து இன்னோரிடத்துக்குச் செல்லப் பல நாட்கள், வாரங்கள் ஆயின; ஆனால், இன்றைக்குச் சில மணிநேரங்களில் இன்னொரு நாட்டுக்கே சென்றுவிடுகிறோம். ஆகவே, அந்தக் காலம்போல் இந்தக் காலம் இல்லை, இது இன்னும் சிறப்பாக இருக்கிறது.

அதே சமயம், அந்தக் காலத்தில் பலரும் நேர்மையாக இருந்தார்கள், பணம் சம்பாதிப்பதுதான் முக்கியம் என்று உறவுகளை, நட்புகளை அலட்சியப்படுத்தவில்லை. ஆனால், இந்தக் காலத்தில் பலர் அப்படி இருக்கிறார்கள். ஆகவே, அந்தக் காலம்போல் இந்தக் காலம் இல்லை, இது இன்னும் மோசமாக இருக்கிறது.

உண்மையில் எது சிறந்தது? அந்தக் காலமா, இந்தக் காலமா?

உடுமலை நாராயணகவியின் பாடல் ஒன்று:

> நெனச்சதயெல்லாம் எழுதிவச்சது அந்தக்காலம், எதையும்
> நேரில் பார்த்தே நிச்சயிப்பது இந்தக்காலம்.

அட, அப்படியானால் இந்தக்காலம்தான் சிறந்தது என்று பொருளா?

உடுமலை நாராயணகவி இந்தப் பாடலை எழுதிப் பல ஆண்டுகளாகி விட்டன. அவர் சொல்லும் 'இந்தக் காலம்' மிகப்பழையது.

அதாவது, இந்தப் பாடலில் வருகிற 'இந்தக் காலம்'தான் நமக்கு 'அந்தக் காலம்'. நம்முடைய 'இந்தக் கால'த்தை உடுமலை நாராயணகவி பார்த்திருந்தால் என்ன எழுதியிருப்பாரோ!

'இவ்வுலகில் நிரந்தரமானது, மாற்றம் ஒன்றுதான்' என்று ஒரு புகழ்பெற்ற சொற்றொடர் உண்டு. ஆகவே, காலந்தோறும் நம்மைச் சுற்றியிருக்கிற விஷயங்கள் மாறிக்கொண்டே இருப்பதை நிறுத்தமுடியாது. ஏற்றுக்கொள்ளவேண்டும்.

அந்த மாற்றங்கள் நல்லவிதமாகவும் இருக்கலாம், எதிர்மறையாகவும் இருக்கலாம். நல்லதை ஏற்றுக்கொண்டு மோசமானவற்றைத் தள்ளிவிடவேண்டும்.

எடுத்துக்காட்டாக, நம்முடைய அறநூல்களில் சொல்லப்பட்டிருக்கும் நல்ல கருத்துகள், நம் தாத்தா, பாட்டி சொல்லும் அறிவுரைகளெல்லாம் 'அந்தக்காலம்'தான். அவற்றை ஏற்றுக்கொண்டு பின்பற்றுகிறோம். அதேசமயம், 'இந்தக்கால'த்துக்கு ஏற்ற நெறிமுறைகள் என்று நம் பெற்றோரும் ஆசிரியர்களும் வழிகாட்டிகளும் சொல்கிற விஷயங்களையும் கேட்டுக்கொள்கிறோம்.

இப்படிப் பழமையின் செழுமையைப் பயன்படுத்திக்கொண்டு, அதை வழிகாட்டியாகக்கொண்டபடி புதியவற்றை வேகமாகக் கற்றுக்கொண்டு முன்னேறும் சமூகம்தான் பெரிய அளவில் வெற்றியடையும். திருக்குறள் என்கிற பழைய நூலைச் செல்பேசி என்கிற புதிய தொழில்நுட்பத்தில் வாசித்து

ஒருவர் பயன்பெற்றால், அது அந்தக்காலத்தின் வெற்றியா? இந்தக்காலத்தின் வெற்றியா?

உங்களுக்குத் தெரிந்த முதியவர் ஒருவரிடம் பேசுங்கள். அவருடைய காலத்தில் பள்ளிகள் எப்படியிருந்தன, பொழுதுபோக்குகள் என்னென்ன, வெளியூர் சென்றுவருவது எப்படி, சமையலில் என்னென்ன காய்கள் இடம்பெற்றிருந்தன என்றெல்லாம் விசாரியுங்கள். அதை இன்றைய உங்களுடைய பள்ளிகள், பொழுதுபோக்குகள், வெளியூர் சென்றுவருதல், சமையல் போன்றவற்றுடன் ஒப்பிட்டுப்பாருங்கள், எவை முன்னேறியிருக்கின்றன, எவை பின்தங்கியிருக்கின்றன என்று சிந்தியுங்கள்.

இயன்றால், இவை அனைத்தையும் ஒரு நாட்குறிப்பில் எழுதிவையுங்கள், இருபது வருடம் கழித்து அதனை வாசித்துப்பார்த்தால் உங்களுக்கு இன்னும் பல சிந்தனைகள் பிறக்கும்.

★★★

5. பக்கத்தில் ஓர் அகரமுதலி

புகழ்பெற்ற அரசியல் தலைவர் ஒருவர் சமீபத்தில் தன்னுடைய ட்விட்டர் வலைப்பக்கத்தில் *rodomontade* என்றொரு சொல்லைப் பயன்படுத்தியிருந்தார்.

அதைப் படித்த பலருக்கு *rodomontade* என்பதன் பொருள் தெரியவில்லை. உண்மையில் அப்படி ஒரு சொல் இருக்கிறதா, அல்லது அவர் வேறு ஏதோ சொல்லவந்து இப்படி மாற்றி எழுதிவிட்டாரா என்று யோசித்தார்கள்.

ஆனால், சிலர்மட்டும் அகரமுதலியை எடுத்து அந்தச் சொல்லைத் தேடினார்கள். வியந்துபோனார்கள்.

உண்மையில் *rodomontade* என்றொரு சொல் இருக்கிறது. அதன் பொருள், வேண்டுமென்றே தற்பெருமைக்காக ஒரு விஷயத்தைச் சொல்லுதல்.

ஆக, அந்தத் தலைவர் தெரிந்துதான் இந்த அரிய சொல்லைப் பயன்படுத்தியிருக்கிறார். தன்னுடைய ட்வீட்டை வாசிக்கப்போகும் பலருக்கு இந்தச் சொல் புரியாது என்பதை அவர் உணர்ந்திருந்தாலும், தேடிப் புரிந்துகொள்ளட்டும் என்ற எண்ணத்துடன் அதை எழுதியிருக்கிறார்.

இதைத்தொடர்ந்து, ட்விட்டரிலும் மற்ற இணையத்தளங்களிலும் ஒரு சுவையான விவாதம் நடந்தது. 'இவருடைய ட்வீட்களைப் புரிந்துகொள்வதற்கு எப்போதும் அகரமுதலியைப் பக்கத்தில் வைத்திருக்கவேண்டுமா?' என்று பலர் கேலிசெய்தார்கள்; சிலரோ 'இப்படிப் புதிய சொல்லொன்றைக் கற்றுக்கொள்வது நல்ல விஷயம்தானே? நாம் அவருக்கு நன்றிசொல்லவேண்டும்' என்றார்கள்.

இதே கேள்வியை நாம் தமிழுக்குக் கொண்டுவருவோம்: தமிழில் எழுதுகிற ஒருவர் என்னமாதிரியான சொற்களைப் பயன்படுத்தவேண்டும்? எல்லாருக்கும் நன்றாகத் தெரிந்த, வாசித்தவுடன் சட்டென்று புரிகிற சொற்களைமட்டுமே பயன்படுத்தி எழுதவேண்டுமா அல்லது பேச்சில், எழுத்தில் அதிகம் பயன்படுத்தப்படாத அரிய, அழகிய சொற்களை ஆங்காங்கே பயன்படுத்தலாமா?

எடுத்துக்காட்டாக, கடலைக் குறிப்பிடுவதற்கு 'ஆழி' என்றொரு சொல் இருக்கிறது. ஒருவர் தன்னுடைய கட்டுரையில் 'ஆழிக்கரையில் நின்றேன்' என்று எழுதலாமா?

இந்தச் சொற்றொடரை வாசிக்கிறவர்களில் நூற்றுக்குத் தொண்ணூற்றெட்டு பேர் இங்கே குழம்பி நின்றுவிடுவார்கள். 'அதென்ன ஆழிக்கரை?' என்று குழம்புவார்கள்.

அதேசமயம், அடுத்துவரும் சொற்றொடர்களை வாசித்தால், ஆழி என்பது கடலாகதான் இருக்கவேண்டும் என்று அவர்களுக்குப் புரிந்துவிடும். இல்லாவிட்டால், அகரமுதலியை எடுத்துப்பார்த்துத் தெரிந்துகொள்வார்கள். 'அட, ஆழி என்றால் கடல் என்று பொருளா?' என்று வியப்பார்கள். அடுத்தமுறை இன்னொரு கட்டுரையில் இதே சொல்லைக்கண்டால் சட்டென்று புரிந்துகொள்வார்கள். அவர்களுடைய சொல்லறிவு வளரும், சொற்களஞ்சியம் பெருகும்.

ஆக, தமிழில் அதிகப் பயன்பாட்டில் இல்லாத அரிய சொற்களை இந்த உத்தியின்மூலம் அறிமுகப்படுத்தலாம். ஆங்கிலத்தில் பெரும்பாலான எழுத்தாளர்கள் இதைக் கவனமாகச்

செய்கிறார்கள். ஒரு குறிப்பிட்ட சூழலுக்கு எந்தச்சொல் பொருந்துகிறதோ அதைக் கவலையின்றிப் பயன்படுத்துகிறார்கள். எல்லாருக்கும் புரிகிற சொற்களைமட்டுமே பயன்படுத்தவேண்டும் என்று எதிர்பார்ப்பதில்லை.

அதேசமயம், ஒரு கட்டுரையில் எல்லாச் சொற்களும் இப்படி அரியவையாக இருந்துவிட்டாலும் சிரமம்தான். தேவையான இடங்களில் சரியான சொற்களைப் பயன்படுத்தவேண்டும், இல்லாவிட்டால் அது வெறும் *rodomontade* ஆகிவிடும்.

ஆக, நம்முடைய எழுத்துக்கு ஏற்ற சொற்களைப் பயன்படுத்துவோம். வேண்டுமென்றே சிரமமான சொற்களைத் திணிக்கவேண்டாம், அதேசமயம் அவ்வப்போது சற்றே அரிய சொற்களைப் பயன்படுத்தவேண்டியிருந்தால் அதற்காகத் தயங்கவும்வேண்டாம், வாசகர்மீது நம்பிக்கை வைப்போம், அவர்கள் தேடித் தெரிந்துகொள்வார்கள்.

★★★

6. மெய்ப்பொருள் அறிவோம்

'**வ**ரும் வாரம் நம் ஊரில் பெரிய மழை பொழியுமாம். எல்லாரும் மிகக்கவனமாக இருக்கவேண்டுமாம்.'

'கவனமாக இருப்பது நல்லதுதான். ஆனால், இதை உங்களுக்கு யார் சொன்னார்கள்?'

'செல்பேசியில் படித்தேன்.'

'யார் அனுப்பினார்கள்?'

'என்னுடைய நண்பர்.'

'அடுத்த வாரம் பெரிய மழை பொழியும் என்று அவருக்கு எப்படித் தெரியும்? அவர் வானிலை நிபுணரா?'

'இல்லை. அவருக்கு இந்த விவரத்தை யாரோ அனுப்பியிருக்கிறார்கள். அவர் எனக்கு அனுப்பினார். நான் பலருக்கு அனுப்பி எச்சரித்தேன்.'

'உங்கள் நண்பரோ, நீங்களோ இந்த விவரம் சரியானதுதானா என்று உறுதிசெய்துகொண்டீர்களா?'

'இல்லை.'

'ஏன் உறுதிசெய்யவில்லை?'

'கவனமாக இருப்பது நல்லது என்று சற்றுமுன் நீங்கள்தானே சொன்னீர்கள்? நண்பர்களுக்கு உதவவேண்டும் என்கிற நல்ல எண்ணத்தில் அனுப்பினேன். இது ஒரு தவறா?'

'நிச்சயம் தவறுதான். மழை வரும், கவனமாக இருங்கள் என்று தெரிந்தவர்களுக்குச் சொல்வது வேறு, மழையினால் இவையெல்லாம் நடக்கும் என்று பயமுறுத்துவது வேறு. ஒரு நிபுணர் அதைச் சொல்லலாம், பொதுமக்கள் சொல்லக்கூடாது.'

'தினந்தோறும் நமக்குச் செல்பேசியில் பலப்பல விஷயங்கள் வருகின்றன. அவை அனைத்தையும் உறுதிப்படுத்திக்கொண் டிருக்கமுடியுமா?'

'சிரமம்தான். அப்படி உறுதிப்படுத்தத்தான் வேண்டும் என்று எந்தக் கட்டாயமும் இல்லை. நீங்கள் விரும்பினால் உறுதிப்படுத்திக்கொள்ளலாம், விரும்பாவிட்டால் அப்படியே அவற்றை அழித்துவிடலாம், உறுதிப்படுத்தாத விஷயங்களை வெளிநபர்களுக்கு அனுப்புவதுதான் தவறு.'

'இதெல்லாம் எதார்த்தத்தில் சரிப்படுமா?'

'நிச்சயம் சரிப்படும். நம்முடைய முன்னோர்கள் இதுபோன்ற பொய்ச்செய்திகளைப் பரப்புவதால் வரும் பிரச்னைகளை நன்கு அறிந்திருந்தார்கள். அதனால்தான், எப்பொருள் யார்யார்வாய்க் கேட்பினும், அப்பொருள் மெய்ப்பொருள் காண்பது அறிவு என்கிறது திருக்குறள்.'

'இதென்ன? திருவள்ளுவர் காலத்தில் செல்பேசியெல்லாம் இருந்ததாகச் சொல்கிறீர்களா?'

'செல்பேசி என்பது வெறும் கருவிதான். பொய்யைப் பரப்பும் எண்ணம் மனிதனுக்கு எப்போதும் இருந்திருக்கிறது. ஆகவே, யார் எதைச் சொன்னாலும் உடனே நம்பிவிடாதே, எது உண்மை என்று உறுதிப்படுத்திக்கொள் என்கிறார் வள்ளுவர்.'

'இப்போது நான் என்ன செய்யவேண்டும்? செல்பேசியில் எந்தச் செய்தி வந்தாலும் நம்பக்கூடாதா?'

'அப்படியில்லை, அந்தச் செய்தியை யார் சொல்கிறார்கள், அது உண்மைதான் என்பதற்கு என்ன சான்று என்று யோசிக்கவேண்டும்.'

'செய்தித்தாள்கள், பத்திரிகைகள், தொலைக்காட்சிகள், இணையத்தளங்கள், புத்தகங்களையெல்லாம் சான்றாக எடுத்துக்கொள்ளலாமா?'

'அங்கேயும் எழுதுபவர்கள் மனிதர்கள்தானே? ஆகவே, இந்த ஊடகங்களிலும் தவறுகள் நிகழ்கின்றன. ஆகவே, நாம் இன்னும் ஆழமாகச் சென்றுதான் மெய்யை அறியவேண்டியிருக்கிறது. எடுத்துக்காட்டாக, ஒரு குறிப்பிட்ட நாளில் ஊரில் பெருமழை பொழியும் என்று ஒரு செய்தி வந்தால், அரசாங்கத்தின் வானிலை அறிக்கைகளைப் பார்த்து அதை உறுதிப்படுத்தலாம். அதன்பிறகு நம்பலாம்!'

'அடடா, இது பெரிய வேலையாயிற்றே!'

'உண்மைதான். ஆனால், ஆராயாமல் எதையும் நம்பிவிடுவது பெரிய ஆபத்தாயிற்றே. கொஞ்சம் நேரம் செலவழித்து நம்மைப் பாதுகாத்துக்கொள்வோம்.'

★★★

7. காந்தியைச் சந்தித்த காமராஜர்

காந்தி என்ன மொழி பேசினார்?

குஜராத்தியைத் தாய்மொழியாகக்கொண்டவர் காந்தி, ஆங்கிலத்திலும் ஹிந்தியிலும் அவர் மிகநன்றாகப் பேசுவார்; இவைதவிர இன்னும் சில இந்திய மொழிகளையும் அவர் நன்கு அறிந்திருந்தார். தமிழில்கூட அவர் ஓரிரு சொற்களை எழுதியதுண்டு; காந்தியின் தமிழ்க்கையொப்பத்தையும் நீங்கள் பார்த்திருக்கலாம்.

இந்தியாவின் சுதந்தரப் போராட்டத்தைக் காந்திதான் முன்னின்று நடத்தினார். ஆகவே, நாடுமுழுவதிலுமிருந்து பல தொண்டர்கள், தலைவர்கள் காந்தியைத் தொடர்ந்து சந்தித்துவந்தார்கள். அவர்களிடமெல்லாம் அவர் என்ன மொழியில் பேசியிருப்பார்? எப்படி அவர்களுடைய மனத்தில் உள்ளவற்றை அறிந்திருப்பார்? தன்னுடைய கொள்கைகளை, போராட்டமுறைகளை எப்படி அவர்களுக்குச் சொல்லித்தந்திருப்பார்? நாடுமுழுவதும் பல மொழி பேசுகிற மக்களும் அவருடைய அகிம்சைமுறையை ஏற்றுக்கொண்டு ஒன்றுதிரண்டார்களே, இது எப்படிச் சாத்தியமானது?

தமிழக முன்னாள் முதல்வர் காமராஜரிடம் யாரோ

கேட்டார்கள், 'நீங்களும் காந்தியும் சந்திக்கும்போது என்ன மொழி பேசுவீர்கள்?'

'மகாத்மாவுடன் பேசுவதற்கு மொழியே அவசியமில்லை' என்றார் காமராஜர். 'அவர் எந்த மொழியில் பேசினாலும் சரி, அதை நாம் நன்றாகப் புரிந்துகொள்ளலாம்.'

அதாவது, காந்தி ஆங்கிலத்திலோ ஹிந்தியிலோ பேசினாலும், அந்த மொழியில் ஒரு சொல்கூடத் தெரியாத ஒரு தமிழர்கூட அவர் என்ன பேசுகிறார் என்பதைப் புரிந்துகொண்டுவிடலாம் என்கிறார் காமராஜர். அந்த அளவுக்குக் காந்தியின் மொழி எளிமையாக இருந்ததாம், அவருடைய முகபாவத்தை வைத்தே அவர் என்ன சொல்லவருகிறார் என்பதைப் புரிந்துகொண்டுவிடலாமாம். 'படிக்காத விவசாயிகள், சாமானியர்கள், பாமரர்களுக்குக்கூடப் புரியும்படிதான் காந்தி எப்போதும் பேசிவந்தார்' என்று காமராஜர் விளக்குகிறார்.

காந்தி இப்படிப் பேசுகிறார் என்பதால் அவருக்குப் பண்டிதர்களின் மொழி தெரியாது என்று பொருளில்லை. அவர் விரும்பினால் கடினமான சொற்களைப் பயன்படுத்திப் பழங்கால மொழியில் பக்கம்பக்கமாக எழுதியிருக்கலாம், பேசியிருக்கலாம், கைதட்டல் வாங்கியிருக்கலாம்.

ஆனால் அதுபோன்ற பேச்சுகளெல்லாம் பொதுமக்களைச் சென்றுசேரப் பயன்பட்டிருக்காது. நாட்டுக்குச் சுதந்தரம் வேண்டும், அதற்குப் பெரும்பான்மை மக்களை ஒன்றுதிரட்ட வேண்டும் என்கிற நோக்கம் அவருக்கு முதன்மையாக இருந்ததால், அதற்கேற்பக் காந்தி தன்னுடைய மொழியை எளிமையாக்கிக்கொண்டார்.

'காந்திஜி இந்தியாவுக்குச் சுதந்தரம் வாங்கிக்கொடுத்ததுமட்டுமல்ல, வாழ்க்கையின் ஒவ்வோர் அம்சத்துக்கும் வழிகாட்டியிருக்கிறார்' என்கிறார் காமராஜர். தான் வாசித்து, பரிசோதித்து அறிந்தவற்றை எல்லாருக்கும் சொல்லவேண்டும், அது அவர்களுக்குப் பயன்தரவேண்டும் என்கிற அக்கறைதான் காந்தியின் மொழியை வடிவமைத்திருக்கவேண்டும்.

நாம் எதை எழுதினாலும் சரி, பேசினாலும் சரி, அதனை வாசிக்கிறவர்கள், கேட்கிறவர்களுக்கு அது புரியவேண்டும், அவர்கள் என்ன நோக்கத்துக்காக அதை வாசிக்கிறார்களோ, கேட்கிறார்களோ, அந்த நோக்கம் நிறைவேறவேண்டும், அதற்கு நாம் என்னவெல்லாம் செய்யவேண்டுமோ அதையெல்லாம் செய்யவேண்டும், அந்த முனைப்பு இருந்தால், காந்தியைப்போல் எந்த மொழி பேசுகிறவர்களுடனும் நாம் உரையாடலாம்!

★★★

8. விதைப்பெட்டியில் மீன்கள்

பள்ளி நிறைவடைந்ததற்கான மணி ஒலித்தது; மாணவர்களெல்லாம் பையைத் தூக்கிக்கொண்டு வீடுநோக்கி விரைந்தார்கள்.

தமிழாசிரியர் தங்கமுத்து மிதிவண்டியை எடுத்துக்கொண்டார். அதை மெதுவாகத் தள்ளியபடி பள்ளிக்கதவுகளை நோக்கி நடந்தார்.

அங்கே வரிசையாகப் பல கடைகள். சிறுவர்கள் மகிழ்ச்சியாக ஏதேதோ தின்பண்டங்களை வாங்கிச் சாப்பிட்டபடியிருந்தார்கள்.

தங்கமுத்து ஐயாவின் வகுப்பிலுள்ள சரவணன் தன்னுடைய மதியவுணவுப் பாத்திரத்தில் நிறைய கடலை வாங்கிக்கொண்டிருந்தான். அவரைப் பார்த்ததும் வெட்கத்துடன் சிரித்தான். 'வர்றேங்கய்யா' என்றான்.

'என்னடா? நிலக்கடலையா?' என்று சிரித்தார் தங்கமுத்து. 'காலையில இந்தப் பாத்திரத்துல என்ன கொண்டுவந்தே?'

'இட்லிங்கய்யா.'

'காலையில இட்லி கொண்டுவந்துட்டீங்க, அதைச் சாப்பிட்டதும்,

பாத்திரத்தை ஏன் காலியாத் திரும்பக் கொண்டுபோகணும்ன்னு அதே பாத்திரத்துல நிலக்கடலையை நிரப்பிட்டீங்கபோல, அருமை!' என்றார் தங்கமுத்து, 'சங்ககாலத்துல நம்ம முன்னோர்களும் இப்படிதான் இருந்திருக்காங்க.'

'அப்படியா?' என்றபடி சில மாணவர்கள் அவரைச் சூழ்ந்துகொண்டார்கள், 'அதைப்பத்திக் கொஞ்சம் விரிவாச் சொல்லுங்கய்யா.'

'உழவர்களெல்லாம் வயலை நல்லா உழுதப்புறம், அங்கே விதைக்கறதுக்காகப் பெட்டியிலே விதைகளைக் கொண்டுவருவாங்களாம். ஈரமான நிலத்திலே விதைகளை நல்லா ஊன்றுவாங்களாம்.'

'அதுக்கப்புறம்?'

'வீட்டுக்குத் திரும்பவேண்டியதுதான்!' என்றார் தங்கமுத்து, 'ஆனா, விதை கொண்டுவந்த பெட்டி காலியா இருக்குமே, அதை ஏன் காலியாக் கொண்டுபோகணும்ன்னு அவங்க யோசிப்பாங்களாம். பக்கத்துல இருக்கிற நீர்நிலைகளுக்குப் போய் அங்கே இருக்கிற மீனையெல்லாம் பிடிச்சு அந்தப் பெட்டிகளிலே போட்டுக்குவாங்களாம்.'

'அதாவது, காலையிலே இட்லியோட வந்த எங்க பாத்திரமெல்லாம் மாலையிலே நிலக்கடலையோட திரும்பறமாதிரி, அவங்க விதைப்பெட்டியைக் கொண்டுவந்து மீன்பெட்டியைக் கொண்டுபோவாங்க. அப்படித்தானே?'

'ஆமாம்' என்றபடி ஒரு நிலக்கடலையை உரித்து வாயில் போட்டார் தங்கமுத்து, 'நற்றிணையிலே மிளைகிழான் நல்வேட்டனார்ங்கற புலவர் இதை அழகா வர்ணிச்சிருக்கார்.'

> 'வித்தொடு சென்ற வட்டி, பற்பல
> மீனொடு பெயரும்.'

'வித்துன்னா என்னங்கய்யா?'

'நாம விதைன்னு சொல்றமே, அதுதான் வித்து. எண்ணெய் வித்துக்கள்ன்னு தாவரவியல் பாடத்துல படிச்சிருப்பீங்களே.'

'ஆமாங்கய்யா. வரலாற்றுப்பாடத்துலகூட, இந்தியாவின் சுதந்தரத்துக்கு வித்திட்ட பெரியோர்கள்ன்னு படிச்சிருக்கோம்.'

'சரியாச் சொன்னே, வித்துன்னா விதை, வித்திடுதல்ன்னா விதைத்தல்.'

'இந்தப் பாட்டுல வட்டின்னு ஒரு சொல் வருதே' என்றான் ஒருவன், 'வங்கியிலே நம்ம பணத்துக்கு வட்டி தருவாங்களே, அதுவா இது?'

தங்கமுத்து பெரிதாகச் சிரித்தார், 'அது வேற வட்டி, இது வேற வட்டி' என்றார், 'இங்கே சொல்ற வட்டிங்கறது ஒரு பெரிய, வட்ட வடிவப் பாத்திரம், அதுலதான் அன்றைய உழவர்கள் விதையை எடுத்துகிட்டுப்போனாங்களாம்!'

'ஒருவிதத்துல நீங்கல்லாம்கூட அந்த உழவர்களைப்போலதான். தினமும் மூளைமுழுக்கக் கேள்விகளோட வர்றீங்க, நாள்முழுக்கப் பல விஷயங்களைக் கத்துக்கறீங்க, அதையெல்லாம் மூளையிலே நிரப்பிகிட்டு மகிழ்ச்சியா வீட்டுக்குப்போறீங்க. ஏன்னா, மூளை எப்பவும் காலியா இருக்கக்கூடாது. ஏதாவது நல்ல விஷயங்களை அதுல நிரப்பிகிட்டேயிருக்கணும்.'

★★★

௯. சட்டுன்னு, டக்குன்னு, டகால்ன்னு

'அன்னிக்குப் பெரிய பிரச்னையிலே மாட்டிக்கிட்டேன். அப்போ சட்டுன்னு ஒரு யோசனை வந்தது. டக்குன்னு அதைச் செயல்படுத்தினேன், டகால்ன்னு தப்பிச்சு வெளியே வந்துட்டேன்.'

மேற்கண்ட சொற்றொடரில் 'சட்டுன்னு', 'டக்குன்னு', 'டகால்ன்னு' என்ற சொற்களுக்கு என்ன பொருள்?

பேச்சில் மட்டுமல்ல, இச்சொற்களை நாம் எழுத்திலும் பயன்படுத்துகிறோம். எடுத்துக்காட்டாக, 'சட்டென்று ஒரு மாற்றம்'.

இங்கே நாம் பார்க்கும் சட், டக், டகால் போன்ற சொற்களுக்குத் தனியே பொருளேதும் இல்லை. அவை விரைவைக் குறிக்கின்றன.

'பறவையைக் கண்டான், சட்டென்று புகைப்படக்கருவியை எடுத்தான்' என்று எழுதினால், பறவையைக் கண்டவுடன் விரைவாகப் புகைப்படக்கருவியை எடுத்தான் என்கிற பொருள் நமக்கு விளங்குகிறது.

இதேபோல், 'பளிச்சுன்னு பேசினான்' என்று ஒருவர் சொன்னால், 'பளிச்' என்ற சொல் வெளிச்சத்தைக் குறிக்கிறது,

அவன் பேசியது எல்லாருக்கும் விளங்கும்படி பேசினான் என்ற பொருள் வருகிறது.

இன்னொருவர், 'படார்ன்னு வெடிச்சது' என்கிறார். இங்கே 'படார்' என்பது வெடியின் ஒலி.

இந்தச் சொற்களெல்லாம் அகரமுதலியிலிருந்து வரவில்லை. நம்முடைய தினசரிப்பேச்சில் இடம்பெற்று, அங்கிருந்து அகரமுதலிக்குச் சென்றவை.

இதுபோன்ற வழக்கம் நம்முடைய பழந்தமிழ் இலக்கியங்களிலும் இருக்கிறது. எடுத்துக்காட்டாக இந்தத் திருக்குறளைப் பாருங்கள்:

> 'பொள்என ஆங்கே புறம் வேரார்; காலம்பார்த்(து)
> உள்வேர்ப்பர் ஒள்ளியவர்.'

அறிவுள்ள ஒருவர் யார்மீதாவது கோபப்பட்டால், அதைப் 'பொள்' என்று வெளியே காட்டிவிடமாட்டார்களாம், காலத்தை அறிந்து தங்களுக்குள் வைத்துச் சரியான நேரத்தில் வெளிப்படுத்துவார்களாம்.

இந்தக் குறளில் 'பொள்' என்ற சொல், நாம் இன்றைக்குப் பயன்படுத்தும் 'சட்டுன்னு' என்ற சொல்லை ஒத்திருப்பதைக் கவனியுங்கள். இதனை 'விரைவுக்குறிப்பு' என்பார்கள். இதேபோல் வியப்புக்குறிப்பு, வருத்தக்குறிப்பு, உடன்படற்குறிப்பு, அதட்டற்குறிப்பு என்று பலவும் உண்டு.

இன்னும் சில எடுத்துக்காட்டுகள்:

★ 'கதும்என கனல்பொத்தித் தள்ளுமின்' *(கம்பராமாயணம்)*

★ 'இம்எனும் அளவு நீங்காது' *(திருவிளையாடற்புராணம்)*

★ 'கம்என பயில் இணர் படுசினை தாழ்ந்த எக்கர்' *(அகநானூறு)*

★ 'ஒய்என ஆங்கே எடுத்தனன்' *(கலித்தொகை)*

★ 'துண்என வந்து குறுகிய கவள மால்கரி' *(தேவாரம்)*

இப்பாடல்களில் வரும் கதும், இம், கம், ஒய், துண் போன்ற சொற்கள் விரைவையும் மற்ற பல உணர்வுகளையும்

வெளிப்படுகின்றன. இவை நம்மை அந்தந்தச் சூழலுக்கே அழைத்துச்சென்றுவிடுகின்றன.

இன்றைக்கும் நாம் வியப்பில், மகிழ்ச்சியில், விரைவில், வருத்தத்தில் இருக்கும்போதெல்லாம் இப்படிப்பட்ட சொற்களைப் பயன்படுத்துகிறோம். அவை பேச்சுக்குச் சுவைகூட்டுகின்றன.

என்ன ‘உர்ருன்னு’ உட்கார்ந்திருக்கீங்க? ‘சட்டுப்புட்டுன்னு’ எழுந்து ‘சடார்ன்னு’ வேலைகளைக் கவனிங்க, அப்பதான் ‘ஜிவ்வுன்னு’ இருக்கும்.

★★★

10. தமிழ் நாவலர் சரிதை

சங்க இலக்கியங்களில் தமிழர் வாழ்வியல்பற்றிப் பல அரிய விவரங்கள் கிடைக்கின்றன. அந்நாட்களில் இங்கே வளர்ந்த தாவரங்களில் தொடங்கி மன்னர்களின் ஆட்சிமுறை, மக்கள் பின்பற்றிய நெறிகள், தொழில்கள், உணர்வுகள், நம்பிக்கைகள் என்று பலவற்றை அறிகிறோம்.

அதன்பிறகும் வெவ்வேறு காலகட்டங்களில் மிகச்சிறப்பான தமிழ்ப் பாடல்கள், காவியங்கள் நமக்குக் கிடைத்துள்ளன. அவற்றின் வழியே நம்முடைய வரலாற்றை ஓரளவு நன்கு அறிந்துகொள்ளலாம்.

ஆனால், இந்தப் பாடல்களையெல்லாம் பாடியவர்கள் யார்? அவர்களைப்பற்றி நமக்கு என்ன தெரியும்?

சில நூற்றாண்டுகளுக்கு முன்னே ஒரு புலவர் இப்படிச் சிந்தித்திருக்கிறார்; பல முன்னோடிப் பாவலர்களைப் பற்றிய விவரங்களைத் தொகுத்திருக்கிறார், அவர்களுடைய சிறப்பான பாடல்கள், அவை எந்தச் சூழ்நிலையில் பாடப்பட்டன என்பது போன்ற கூடுதல் விவரங்களையும் சேர்த்து நூலாக்கியிருக்கிறார்.

'தமிழ் நாவலர் சரிதை' என்ற அந்த நூலை எழுதியவர் யார் என்பது நமக்குத் தெரியவில்லை. ஆனால் அதன்வாயிலாக, இறையனார், நக்கீரர், கபிலர், பெருந்தலைச் சாத்தனார், திருவள்ளுவர், ஔவையார், கம்பர், தொல்காப்பியர், சயங்கொண்டார், புகழேந்தி, காளமேகம் உள்ளிட்ட ஐம்பதுக்கும் மேற்பட்ட பாவலர்களைப்பற்றி நாம் தெரிந்துகொள்ளலாம்.

இந்நூல் ஆரம்பத்தில் பலரால் பதிப்பிக்கப்பட்டிருந்தது. தமிழ்க்கல்வி பயிலும் பலருக்குப் பாடமாகவும் இருந்தது. ஆனால், இதில் முழுமையான ஆராய்ச்சிக்குறிப்புகள் இல்லாததால் இதைப் படிப்பதில் பல சிரமங்கள் இருந்தன.

1940களில் அறிஞர் ஔவை சு. துரைசாமி இந்நூலின் திருத்திய பதிப்பொன்றை வெளியிட்டார். இதற்காகக் கல்வெட்டுகள், பிற வரலாற்று நூல்களை ஒப்பிட்டுக் குறிப்புகளைச் சேர்த்துச் சிறப்பாக்கினார் அவர். இப்பதிப்பு வாசகர்களிடையே நல்ல வரவேற்பைப் பெற்றது.

எனினும், 'தமிழ் நாவலர் சரிதை'யில் இடம்பெறாத புலவர்கள் ஏராளம். அதில் இடம்பெற்றுள்ள புலவர்களைப்பற்றியும் இன்னும் ஆழமான ஆராய்ச்சிகளைச் செய்து கூடுதல் விவரங்களைச் சேர்க்க இடமிருக்கிறது. இப்பணிகளைப் பின்னர் பல அறிஞர்கள் செய்தார்கள், செய்துகொண்டிருக்கிறார்கள். ஆனால் அதன்பிறகும், பலர் விடுபட்டுள்ளார்கள்.

அவ்வளவு ஏன், 'தமிழ் நாவலர் சரிதை'யை எழுதியவரைப்பற்றியே நம்மிடம் விவரங்கள் இல்லையே!

இன்றைக்குத் தமிழில் ஆண்டுதோறும் சில ஆயிரம் புதிய நூல்கள் வெளியாகின்றன. அவற்றைப் பிரசுரிக்கும் பதிப்பகங்களின் எண்ணிக்கையே நூற்றுக்கணக்கில் நீள்கிறது. இவைதவிரத் தனிப்பட்டமுறையில் தங்கள் நூல்களைத் தாங்களே பதிப்பிப்போரும் அதிகம். பத்திரிகைகள், செய்தித்தாள்கள், இணையத்தளங்களில் எழுதுவோரின் எண்ணிக்கையும் நாளுக்குநாள் அதிகரித்துவருகிறது.

இந்நிலையில், 'தமிழ் நாவலர் சரிதை'போன்ற முயற்சிகள்

தொடர்ந்து நடைபெறவேண்டும். நம்முடைய மொழிக்கு ஆழமான, அழகிய படைப்புகளைத் தந்த கவிஞர்கள், எழுத்தாளர்களின் வாழ்க்கை விரிவாகப் பதிவுசெய்யப்படவேண்டும், அது பிற மொழிகளுக்கும் கொண்டுசெல்லப்படவேண்டும், அப்போதுதான் நாம் ஓர் அறிவார்ந்த சமூகமாவோம், பழைமையின் அடித்தளத்தில் புதுமைச்சிந்தனைகளோடு முன்னேறுவோம்.

★★★

11. முதலெழுத்து விளையாட்டு

ஒரு சிறிய விளையாட்டு.

காகிதமொன்றை எடுத்துக்கொள்ளுங்கள். உயிரெழுத்துகள் பன்னிரண்டையும் ஒன்றன்கீழ் ஒன்றாக எழுதுங்கள். அடுத்து, மெய்யெழுத்துகள் பதினெட்டையும் ஒன்றன்கீழ் ஒன்றாக எழுதுங்கள்.

இப்போது, ஒரு செய்தித்தாள் அல்லது பத்திரிகையொன்றை எடுத்துக்கொள்ளுங்கள். அதில் ஏதேனும் ஒரு கட்டுரையைத் தேர்ந்தெடுத்துக்கொள்ளுங்கள். அதில் வரும் ஒவ்வொரு சொல்லையும் கவனியுங்கள்.

★ அந்தச் சொல் உயிரெழுத்தில் தொடங்கினால், அந்த உயிரெழுத்தின் அருகே ஒரு நட்சத்திரக்குறியிடுங்கள். எடுத்துக்காட்டாக, ‘அவன்’ என்ற சொல் ‘அ’ என்ற உயிரெழுத்தில் தொடங்குகிறது; ஆகவே, ‘அ’ என்ற எழுத்தின் அருகே நட்சத்திரக்குறியிடவேண்டும்

★ அந்தச் சொல் உயிர்மெய்யெழுத்தில் தொடங்கினால், அந்த மெய்யெழுத்தின் அருகே ஒரு நட்சத்திரக் குறியிடுங்கள். எடுத்துக்காட்டாக, ‘வளர்ச்சி’ என்ற சொல்

‘வ’ என்ற உயிர்மெய்யெழுத்தில் தொடங்குகிறது; அதன் மெய்யெழுத்து ‘வ்’, ஆகவே, ‘வ்’ என்ற எழுத்தின் அருகே நட்சத்திரக்குறியிடவேண்டும்

★ அந்தச் சொல் மெய்யெழுத்தில் தொடங்கினால்... ம்ஹூம், தமிழில் எந்தச் சொல்லும் மெய்யெழுத்தில் தொடங்காது, ஆகவே, அதைப்பற்றி நாம் சிந்திக்கவேண்டியதில்லை

இப்படிச் சுமார் நூறு சொற்களைப் பார்த்து நட்சத்திரக் குறியிட்ட பிறகு, காகிதத்தைப் பாருங்கள்:

★ எந்தெந்த எழுத்துகளுக்கு அருகே நிறைய நட்சத்திரக்குறிகள் இருக்கின்றன?

★ எந்தெந்த எழுத்துகளுக்கு அருகே குறைவான நட்சத்திரக்குறிகள் இருக்கின்றன?

★ எந்தெந்த எழுத்துகளுக்கு அருகே நட்சத்திரக்குறிகளே இல்லை?

பெரும்பாலான உயிரெழுத்துகளின் அருகே பல நட்சத்திரக்குறிகள் இருக்கும். ஈ, ஐ, ஔ போன்ற எழுத்துகளின் அருகில்மட்டும் நட்சத்திரக்குறிகள் சற்றே குறைவாகக் காணப்படும். காரணம், இந்த எழுத்துகளில் தொடங்கும் சொற்கள் (ஒப்பீட்டளவில்) குறைவு.

ஆனால், உயிர்மெய்யெழுத்துகளின் கதையே வேறு. க், ச், த், ப், வ், ம், ந் ஆகிய எழுத்துகளின் அருகே நிறைய நட்சத்திரக்குறிகள் காணப்படும். மற்ற பல எழுத்துகளின் அருகே நட்சத்திரக்குறிகள் குறைவாகவே இருக்கும். ர், ட், ற், ண் போன்ற எழுத்துகளின் அருகே நட்சத்திரக்குறிகளே இருக்காது.

காரணம், தமிழில் பெரும்பாலான சொற்கள் வல்லின எழுத்துகளான க், ச், த், ப் குடும்பத்திலும், மெல்லின எழுத்துகளான ம், ந் குடும்பத்திலும், இடையின எழுத்தான வ் குடும்பத்திலும் தொடங்குகின்றன. ங், ஞ், ய் போன்ற எழுத்துகளின் குடும்பங்களில் மிகச்சில சொற்களே தொடங்குகின்றன. ர், ட், ற், ண் போன்ற எழுத்துகளின்

குடும்பங்கள் சொல்லுக்கு முன்னே வருவதில்லை.

டில்லி, ரயில் போன்ற சொற்கள் ட், ர் குடும்பங்களில் தொடங்குகின்றனவே.

உண்மைதான். ஆனால், இவையெல்லாம் தமிழ்ச்சொற்கள் இல்லை. ஒருவேளை இவற்றைத் தமிழில் எழுதவேண்டியிருந்தால், தில்லி, இரயில் என மாற்றிதான் எழுதுவோம். அப்போது இவை முறையே த், இ ஆகிய எழுத்துகளில் தொடங்கும்.

அதேபோல் ரெடி, ரிப்பேர், ரேடியோ, டிக்கெட் என்று பல சொற்கள் ட், ர் குடும்பங்களில் தொடங்கினாலும், இவை அனைத்தும் பிறமொழிச்சொற்கள். எந்தத் தமிழ்ச்சொல்லும் ட், ர் குடும்ப எழுத்துகளில் தொடங்காது.

இப்போது, இன்னொரு கட்டுரையை எடுத்துக்கொண்டு இதே விளையாட்டை மறுபடி விளையாடிப்பாருங்கள். தமிழ்ச்சொற்களின் முதலெழுத்துகளுடைய பரவல் *(Distribution)* எப்படியுள்ளது என்று அறியலாம்.

★★★

12. முத்தமிழ்

'பசங்களா, அடுத்தவாரம் நம்ம பள்ளிக்கு மாவட்ட ஆட்சித்தலைவர் வர்றாரு' என்று அறிவித்தார் தமிழாசிரியர், 'அவருக்கு முன்னாடி சில கலைநிகழ்ச்சிகளை நடத்தணும்ன்னு தலைமையாசிரியரோட விருப்பம். அந்தப் பொறுப்பை என்கிட்ட ஒப்படைச்சிருக்கார்.'

எதிரே அமர்ந்திருந்த மாணவர்கள் மகிழ்ச்சியோடு, 'சிறப்பாச் செஞ்சுடலாம் ஐயா' என்றார்கள்.

'பொதுவான நிகழ்ச்சிகளை நடத்தறதைவிட, ஒரு தலைப்பை எடுத்துகிட்டு, அதுல நாலஞ்சு நிகழ்ச்சிகளை அமைக்கலாம்ன்னு யோசிக்கறேன். நீங்க என்ன நினைக்கறீங்க?'

'நல்ல விஷயம்தான் ஐயா, ஆனா என்ன தலைப்பு எடுத்துக்கறது?'

ஆசிரியர் பதில்சொல்வதற்குமுன்னால், 'தீண்டாமை ஒழிப்பை எடுத்துக்கலாம்' என்றான் ஒரு மாணவன்.

'அருமை!' என்றார் ஆசிரியர். 'அதையே எடுத்துக்குவோம். என்னென்ன நிகழ்ச்சிகள் செய்யலாம்ன்னு நீங்களே பேசித் தீர்மானிச்சுகிட்டு வாங்க.'

மறுநாள், அவர்கள் அதே வகுப்பில் மீண்டும் சந்தித்தார்கள். ஒவ்வொரு மாணவனும் தான் செய்யப்போகும் நிகழ்ச்சியைப் பற்றிச் சொன்னான்.

'ஐயா, நான் தீண்டாமை ஒழிப்பை வலியுறுத்தி ஒரு கதை எழுதியிருக்கேன்' என்றான் முதல் மாணவன், 'அதை மேடையிலே படிச்சுக்காட்டப் போறேன்.'

'அதே தலைப்புல நான் ஒரு கவிதை எழுதியிருக்கேன்ங்கய்யா' என்று தன் நோட்டுப்புத்தகத்தைக் காட்டினான் இன்னொரு மாணவன்.

மூன்றாவதாக இருந்தவன் தீண்டாமை ஒழிப்பைப்பற்றி ஒரு பாடலைப் பாடினான். பின்னர், 'ஐயா, இந்தப் பாட்டை எங்க தாத்தா சொல்லிக்கொடுத்தாங்க' என்றான்.

அடுத்து இருந்த மூவரும் தீண்டாமை ஒழிப்பை மையமாகக்கொண்டு ஒரு நாடகம் எழுதியிருந்தார்கள். அதை மேடையில் நடித்துக்காட்டப்போவதாகச் சொன்னார்கள்.

இதைக்கேட்டுத் தமிழாசிரியருக்கு மகிழ்ச்சி. 'எல்லாரும் நல்லாப் பயிற்சி எடுங்க, நிகழ்ச்சி மிகச்சிறப்பா வரும்' என்றார்.

'நீங்க சொன்ன நிகழ்ச்சிகள் எல்லாமே அருமையா இருந்தது. அதுல எனக்கொரு தனிப்பட்ட மகிழ்ச்சி, இதுல முத்தமிழும் கலந்திருக்கு!'

'அப்படிங்களாய்யா?'

'ஆமாம்!' என்று விளக்கினார் தமிழாசிரியர், 'முதல்ல இவங்க சொன்ன கதை, கவிதை ரெண்டும் இயற்றமிழ், அதாவது 'இயல்'மொழி, பேச்சும் எழுத்தும்.'

'அடுத்து, இந்தப்பையன் பாடினதும் தமிழ்தான், ஆனா அது பேச்சோ எழுத்தோ இல்லை, இசையோட கலந்திருக்கறதால, அது இசைத்தமிழ்.'

'நிறைவா, நீங்கல்லாம் சேர்ந்து நடிக்கப்போறீங்களே, அது நாடகத்தமிழ்.'

'இப்படி இயல், இசை, நாடகம்ன்னு மூணுபிரிவுகள் இருந்தாலும், இவை அனைத்தும் தீண்டாமை ஒழிப்புங்கற ஒரு விஷயத்தைச் சொல்லப் பயன்படுது. அப்படிதான் பல நூற்றாண்டுகளாத் தமிழ்ப் புலவர்களும் கவிஞர்களும் எழுத்தாளர்களும் அறிஞர்களும் நடிகர்களும் பாடலாசிரியர்களும் இசைக்கலைஞர்களும் பல விஷயங்களை இயலாக, இசையாக, நாடகமாகக் கொடுத்துகிட்டிருக்காங்க, முத்தமிழும் செழிச்சு வளர்ந்துகிட்டிருக்கு!'

★★★

13. மரியாதை

‘உடம்பை வளர்த்தேன், உயிர் வளர்த்தேனே’ என்று திருமூலர் பாடியிருக்கிறார். நல்ல உணவுவகைகளைத் தேர்ந்தெடுத்துச் சாப்பிட்டு, தேவையான உடற்பயிற்சிகளைச் செய்து நம் உடலை நல்லபடியாக வைத்துக்கொள்ளவேண்டும், அதுவே உயிருக்கு உறுதியாகும் என்று இவ்வரிகள் விளக்குகின்றன.

‘சுவர் இருந்தால்தான் சித்திரம்’ என்ற பழமொழியும் இதையேதான் சொல்கிறது. நம் உடல் ஒரு சுவர், அதை நன்கு வைத்துக்கொண்டால்தான் அதன்மீது சித்திரம் எழுதலாம், அதாவது, பல சாதனைகளைப் புரியலாம்.

மேற்கண்ட திருமூலர் பாடலின் முதல் அடி என்ன தெரியுமா? ‘உடம்பார் அழியின் உயிரார் அழிவர்.’

அதென்ன ‘உடம்பார்’, ‘உயிரார்’?

உடம்பு, உயிர் என்ற சொற்களுக்குதான் ‘ஆர்’ விகுதி சேர்த்து மரியாதையுடன் எழுதியிருக்கிறார் திருமூலர். உடம்பு என்னும் உயர்ந்த செல்வத்தைப் பாதுகாத்தால், உயிர் என்ற சிறந்த பொருளைக் காக்கலாம் என்கிறார்.

இவ்வாறு 'ஆர்' விகுதியைச் சேர்த்துப் பொருட்களுக்கு, மனிதர்களுக்கு மதிப்பைக்கூட்டுவது தமிழில் வழக்கமாக உள்ளது. எடுத்துக்காட்டாக, 'சிவராமன்' என்ற பெயர்கொண்ட ஒருவரை, 'சிவராமனார்' என்று மரியாதையோடு அழைப்பார்கள், மதுரையைச்சேர்ந்த ஒருவரை, 'மதுரையார்' என்பார்கள், மனைவியை 'மனைவியார்' என்றும், மகன், மகளை முறையே மகனார், மகளார் என்றும் அழைப்பதுண்டு.

பொதுவாக 'ஆர்' விகுதி உயர்திணைக்குதான் பொருந்தும். சில நேரங்களில் ஓர் அஃறிணைப்பொருளை உயர்த்திக்காட்டுவதற்காக 'ஆர்' விகுதி சேர்ப்பார்கள். எடுத்துக்காட்டாக, 'முயலார் வந்தார்' என்று சிறுவர்கதைகளில் படித்திருப்பீர்கள். இதையே, 'திருவாளர் முயல்' என்றும் எழுதலாம்.

ஆங்கிலத்திலும் இந்தப் பழக்கம் உண்டு. *'Mr. Rabbit'* என்று குறிப்பிடுவார்கள். பொதுவாக *'Mr.'* (மிஸ்டர் என்பதன் சுருக்கம்) என்ற முன்னொட்டு உயர்திணை ஆண்பாலுக்குதான் பயன்படும், ஆனால் இங்கே அது அஃறிணைக்குப் பயன்பட்டுள்ளது, அதன்மூலம் அந்த முயலை உயர்த்திக்காட்டுகிறது.

இதேபோன்ற முன்னொட்டுகள் தமிழிலும் உண்டு:

★ 'திருவாளர்' (ஆண்பால்) சுருக்கமாக 'திரு.'

★ 'திருமதி' (திருமணமான பெண்ணுக்கு)

★ 'செல்வன்', 'செல்வி' (இளம் ஆண், பெண்ணுக்கு)

தமிழில் 'திரு' என்ற சொல்லே செல்வத்தைத்தான் குறிக்கிறது. ஆகவே, இந்த முன்னொட்டுகள் அனைத்தும் செல்வம் நிறைந்தவர் என்ற பொருளில் வருகின்றன.

இங்கே செல்வம் என்பது பணம்மட்டுமல்ல, அறிவு, மனநிறைவு, நல்ல நண்பர்கள், குடும்பம் என அனைத்தும் செல்வம்தானே.

ஆங்கிலத்தில் தொழில்சார்ந்த முன்னொட்டுகளும் உள்ளன. எடுத்துக்காட்டாக, *'Dr.'* என்ற முன்னொட்டு ('டாக்டர்' என்பதன் சுருக்கம்) மருத்துவருக்கும் முனைவருக்கும் பயன்படுத்தப்படுகிறது. இதைத் தமிழில் 'மரு.' என்றும் 'முனை.'

என்றும் எழுதுகிறார்கள்.

மரியாதைக்கான முன்னொட்டுகளைப்போலவே பின்னொட்டுகளும் உண்டு. 'ஐயா', 'அவர்கள்' ஆகியவற்றைக் குறிப்பிடலாம். எடுத்துக்காட்டாக: திரு. கந்தசாமி ஐயா, திருமதி. லட்சுமி அவர்கள்.

மனிதர்கள் அனைவரையும் உரிய மரியாதையுடன் அழைப்பதே முறை. அதைத்தான் இந்தச் சொற்கள் நமக்கு உணர்த்துகின்றன!

★★★

14. தமிழில் பேசுவோம்!

'அண்ணாச்சி, அரைக்கிலோ வெல்லம் வேணுமே' என்றான் முகுந்தன்.

'வெல்லம் தீர்ந்திடுச்சே தம்பி' என்றார் கடைக்கார அண்ணாச்சி, 'மத்தியானம் வந்துடும். அப்புறமா வந்து வாங்கிக்கறீங்களா?'

'எத்தனைமணிக்கு வரும்?'

'அது நிச்சயமாச் சொல்றதுக்கில்லை' என்று யோசித்தார் அவர், 'ஒண்ணு செய்ங்க, உங்க வீட்டு டெலிஃபோன் நம்பரைச் சொல்லுங்க, வெல்லம் வந்ததும் நானே கூப்பிடறேன்.'

'சரிங்க' என்றான் முகுந்தன், தன் வீட்டு எண்ணைச் சொல்லத்தொடங்கினான், 'ஏழு-ஒன்பது-ஆறு...'

அண்ணாச்சி எழுதாமல் தலையைச்சொறிந்தார், 'தம்பி, கொஞ்சம் பொறுங்க' என்றார், 'இப்படிச் சொன்னா என்னால சட்டுன்னு யோசிச்சு எழுதமுடியலை.'

'ஏன் அண்ணாச்சி? நான் தெளிவாத் தமிழ்லதானே சொல்றேன்?'

'ஆமா, ஆனா நமக்கு அது இப்ப பழக்கமில்லாம போயிடுச்சே. டெலிஃபோன் நம்பர்ன்னாலே நைன்-எயிட்-ஃபோர்-த்ரீ-ஃபோர்-ன்னு சொல்லிப் பழகிட்டமே.'

முகுந்தன் சிரித்தான், 'அண்ணாச்சி, நானும் அப்படிதான் இருந்தேன், ஆனா இப்ப சுத்தமா மாறிட்டேன்' என்றான். 'இப்பல்லாம் எங்கே எண்களைச் சொல்றதுன்னாலும் தமிழ்லதான் சொல்றேன்; அதேமாதிரி கிழமைகளை சன்டே, மன்டேன்னு ஆங்கிலத்துல சொல்லாம, ஞாயிறு, திங்கள்ன்னு தமிழ்ல சொல்றேன்; மார்னிங், ஆஃப்டர்நூன், ஈவினிங், நைட்க்குப்பதிலா காலை, மதியம், மாலை, இரவுன்னு சொல்றேன்.'

'அதேபோல, கடிதம் எழுதினா தமிழ்ல முகவரி எழுதறேன், வங்கிப்படிவங்கள், வெளியூர்ப் பயணச்சீட்டு முன்பதிவுப் படிவம்ன்னு எல்லாத்தையும் தமிழ்லதான் எழுதறேன். இதெல்லாம் எங்க தமிழையாவோட அறிவுரை.'

'அப்படியா தம்பி?' என்று வியந்தார் அண்ணாச்சி, 'இதெல்லாம் ரொம்பக் கஷ்டமாச்சே?'

'இல்லைங்க அண்ணாச்சி. நம்ம மொழி நமக்குக் கஷ்டமா இருக்குமா? நடுவுல வந்த பழக்கத்தை மறக்கறவரைக்கும் கொஞ்சம் சிரமப்படுவோம், அதுக்கப்புறம் இதுதான் எளிதா இருக்கும்.'

'நீங்க இப்படித் தூய தமிழ்லயே பேசும்போது என்னைமாதிரி மத்தவங்க குழம்பினா என்ன செய்வீங்க?'

'இன்னொருவாட்டி அதையே திருப்பிச்சொல்வேன்; அவங்களுக்குப் புரியாத சொற்களை விளக்குவேன்' என்றான் முகுந்தன், 'இதைத்தான் எங்க தமிழையாவும் சொன்னாரு, மு.வரதராசனார்ங்கற அறிஞரோட யோசனை இதுன்னு விளக்கினாரு.'

'இதனால என்ன லாபம் தம்பி?'

'அண்ணாச்சி, இன்னிக்கு நான் ஒண்ணு, ரெண்டுன்னு தமிழ்ல எண்களைச் சொல்லும்போது நீங்க புரியாம குழம்பினதுக்குக் காரணம் என்ன? உங்களுக்கு அந்த எண்கள் தெரியாதா? நல்லாத் தெரியும், ஆனா, பழக்கமில்லை, அதனாலதானே

குழம்பினீங்க? கடந்த பல வருஷமா நாம அந்த எளிய எண்களைப் பயன்படுத்தாம இருந்ததாலதானே இப்ப இந்த நிலைமை? இதை நாமதானே மாத்தணும்? வழக்கமான பேச்சுலயும் அலுவலகம், தொழில் நடவடிக்கைகள்லயும் குடும்பத்தினர், நண்பர்களோட பழகும்போதும் தமிழைத் தொடர்ந்து பயன்படுத்தினால்தானே இந்தமாதிரி இன்னும் பல விஷயங்களை நாம மறக்காம இருக்கமுடியும்? அப்பதானே தமிழ்மட்டும் தெரிஞ்சவங்ககூட மத்தவங்களோட நல்லாப் பழகி, தொழில், வேலைவாய்ப்புன்னு முன்னேறமுடியும்? இதைத்தான் மு.வரதராசனார் சொல்லியிருக்கார்.'

'நல்லது தம்பி' என்றார் அண்ணாச்சி, 'இப்ப நீங்க மறுபடி உங்க வீட்டுத் தொலைபேசி எண்ணைத் தமிழ்ல சொல்லுங்க, நான் யோசிச்சு ஒவ்வொண்ணா எழுதிக்கறேன்.'

★★★

15. பாரதிதாசனின் அறிவுரை

உங்களுக்கு எழுத்தார்வம் உண்டா? கவிதை, கதை, கட்டுரை போன்றவற்றை எழுதிப் பத்திரிகைகளுக்கு அனுப்புவீர்களா?

அப்படி அனுப்பும் படைப்புகள் பிரசுரமானால் மகிழ்ச்சி. ஒருவேளை பிரசுரமாகாமல் திரும்பிவந்துவிட்டால் வருத்தமாக இருக்கும். அடுத்த படைப்பை எழுதுவதற்கு வேகம் வராது.

ஆனால், படைப்புகள் திரும்பிவரும்போது வருந்துவதைவிட, நம்முடைய எழுத்தில் என்ன பிரச்னை என்று யோசிப்பதுதான் புத்திசாலித்தனம். அப்போதுதான் நாம் அந்தப் பிழையைத் திருத்திக்கொள்வோம், அடுத்த படைப்பை இன்னும் சிறப்பாக எழுதி வெற்றிபெறுவோம்.

பாரதிதாசன் 'குயில்' என்ற தலைப்பில் ஒரு பத்திரிகை நடத்திக்கொண்டிருந்தார். அந்தப் பத்திரிகைக்குப் பல படைப்புகள் வரும்; அவற்றில் சில படைப்புகள் நன்றாக இருக்கும்; பல படைப்புகள் மோசமாக இருக்கும்.

குறிப்பாக, 'குயில்'க்குக் கவிதை அனுப்பிய பல இளைஞர்கள் தமிழைத் தப்பும்தவறுமாக எழுதியிருந்தார்கள். இதைக்கண்டு பாரதிதாசன் மிகவும் வருந்தினார், 'இளங்கவிஞர்க்கு' என்ற

தலைப்பில் ஒரு கட்டுரையே எழுதினார், இளைஞர்கள் தங்கள் படைப்புகளை மேம்படுத்துவது எப்படி என்று சொல்லித்தந்தார்.

கிட்டத்தட்ட அறுபதாண்டுகளுக்குமுன் அவர் எழுதிய அந்த ஆலோசனைகள், இன்றைக்கும் நன்கு பயன்படக்கூடியவை. காரணம், இப்போதும் தமிழில் எழுதுவோர் பல தவறுகளைச் செய்கிறார்கள். அன்றைக்குப் பாரதிதாசன் சொன்ன குறிப்புகள் இப்போது உங்களுக்கும் பயன்படும், உங்கள் எழுத்துத்திறனை மேம்படுத்தும்.

முதலில், நீங்கள் எழுதியதை நேரடியாகப் பத்திரிகைக்கு அனுப்பவேண்டாம்; அருகிலுள்ள புலவர்கள், திறனாளர்களிடம் கொடுத்து வாசிக்கச்சொல்லவேண்டும், 'ஏதாவது பிழைகள் இருந்தால் திருத்தித்தாருங்கள்' என்று கேட்கவேண்டும்.

இப்போது, அவர்கள் திருத்தித்தந்ததையும் நீங்கள் எழுதியதையும் ஒப்பிடவேண்டும், அப்போதுதான் நீங்கள் செய்த பிழைகள் உங்களுக்கே தெரியும்; அடுத்தமுறை அதே பிழையைச் செய்யாதபடி பார்த்துக்கொள்ளலாம்.

இப்படிப் பிழைதிருத்தப்பட்ட படைப்பைப் பத்திரிகைக்கு அனுப்பினால், அவர்களுக்குத் தொல்லை குறையும்; உங்களுடைய படைப்பு பிரசுரிக்கப்படும் வாய்ப்பும் அதிகரிக்கும்; இதுதான் பாரதிதாசனின் ஆலோசனை!

ஆனால், பல இளைஞர்கள் இப்படிச்செய்ய விரும்புவதில்லை என்று வருந்துகிறார் பாரதிதாசன். 'தம் பிழையைப் புலவர் அறியக்கூடாது என்று அவர்கள் நினைக்கிறார்கள். அது தவறு!' என்கிறார்.

தேர்வில் நீங்கள் கேள்விகளுக்குப் பதில் எழுதும்போது, அதை ஆசிரியர் கவனமாக வாசிக்கிறார், பிழைகளைத் திருத்துகிறார், அதன்மூலம் நீங்கள் அந்தப்பாடத்தை இன்னும் சிறப்பாகக் கற்றுக்கொள்வதற்கான வாய்ப்பு ஏற்படுகிறது.

அதேபோல், உங்களுடைய கதை, கட்டுரை, கவிதை போன்றவற்றையும் பெரியவர்களிடம், குறிப்பாக,

இந்தத்துறையில் ஏற்கெனவே அனுபவமுள்ளவர்களிடம் காண்பிக்கத் தயங்கக்கூடாது. அவர்கள் அதனை வாசித்து நிறைய திருத்தங்கள் சொன்னால் வருந்தக்கூடாது. இவை எல்லாமே கற்றுக்கொள்வதற்கான வாய்ப்பு என்றுதான் நினைக்கவேண்டும். அவர்களுடைய ஆலோசனைகளைப் பின்பற்றி உங்கள் எழுத்தைச் சிறப்பாக்கிக்கொள்ளவேண்டும்.

அனுபவமிக்கவர்களிடம் பழகும்போது, அவர்களுடைய பல்லாண்டு உழைப்பை நாம் எளிதில் கற்றுக்கொள்ளலாம்; அதன்மூலம் நாமும் விரைவில் முன்னேறலாம்.

★★★

16. வரிக்கு வரி 16 எழுத்துகள்

பொன்வண்ணம் எவ்வண்ணம், அவ்வண்ணம் மேனி, பொலிந்தியங்கும்
மின்வண்ணம் எவ்வண்ணம், அவ்வண்ணம் வீழ்சடை, வெள்ளிக்குன்றம்
தன்வண்ணம் எவ்வண்ணம், அவ்வண்ணம் மால்விடை, தன்னைக்கண்ட
என்வண்ணம் எவ்வண்ணம் அவ்வண்ணம் ஆகிய ஈசனுக்கே.

காரைக்காலம்மையார் எழுதிய அழகிய பாடல் இது. சிவபெருமானைப் போற்றிப்பாடும் இந்தப் பாடலில் ஒரு நுட்பம் உள்ளது. அதைத் தெரிந்துகொள்வோமா?

முதலில், ஒரு தாளை எடுத்துக்கொள்ளுங்கள். அதில் இந்தப் பாடலை அப்படியே வரிவரியாக எழுதுங்கள்.

இப்போது, ஒவ்வொரு வரியிலும் உள்ள ஒற்றெழுத்துகளை (மெய்யெழுத்துகள், புள்ளிவைத்த எழுத்துகளை) நீக்கிவிடுங்கள். எடுத்துக்காட்டாக, 'பொன்வண்ணம்' என்ற சொல்லில் உள்ள ன், ண், ம் ஆகியவை மெய்யெழுத்துகள்; அவற்றை நீக்கிவிட்டபின் 'பொவண' என்ற மூன்று எழுத்துகள் மீதமிருக்கும். இப்படி

அனைத்து ஒற்றெழுத்துகளையும் நீக்குங்கள்; அதன்பிறகு, ஒவ்வோர் அடியிலும் எத்தனை எழுத்துகள் உள்ளன என்று எண்ணுங்கள்.

முதல் அடியில், பதினாறு எழுத்துகள் மீதமுள்ளன.

இரண்டாம் அடியில், அதே பதினாறு எழுத்துகள்.

மூன்றாம் அடியில், அதே பதினாறு எழுத்துகள்.

அட, நான்காம் அடியிலும் அதே பதினாறு எழுத்துகள்.

இது ஏதோ எதேச்சையாக நடந்த விஷயம் என்று நினைக்கவேண்டாம். 'கட்டளைக்கலித்துறை' என்றழைக்கப்படும் இந்தவகைப்பாடல்களில் ஒவ்வொரு வரியிலும் ஒற்றெழுத்துகளை நீக்கிவிட்டு எண்ணினால் ஒரேமாதிரி எண்ணிக்கையில்தான் எழுத்துகள் வரும். அதாவது, முதல் வரியில் 16 எழுத்துகள் என்றால், அடுத்த மூன்று வரிகளிலும் தலா 16 எழுத்துகள்தான் இருக்கும், முதல் வரியில் 17 எழுத்துகள் என்றால், அடுத்த மூன்று வரிகளிலும் தலா 17 எழுத்துகள்தான் இருக்கும், கூடுதலாகவோ குறைவாகவோ இருக்காது.

பழந்தமிழில்தொடங்கிப் பலப்பல புலவர்கள் கட்டளைக் கலித்துறையில் ஏராளமான பாடல்களை எழுதியிருக்கிறார்கள். அவை அனைத்திலும் இந்த எழுத்தொழுங்கை நாம் பார்க்கலாம்.

புலவர்கள் இந்தப் பாடல்களை எப்படி எழுதியிருப்பார்கள்? ஒவ்வொரு வரியாக எழுதிவிட்டு எழுத்துகளை எண்ணுவார்களா? அது மிகக் கடினமாயிற்றே.

அந்த அளவுக்கு அவர்கள் சிரமப்படவேண்டியதில்லை; கட்டளைக்கலித்துறையை இப்படிதான் எழுதவேண்டும் என்று தெளிவான வரையறை இருக்கிறது; அதை அப்படியே பின்பற்றினால் போதும், வரிக்கு வரி எழுத்துகள் சரியான எண்ணிக்கையில் அமைந்துவிடும்; எண்ணியெண்ணி எழுதவேண்டியதில்லை.

எடுத்துக்காட்டாக, இந்த இரண்டு வரிகளைப் பாருங்கள்:

முன்னே வந்தான்; சிரித்தான்

பின்னே சென்றான்; மலைத்தான்

இந்த வரிகளிலுள்ள ஒற்றெழுத்துகளை நீக்கிவிட்டு எண்ணினால், முதல் வரியில் ஏழு எழுத்துகள் உள்ளன, இரண்டாவது வரியிலும் அதே ஏழு எழுத்துகள்தான் உள்ளன. எப்படி?

'முன்னே வந்தான்; சிரித்தான்' என்ற அதே சந்தத்தில் (ஒலியமைப்பில்) 'பின்னே சென்றான்; மலைத்தான்' என்ற வரியும் அமைந்துள்ளது. இதேபோல் 'கந்தன் நின்றான்; களைத்தான்', 'அண்ணன் சொன்னான்; திகைத்தேன்' என்று நாம் எழுதிக்கொண்டே போகலாம், ஒலியைக் கச்சிதமாகப் பின்பற்றினால் அனைத்து வரிகளிலும் (ஒற்றெழுத்துகளை நீக்கியபின்) ஏழு எழுத்துகள்தான் வரும்.

நீங்கள் புரிந்துகொள்ளவேண்டும் என்பதற்காக இந்த எளிய எடுத்துக்காட்டைத் தந்துள்ளோம்; உண்மையில் கட்டளைக்கலித்துறையை எழுதுவதற்கான விதிமுறைகள் இன்னும் சிக்கலானவை; ஆனால், அவற்றைக்கண்டு அஞ்சவேண்டியதில்லை; இதற்கான வழிமுறைகளை கிவாஜ போன்ற பெரியோர்கள் பலர் விரிவாக எழுதியுள்ளார்கள்; அவற்றை ஒரே ஒருமுறை கவனமாகப் பயின்றுவிட்டால்போதும், நீங்களே நூற்றுக்கணக்கான கட்டளைக்கலித்துறைகளை எழுதிக்குவிக்கலாம்.

★★★

17. பூச்சியம் சொன்ன பாடம்

ஆசிரியர் கணக்குப்பாடம் நடத்திக்கொண்டிருந்தார்.

திடீரென்று, அவர் மனத்தில் ஒரு சிந்தனை, 'பூச்சியம் என்ற எண்ணுக்கு மதிப்புண்டா?'

கணிதத்தைப்பொறுத்தவரை பூச்சியம் என்பது மதிப்பில்லாத எண். ஆனால் உண்மை அதுதானா?

'1' என்ற எண்ணின் மதிப்பு குறைவு, அதற்கு வலப்புறம் '0' என்ற எண்ணைச் சேர்த்தால், '10' என்று ஆகிறது; அதன் மதிப்பு அதிகரித்துவிடுகிறது. இன்னும் அதிக '0'களைச் சேர்த்தால், '100', '1000' என மதிப்பு அதிகரித்துக்கொண்டேயிருக்கிறது.

'.1' என்ற எண்ணின் மதிப்பு குறைவு. அதிலுள்ள '1'க்கு இடப்புறம் '0' என்ற எண்ணைச் சேர்த்தால், '.01' என்று ஆகிறது; அதன் மதிப்பு குறைந்துவிடுகிறது. இன்னும் அதிக '0'களைச் சேர்த்தால், '.001, .0001' என்று மதிப்பு குறைந்துகொண்டேயிருக்கிறது.

ஆக, பூச்சியம் என்பது நாம் நினைப்பதுபோல் மதிப்பற்ற எண் கிடையாது என்று யோசித்தார் அந்த ஆசிரியர். அன்றுமுழுக்க அவர் மனத்தில் அந்தச் சிந்தனைதான் நிறைந்திருந்தது.

அவருடைய வகுப்பில் ஒரு மாணவன், '8' என்ற எண்ணை எழுதவேண்டியிருந்தது. அவன் தாளில் ஒரு '0' வரைந்தான், அதன்கீழே இன்னொரு '0' வரைந்தான், அதன்மூலம் '8'ஐ எழுதினான்.

இதைக்கண்ட ஆசிரியர் மகிழ்ந்தார், 'அட, மதிப்பில்லாதவை என்று நாம் நினைக்கும் இரண்டு பூச்சியங்கள் சேர்ந்து 8 என்ற மதிப்புமிக்க எண்ணை உருவாக்கிவிட்டனவே' என்று சிந்தித்தார். 'வெறும் பூச்சியங்கள் சேர்ந்து ஓர் எண்ணை உருவாக்கமுடியுமென்றால், திறன்வாய்ந்த மனிதர்கள் சேர்ந்தால் எதையெல்லாம் சாதிக்கலாம்!'

அவர் ஒரு கவிஞரும்கூட. தன் சிந்தனையைக் கவிதையாக எழுதினார்:

'ஒரு பூச்சியத்தின்மீது
உட்காரும் இன்னோர் பூச்சியம்,
இரு பூச்சியங்கள் சேர்ந்து
எட்டு என்ற எண் பிறக்கும்.
வெறும் பூச்சியங்கள் சேர்ந்து
விளையும் எண் எட்டு என்றால்,
திறம்கொண்ட மனிதர் கூடித்
திக்கெட்டும் விளைக்கலாமே.'

பூச்சியத்தை வைத்து இத்தகைய சிறப்பான கவிதையைப் படைத்த அந்த ஆசிரியர், தாராபாரதி. புதிய விடியல்கள், இது எங்கள் கிழக்கு, பூமியைத் திறக்கும் பொன்சாவி போன்ற கவிதைநூல்களையும், 'வெற்றியின் மூலதனம்'போன்ற உரைநடைநூல்களையும் தந்தவர். 'கவிஞாயிறு' என்று பாராட்டுப்பெற்றவர்.

இந்தியச் சுதந்தரத்துக்குச் சில மாதங்கள் முன்பாக(1947 பிப்ரவரி 26)த் திருவண்ணாமலை மாவட்டத்தில் குவளை என்ற ஊரில் பிறந்த தாராபாரதிக்குப் பெற்றோர் சூட்டிய பெயர், 'இராதாகிருட்டினன்'. அந்தப் பெயரின் முற்பகுதியிலுள்ள 'ராதா' என்பதைத் திருப்பிப்போட்டுத் 'தாரா' என மாற்றி,

அத்துடன் தன்னுடைய கவிதை ஆசானான பாரதியின் பெயரை இணைத்துத் 'தாராபாரதி' எனப் புனைபெயர் சூட்டிக்கொண்டார்.

சிறந்த ஆசிரியராகவும் அருமையான கவிஞராகவும் புகழ்பெற்ற தாராபாரதி, தமிழ் எழுத்தாளர் சங்கம் வழங்கும் 'வாசவன் விருது', கண்ணதாசன் விருது உள்ளிட்ட பல பரிசுகள், பாராட்டுகளை வென்றவர். 2000ம் ஆண்டு மறைந்த அவருடைய சிறந்த கவிதைகள் 'கவிஞாயிறு தாராபாரதி கவிதைகள்' என்ற பெயரில் தொகுத்து வெளியிடப்பட்டுள்ளன.

★★★

18. பல்கலைக்கழகங்கள்

பள்ளிப் படிப்பைப் பூர்த்திசெய்ததும் நீங்கள் கல்லூரிக்குச் செல்வீர்கள். அக்கல்லூரி ஒரு பல்கலைக்கழகத்துடன் இணைந்திருக்கும்.

எடுத்துக்காட்டாக, நம் தமிழகத்தில் உள்ள சில பிரபலமான பல்கலைக்கழகங்கள்: அண்ணா பல்கலைக்கழகம், பாரதிதாசன் பல்கலைக்கழகம், பெரியார் பல்கலைக்கழகம், அண்ணாமலை பல்கலைக்கழகம், தமிழ்ப் பல்கலைக்கழகம் போன்றவை. இப்படி உலகெங்கும் பல பல்கலைக்கழகங்கள் உள்ளன, அவற்றில் பயில்வதைத் தனிப்பெருமையாக மாணவர்கள் கருதுகிறார்கள்.

‘பல்கலைக்கழகம்’ என்ற சொல் எதைக் குறிக்கிறது?

பன்மையைக்குறிக்கும் ‘பல’ என்ற சொல்லைப் ‘பல்’ என்றும் எழுதுவார்கள், எடுத்துக்காட்டாக, ‘பல்லாண்டு வாழ்க’ என்ற வாழ்த்துச் சொற்றொடரின் பொருள், ‘பல ஆண்டுகளுக்கு வாழ்க’.

புணர்ச்சியின்போது ‘பல்’ என்பது ‘பன்’ எனத் திரியும் இடங்கள் உண்டு. எடுத்துக்காட்டாக, பல + மொழி => பல் + மொழி => பன்மொழி.

'பல' என்பதன் எதிர்ச்சொல், 'சில', அதேபோல், 'பல்' என்பதன் எதிர்ச்சொல், 'சில்', அது புணர்ச்சியின்போது 'சின்' எனத் திரிவதுண்டு. எடுத்துக்காட்டாக, சில + மொழி => சில் + மொழி => சின்மொழி.

ஆக, 'பல்கலைக்கழகம்' என்பதில் வரும் முதல் பகுதி, பல கலைகளைக் குறிக்கிறது. அதாவது, மொழி, இலக்கியம், கணிதம், அறிவியல், வரலாறு போன்ற பலவிதமான கலைகளைக் கற்றுத்தரும் இடம் அது.

'கழகம்' என்ற சொல்லுக்குத் தமிழில் பல பொருள்கள் உள்ளன. இங்கே அது 'கல்வி பயிலுமிடம்' என்ற பொருளில் வருகிறது. மிகப்பழமையான இப்பொருளைக் கம்பராமாயணத்திலேயே காணலாம்: 'கந்தனை அனையவர் கலைதெரி கழகம்'. அதாவது, முருகனைப்போன்ற இளைஞர்கள் கலைகளைத் தேர்ந்து கற்றுக்கொள்கிற இடம்.

இன்றைய பல்கலைக்கழகங்களில் பெரும்பாலும் பாடப் புத்தகங்களைப் பயன்படுத்தித்தான் கற்றுத்தருகிறார்கள். ஆனால் கம்பர் சொல்லும் கழகத்தில் வில்வித்தை, மற்போர், குதிரையேற்றம், போர்க்கலை போன்றவையும் இடம்பெற்றிருந்தன. இன்னும் சில ஆண்டுகள் கழித்துப் பல்கலைக்கழகங்கள் முற்றிலும் டிஜிட்டல் ஊடகங்களைக் கொண்டு வேறு பல வித்தியாசமான கலைகளைக் கற்றுத்தரக்கூடும்.

ஆக, பல்கலைக்கழகங்கள் காலந்தோறும் மாறிவருகின்றன; அப்போதைய உலகில் வெற்றிபெற என்னென்ன கலைகள், திறமைகள் தேவை என்பதை ஆராய்ந்து, அதை எப்படியெல்லாம் கற்றுத்தரலாம் என்று சிந்தித்து அதற்கேற்பத் தங்களுடைய பாடத்திட்டங்களைத் தயாரிக்கின்றன. இதன்மூலம் அங்கே பயிலும் புதிய தலைமுறை மாணவர்கள் தனிப்பட்டமுறையிலும் வெற்றிபெறுகிறார்கள், ஒட்டுமொத்தச் சமுதாயத்தையும் முன்னேற்றுகிறார்கள்.

பல்கலைக்கழகங்கள் வெறுமனே கற்றுத்தருவதோடு நிறுத்துவதில்லை. மாணவர்கள் ஆராய்ந்து புதிய விஷயங்களைக்

கண்டறிவதற்கான சூழலையும் ஏற்படுத்தித்தருகின்றன. இன்றைக்கு நாம் நன்கு அனுபவித்துக்கொண்டிருக்கும் பல புதுமைகள் இதுபோன்ற பல்கலைக்கழகங்களில் உருவானவைதான்; இப்போது நீங்கள் இக்கட்டுரையை வாசித்துக்கொண்டிருக்கிற அதே நேரத்தில் உலகெங்கும் பல பல்கலைக்கழகங்களில் பலவிதமான ஆய்வுகள் நிகழ்ந்துகொண்டிருக்கின்றன; அவற்றின் தாக்கம் எதிர்வரும் ஆண்டுகளில் நமக்குத் தெரியும்!

★★★

19. செய்

தாத்தாவும் குமரனும் கிராமத்துக்கு வெளியே நடந்து கொண்டிருந்தார்கள். சில்லென்ற காற்று அருமையாயிருந்தது.

குமரனுக்குப் பள்ளி விடுமுறை. கிராமத்தில் தாத்தா, பாட்டியுடன் சிலநாள் தங்கலாம் என்று வந்திருந்தான். தினமும் தாத்தாவுடன் ஊரைச்சுற்றி நடப்பது அவனுக்கு மிகவும் பிடித்திருந்தது.

தாத்தா திடீரென்று ஒரு வயலைச் சுட்டிக்காட்டினார், 'செய்' என்றார்.

'என்ன செய்யறது தாத்தா?' குழப்பத்துடன் கேட்டான்.

'செய்' என்றார் தாத்தா மீண்டும்.

'அதான் தாத்தா, என்ன செய்யட்டும்?'

தாத்தா சிரித்தார், 'நான் உன்னைச் செய்யச்சொல்லலைடா, இதோட பேரு செய்' என்றார்.

'இது வயல்தானே தாத்தா? 'செய்'ன்னு சொல்றீங்களே'

'ஒரு விஷயத்தைச் சொல்ல ஒரு சொல்தான் இருக்குமா? இதை வயல்ன்னும் சொல்லலாம், 'செய்'ன்னும் சொல்லலாம்.'

'அப்படியா? நான் கேள்விப்பட்டதே இல்லையே!'

'நஞ்சை, புஞ்சைன்னு கேள்விப்பட்டிருக்கியா?'

'ஆமா தாத்தா, நேத்திக்குக்கூட நம்ம வீட்டுக்கு ஒருத்தர் வந்திருந்தார், அவரோட நிலத்தை விக்கணும்ன்னு சொன்னார், நீங்க அவர்கிட்ட நஞ்சையா, புஞ்சையான்னு கேட்டீங்க.'

'பிரமாதம், நல்லாக் கவனிச்சிருக்கே' என்று அவன் தோளில் தட்டிக்கொடுத்தார் தாத்தா, 'நஞ்சை, புஞ்சைங்கறது பேச்சுவழக்கு, அதை எழுத்துல எழுதும்போது, நன்செய், புன்செய்ன்னு எழுதணும்.'

'ஓ, அந்த 'செய்'தான் இந்த வயலா?'

'ஆமா' என்று மேலும் விளக்கினார் அவர், 'நஞ்சை, அதாவது நன்செய்ன்னா நல்ல நீர்வளமுள்ள நிலம், அங்கே நெல், கரும்புமாதிரி பயிர்கள் விளையும்.'

'புஞ்சை, அதாவது புன்செய்ன்னா நீர்வளம்குறைஞ்ச நிலம், அங்கே கம்பு, கேழ்வரகுமாதிரி பயிர்கள் விளையும்.'

'தாத்தா, நீர்வளம் இல்லாட்டியும் பயிர்கள் விளையுமா? அது எப்படி?'

மேலே கை காட்டினார் தாத்தா, 'வானம் இருக்கே, ஆண்டுதோறும் சில குறிப்பிட்ட நேரங்கள்ல மழைபெய்யும், அந்த மழையை நம்பிப் புஞ்சைநிலத்துல பயிர்களை விளைவிப்பாங்க.'

'ஒருவேளை மழை பெய்யலைன்னா?'

'நிச்சயமாப் பெய்யும்!'

'அதெப்படி அவ்ளோ உறுதியாச் சொல்றீங்க தாத்தா?'

'நீயும் நானும் இருக்கோம்ல? நமக்காக மழைபெய்யும்.'

'எனக்குப் புரியலை தாத்தா.'

சிரிப்போடு குமரனின் தோளில் தட்டினார் தாத்தா, 'நல்லவங்க இருக்கிற ஊர்ல கண்டிப்பா மழைபெய்யும்ன்னு நம்ம முன்னோர்கள் நம்பிக்கை' என்றார். 'அதனால, நாம எப்பவும் நல்லவிஷயங்களைச் செய்யணும், நேர்மையா நடந்துக்கணும், நல்லா உழைக்கணும், மத்தவங்களுக்குக் கெடுதல் நினைக்கக்கூடாது, அப்போ சரியான நேரத்துல மழைபெய்யும், நன்செய், புன்செய் எல்லாமே செழிச்சு விளையும், நாட்டுல உணவுத்தட்டுப்பாடே இருக்காது.'

'புரிஞ்சது தாத்தா' என்றான் குமரன், 'செய் நல்லா விளையணும்ன்னா எப்போதும் நல்லதையே செய்-ன்னு சொல்றீங்க!'

★★★

20. பசிப்பிணி மருத்துவர்

நோய்வாய்ப்பட்டவர்களுக்குச் சிகிச்சையளித்துக் காப்பவரை 'மருத்துவர்' என்கிறோம்.

மருத்துவராவதற்கு ஒருவர் சிறப்புப்படிப்பொன்றைப் படிக்க வேண்டும். அதன்பிறகு மேற்படிப்புகளும் உண்டு. அவற்றையும் படித்துவிட்டுப் பல்லாண்டுகள் அனுபவம்பெற்றால்தான் நோயாளிகளின் பிரச்னைகளைப் புரிந்துகொண்டு உரிய மருந்துகள், சிகிச்சைகளைப் பரிந்துரைக்க இயலும்.

ஆனால், ஒரே ஒரு நோய்க்குமட்டும் யார்வேண்டுமானாலும் மருத்துவராகலாம்; எளிதில் சிகிச்சை அளிக்கலாம்.

அந்த நோய்: 'பசிப்பிணி'.

பசியால் வாடுகிறவர்களுக்கு ஒரே சிகிச்சை, உணவளிப்பதுதான். வயிறு நிறைந்தால்தான் அவர்களால் வேறொரு வேலையைச் செய்ய இயலும், அடுத்தவேளைக்கு அவர்களே சம்பாதித்துச் சாப்பிட்டுக்கொள்வார்கள்.

இந்தச் சிகிச்சையை யார்வேண்டுமானாலும் வழங்கலாம். அதற்குத் தேவை, பசித்தவர்களுடைய முகத்தைப்பார்த்து

அவர்களுடைய உணர்வுகளைப் புரிந்துகொள்கிற அறிவும், அவர்களுக்கு உணவளித்து மகிழ்கிற மனமும்தான்.

அந்நாட்களில் இந்தச்சேவையைச் செய்தவர்களைப் 'பசிப்பிணி மருத்துவர்'கள் என்றே அழைத்தார்கள். பெரிய பணக்காரர்களில் தொடங்கி எளியமக்கள்வரை எல்லாரும் தங்களால் இயன்ற அளவு ஏழைகளுக்கு உணவளித்துவந்தார்கள். பிறருடைய பசியைப் போக்குவதைக் கடமையாகவே எண்ணினார்கள்.

முற்காலத்தில் ஊர்தோறும் 'அன்னசத்திரங்கள்' கட்டப்பட்டிருந்தன. இவற்றில் பசியோடிருப்பவர்கள் யார்வேண்டுமானாலும் சென்று சாப்பிடலாம்.

இன்றைக்கும் பெருநகரங்களில் இலவச உணவளிக்கும் மையங்கள் உள்ளன. சமூகசேவை அமைப்புகள், தனிநபர்கள் நடத்தும் சேவை இல்லங்கள், வழிபாட்டுத்தலங்களிலெல்லாம் நாள்தோறும் குறிப்பிட்டநேரத்தில் உணவளிக்கப்படுகிறது. வறுமையிலுள்ளவர்கள் இவற்றைப் பயன்படுத்திப் பசியாறுகிறார்கள்.

மனிதர்கள்மட்டுமல்ல, விலங்குகளுக்கும் பசியுண்டு. தெருவில் திரியும் நாய்களில் தொடங்கிப் பறவைகள், பூச்சிகளுக்குக்கூட உணவளிப்பவர்கள் உண்டு.

எடுத்துக்காட்டாக, பல வீடுகளில் சமையல் நிறைவடைந்ததும் சிறிதளவு உணவைக் காக்கைக்கு வைப்பார்கள். அதன்பிறகுதான் மற்றவர்கள் சாப்பிடுவார்கள்.

நகரங்களில் நடைபெறும் திருமணம் போன்ற விழாக்களின்போது ஏராளமான உணவு சமைக்கப்படுகிறது. ஆனால் அவை அனைத்தும் செலவாவதில்லை. அப்படி மீதமாகும் உணவை என்னசெய்வது?

இதற்கென்றே இயங்கும் சில சமூகசேவை அமைப்புகள் இருக்கின்றன. இவர்களை அழைத்து விஷயத்தைச் சொல்லி விட்டால், அவர்களே வந்து மீதமாகும் உணவைப் பெற்றுக்கொள்வார்கள். பசியோடு இருக்கிறவர்களுக்குச் சேர்த்துவிடுவார்கள்.

இந்தவிஷயத்தில் சாப்பிடுகிற நமக்கும் பொறுப்பு தேவை. உலகில் பலர் பசிப்பிணியால் வாடுகிறார்கள் என்பதை மனத்தில்கொண்டு, தேவையான அளவு உணவைமட்டுமே எடுத்துக்கொள்ளவேண்டும், அதை முழுமையாகச் சாப்பிடவேண்டும், வீணாக்கக்கூடாது.

உணவகங்களில் சாப்பிடும்போது ஏதேனும் ஓர் உணவு வீணாகிவிட்டால், அதை அப்படியே தட்டோடு விடவேண்டியதில்லை. அவர்களிடமே கேட்டால் பொட்டலம் கட்டித்தருவார்கள். விரும்பினால் இன்னொருவேளைக்கு அதைச் சூடாக்கிச் சாப்பிடலாம், இல்லாவிட்டால் அவ்வுணவகத்தின் வாசலில் பசியோடு காத்திருப்பவர்களுக்குத் தந்துவிடலாம்.

பசியோடு யாரும் இல்லாத சமுதாயம்தான் நம் ஒவ்வொருவருடைய கனவு. அதைநோக்கிச் செல்வதற்கு இதுபோன்ற சின்னச்சின்ன முயற்சிகள் அவசியம்: உணவை வீணாக்கவேண்டாம், நம்மால் இயன்ற அளவு பிறருக்குப் பகிர்ந்துதருவோம்!

★★★

21. எண்ணடைகள்

தமிழை இயல், இசை, நாடகம் என மூன்றாகப் பகுத்துச் சொல்வார்கள். இதனால் தமிழை 'முத்தமிழ்' என்பார்கள்.

திருக்குறளை அறம், பொருள், இன்பம் என மூன்றாகப் பகுத்திருக்கிறார் திருவள்ளுவர். இதனால் திருக்குறளை 'முப்பால்' என்பார்கள்.

இவற்றில் 'மூன்று' என்ற பொதுத்தன்மை உள்ளது. ஆனால், 'மூன்றுதமிழ்' என்றோ, 'மூன்றுபால்' என்றோ சொல்லாமல், 'முத்தமிழ்', 'முப்பால்' என்றழைப்பது ஏன்?

அகத்திணைகள் ஐந்து: குறிஞ்சி, முல்லை, மருதம், நெய்தல், பாலை. அவற்றை 'ஐந்திணைகள்' என்கிறோம். 'ஐந்துதிணைகள்' என்று சொல்லாமல், 'ஐந்திணைகள்' என்றழைப்பது ஏன்?

தமிழில் இப்படிப் பெரும்பாலான எண்களுக்கு அடைச்சொற்கள் மாறுபடுகின்றன. இவற்றை 'எண்ணடைகள்' என்பார்கள்:

'ஒன்று' என்ற எண்ணுக்கான எண்ணடைகள் ஒரு, ஓர்: 'ஒரு மரம்', 'ஓர் இலை' (ஓரிலை).

'இரண்டு' என்ற எண்ணுக்கான எண்ணடைகள் இரு, ஈர்: 'இரு மரங்கள்', 'ஈர் இலைகள்' (ஈரிலைகள்).

'மூன்று'க்கான எண்ணடை மு, மூ: 'முத்தமிழ்', 'மூவேந்தர்'.

'நான்கு'க்கான எண்ணடை நால்: 'நால்திசை' (நாற்றிசை), 'நால்மறை' (நான்மறை)

'ஐந்து'க்கான எண்ணடை ஐ: 'ஐம்பொன்'

'ஆறு'க்கான எண்ணடை அறு: 'அறுபடைவீடுகள்'

'ஏழு'க்கான எண்ணடை எழு, ஏழ்: 'எழுவண்ணங்கள்', 'ஏழ்இசை' (ஏழிசை)

'எட்டு'க்கான எண்ணடை எண்: 'எண்திசை' (எண்டிசை)

'ஒன்பது'க்கு எண்ணடை இல்லை: 'ஒன்பது கற்கள்'.

'பத்து'க்கு எண்ணடை பதின்: 'பதின்ஒன்று' (பதினொன்று)

இந்த எண்ணடைகளை வைத்து ஒரு சுவையான விளையாட்டு:

★ உங்கள் வகுப்பில் எப்போதும் சேர்ந்தேயிருக்கக்கூடிய நண்பர்கள் சிலரைத் தேர்ந்தெடுங்கள். அவர்கள் இருவராக இருக்கலாம், மூவராக இருக்கலாம், நால்வராக இருக்கலாம், ஆனால் எட்டுப்பேருக்குமேல் செல்லவேண்டாம்

★ அந்த நண்பர்களுடைய பொதுத்தன்மையைக் கண்டுபிடியுங்கள். எடுத்துக்காட்டாக, அவர்களுக்கு விளையாட்டில் ஆர்வமிருக்கலாம், ஓவியத்தில் விருப்பமிருக்கலாம், நன்றாகச் சாப்பிடலாம், தேர்வில் நல்ல மதிப்பெண்களை வாங்கலாம், ஒரே பகுதியில் வசிக்கலாம்... இப்படி ஏதேனும் ஓர் ஒற்றுமை இருப்பதால்தானே அவர்கள் நண்பர்கள், அந்த ஒற்றுமையைக் கண்டுபிடியுங்கள்

★ நீங்கள் கண்டுபிடித்த ஒற்றுமையை வைத்து அவர்களுக்கு ஒரு செல்லப்பெயர் சூட்டுங்கள். அதில் நாம் முன்புபார்த்த எண்ணடைகள் அமையும்படி பார்த்துக்கொள்ளுங்கள் எடுத்துக்காட்டாக, நடனத்தில் ஆர்வம்கொண்ட மூன்று நண்பர்களை, 'முந்நடனமணிகள்' என்றழைக்கலாம், கிரிக்கெட்டில் விருப்பங்கொண்ட ஏழு நண்பர்கள் 'எழுமட்டையர்' என்றழைக்கலாம், எப்போதும்

படித்துக்கொண்டே இருக்கிற இரு நண்பர்களை 'ஈரறிஞர்கள்' என்றழைக்கலாம்

★ முக்கியமான விஷயம்: நீங்கள் தேர்ந்தெடுக்கும் பெயர்கள் அவர்களை அவமானப்படுத்தும்விதமாக அமைந்துவிடக்கூடாது; பெருமைப்படுத்தவேண்டும்; நம்முடைய நோக்கம் கேலிசெய்வதல்ல, எண்ணடைகளை விளையாட்டாகக் கற்றுக்கொள்வதுதான்!

உங்களுக்குத் தெரிந்த மற்ற எண்ணடைச்சொற்கள் என்னென்ன? அறுசுவை, அறுமுகன், எழுமலை, ஐம்பால், மும்மணிகள்... எழுதிப்பாருங்கள். இருபதைத் தாண்டினால் உங்கள் நினைவுத்திறனுக்கு ஒரு 'பலே'!

★★★

22. எல்லைக்குள் எழுதுதல்

தமிழாசிரியர் மாணவர்களுக்கெல்லாம் ஒரு வீட்டுப் பாடம் கொடுத்தார், 'எல்லாரும் அவரவர் குடும்பத்தைப்பற்றி ஒரு கட்டுரை எழுதவேண்டும்.'

மறுநாள், மாணவர்கள் எல்லாரும் தங்களுடைய கட்டுரைகளைச் சமர்ப்பித்தார்கள். அவற்றை ஒவ்வொன்றாக வாசித்தார் அவர்.

சில மாணவர்கள் இரண்டே பத்திகளில் கட்டுரை எழுதியிருந்தார்கள்; இன்னும் சிலர் ஐந்தாறு பக்கங்களுக்கு எழுதியிருந்தார்கள்.

அன்று மாலை, மறுபடியும் தமிழாசிரியர் மாணவர்களுக்கு ஒரு வீட்டுப்பாடம் தந்தார், 'எல்லாரும் அவரவர் குடும்பத்தைப்பற்றி ஒரு கட்டுரை எழுதவேண்டும்.'

மாணவர்கள் குழம்பிப்போனார்கள், 'ஐயா, இந்த வீட்டுப் பாடத்தை நாங்கள் ஏற்கெனவே எழுதிவிட்டோம்.'

'ஆமாம், எழுதிவிட்டீர்கள். அதற்கென்ன?'

'ஏன் மறுபடி அதே வீட்டுப் பாடத்தைத் தருகிறீர்கள்? எழுதிய கட்டுரையையே மீண்டும் எழுதவேண்டுமா?'

'ஆமாம், ஆனால், இந்தமுறை ஒரு புதுமை' என்றார் ஆசிரியர், 'கட்டுரை 75லிருந்து 125சொற்களுக்குள் இருக்கவேண்டும்.'

உடனே, மாணவர்கள் தங்களுடைய கட்டுரையிலிருந்த சொற்களை எண்ணிப்பார்த்தார்கள். சிலருடைய கட்டுரைகளில் 20, 30சொற்கள்தான் இருந்தன; சிலரோ 200, 300சொற்கள் எழுதியிருந்தார்கள்.

ஆகவே, குறைவாக எழுதியவர்கள் இன்னும் நன்றாகச் சிந்தித்துக் கூடுதல் பகுதிகளை எழுதிச்சேர்த்துக் கட்டுரையை 75 சொற்களுக்குமேல் கொண்டுவந்தார்கள்; அதிகம் எழுதியவர்கள் அதில் தேவையில்லாத பகுதிகளை வெட்டி 125 சொற்களுக்குள் கொண்டுவந்தார்கள்.

மறுநாள், தமிழாசிரியர் மீண்டும் அக்கட்டுரைகளைத் திருத்தத் தொடங்கினார். ஆனால் இந்தமுறை, எல்லாக் கட்டுரைகளும் கிட்டத்தட்ட ஒரே அளவில் இருந்தன. அவர் மகிழ்ச்சியாகப் புன்னகைத்தார்.

'மாணவர்களே, முதல்நாள் நான் உங்களுக்குக் கட்டுரையின் தலைப்பைத்தான் சொன்னேன்; நீங்கள் உடனே சிறப்பான கட்டுரைகளை எழுதினீர்கள்' என்றார் அவர், 'அடுத்தநாள், அதே தலைப்புடன் சொல் எல்லையைச் சேர்த்தேன். இப்போது நீங்கள் அதே விஷயத்தை 75 முதல் 125 என்கிற சொல் எல்லைக்குள் எப்படி எழுதுவது என்று கற்றுக்கொண்டுவிட்டீர்கள். இது ஒரு முக்கியமான கலை' என்றார்.

'ஐயா, இதேபோல் வேறு எல்லைகளும் உள்ளனவா?' என்று கேட்டான் ஒரு மாணவன்.

'ஆமாம், சில கட்டுரைகளுக்கு நேர எல்லை உண்டு' என்றார் ஆசிரியர். 'எடுத்துக்காட்டாக, நான் உங்களுக்கு ஒரு தலைப்பைத் தந்து 45 நிமிடங்களுக்குள் கட்டுரை எழுதவேண்டும் என்று சொல்கிறேன்; அப்போது நீங்கள் அந்த எல்லைக்குள் அந்தத் தலைப்பில் ஆராய்ந்து, சிந்தித்துக் கட்டுரையை எழுதவேண்டும்.'

'சில நேரங்களில், கட்டுரையில் எதை எழுதுவது என்பதற்கும்

எல்லை வகுக்கப்படலாம்; எடுத்துக்காட்டாக, திருக்குறளில் சொல்வளம் என்ற தலைப்பில் நீங்கள் கட்டுரை எழுதினால், அதில் திருவள்ளுவர் சொற்களைப் பயன்படுத்தியிருக்கும் சிறப்பைமட்டுமே பேசவேண்டும்; உவமையழகு, அணியழகு, கருத்துகளின் சிறப்பு போன்ற மற்ற தலைப்புகளைப் பேசக்கூடாது.'

'இப்படி எல்லையை அறிந்துகொண்டு அதற்குள் சிறப்பாக எழுதக்கற்றுக்கொள்ளுங்கள். உங்களுடைய எழுத்தை எல்லாரும் விரும்பி வாசித்துப் பாராட்டுவார்கள்.'

★★★

23. முதல்நூல், வழிநூல்

ஓர் ஆங்கிலக்கதையைப் படிக்கிறீர்கள். அது உங்களுக்கு மிகவும் பிடித்திருக்கிறது. அதைப்பற்றி நண்பர்களிடம் சொல்கிறீர்கள்.

இப்போது, நீங்கள் ஆங்கிலக்கதையை அப்படியே சொல்லப்போவதில்லை. நீங்கள் வாசித்தபடி அதனைச் சுருக்கமாகச்சொல்வீர்கள், அல்லது, விரிவாகச்சொல்வீர்கள், ஆங்கில வசனங்களைத் தமிழில் மாற்றிச்சொல்வீர்கள்.

சில மாதங்களுக்குப்பிறகு, உங்களுக்கு ஒரு புதிய கதை தோன்றுகிறது. அதை எழுதுகிறீர்கள்.

முன்பு நீங்கள் ஆங்கிலக்கதையைச் சுருக்கி, விரித்துத் தமிழ்ப் படுத்திக் கூறியது வேறு, இப்போது புதிதாக எழுதுவது வேறு.

ஏனெனில், இப்போது நீங்கள் எழுதியிருக்கும் புதிய கதை முழுக்கமுழுக்க உங்களுடைய கற்பனையில் உருவானது, இதற்குமுன் அதை யாரும் எழுதவில்லை. நீங்கள்தான் அதனை உருவாக்கியிருக்கிறீர்கள். ஆகவே, அது 'முதல்நூல்' ஆகிறது.

'முதல்நூல்' என்றால், அதற்குமுன் எங்கும் இல்லாத ஒன்றைக் கற்பனைசெய்து அல்லது கண்டறிந்து உருவாக்கிய நூல். இப்படி

உலகெங்கும் பல அறிஞர்கள் பலவிதமான முதல்நூல்களை எழுதியிருக்கிறார்கள்.

நீங்கள் முன்பு வாசித்த அந்த ஆங்கிலக்கதையும் ஒரு ‘முதல்நூல்’தான். ஆனால் அதைப்படித்துவிட்டு நீங்கள் உங்கள் நண்பர்களுக்குச் சொன்ன கதை ‘முதல்நூல்’ ஆகாது. ஏனெனில், அதை நீங்கள் உருவாக்கவில்லை, இன்னொருவருடைய படைப்பைச்சார்ந்து அதனைச் சொல்லியிருக்கிறீர்கள்.

இவ்வகை நூல்களை ‘வழிநூல்கள்’ என்பார்கள். ஏனெனில், இவை ‘முதல்நூல்’களின் வழியில் வருகின்றன, அவற்றை அடிப்படையாகக்கொண்டு எழுதப்படுகின்றன.

எடுத்துக்காட்டாக, ராமனின் கதையை வால்மீகி வடமொழியில் எழுதினார். அந்த ‘முதல்நூல்’ அடிப்படையில் கம்பர் தமிழில் அதே கதையை எழுதினார். ஆகவே, கம்பராமாயணம் ‘வழிநூல்’ ஆகிறது.

இன்றைக்கு, வால்மீகி எழுதிய ராமாயணமும் வாசிக்கப்படுகிறது, கம்பர் எழுதிய ராமாயணமும் வாசிக்கப்படுகிறது, என்னதான் கம்பருடைய படைப்பு ‘வழிநூல்’ என்றாலும், அதன் கவிச்சுவையும் நடைச்சிறப்பும் பக்தியுணர்வும் அதனைச் சிறப்பாக்கியுள்ளன.

ஆக, கருத்துகளை முதன்முறையாக முன்வைக்கும் ‘முதல்நூல்’கள், அவற்றின் வழிவருகிற ‘வழிநூல்’கள் ஆகிய இரண்டுமே வாசிப்போருக்கு இன்பமும் பயனும் தருகின்றன. இன்றைக்கு நாம் வாசிக்கும் அனைத்து நூல்களையும் இந்த இரு வகைகளாகப் பிரித்துப்பார்க்கலாம்.

‘வழிநூல்’களைத் தொல்காப்பியம் நான்குவகையாகப் பிரிக்கிறது:

1. முதல்நூலைத் தொகுத்துச் சுருக்கமாகக்கூறுவது
2. முதல்நூலை விரிவுபடுத்திக்கூறுவது
3. முதல்நூலைத் தொகுத்தும் விரித்தும் கூறுவது
4. முதல்நூலை இன்னொருமொழியில் மொழிபெயர்த்துக்கூறுவது

எடுத்துக்காட்டாக, திருக்குறளை முதல்நூலாகக்கொண்டால், ஒருவர் திருக்குறள் சொல்லும் கருத்துகளைச் சுருக்கி எழுதலாம், இன்னொருவர் இருபத்தைந்து திருக்குறள்களை எடுத்துக்கொண்டு அவற்றை விரிவாகப் பேசலாம், மற்றொருவர் திருக்குறளை ஆங்கிலத்தில் எழுதலாம், இவை அனைத்தும் ‘வழிநூல்’களாகும்.

★★★

24. மறுமலர்ச்சி

ஒரு பெரிய பணக்காரர். அவர் வீட்டில் செல்வம் குவிந்து கிடக்கிறது. ஆகவே, எந்த வேலையும் செய்யாமல் அனுபவிக்கிறார்.

இன்னொருவரிடம் பெரிய சேமிப்பு எதுவும் இல்லை. ஆகவே, அவர் ஒரு நிறுவனத்தில் வேலைசெய்கிறார். கொஞ்சம்கொஞ்சமாக வளம்பெறுகிறார்.

இந்த இருவரில் யாரை மக்கள் அதிகம் மதிப்பார்கள் என்று நினைக்கிறீர்கள்?

முதல் நபரிடம் செல்வம் இருப்பதால் அவருக்குச் சமூகத்தில் மரியாதையும் அதிகமாக இருக்கும். அதேசமயம், அவர் அதனை வெறுமனே பயன்படுத்திக்கொள்கிறார், மேலும் அதிகமாக வளர்ப்பதில்லை என்பதால் மக்கள் அவரை ஒருமாற்று குறைவாகவே கருதுவார்கள்.

இரண்டாம் நபர் உழைக்கிறவர், அதன்மூலம் வேகமாக வளர்கிறவர். ஆகவே, மக்கள் அவரைத்தான் தங்களுடைய லட்சியபிம்பமாகக் கருதுவார்கள். ‘அவரைமாதிரி வரணும்’ என்று தங்கள் பிள்ளைகளுக்குச் சொல்வார்கள்.

ஒருவேளை, இந்த இருவரும் கலந்தாற்போல் மூன்றாவதாக ஒருவர் இருந்தால்?

அதாவது, அவரும் முதல் நபரைப்போல் பெருஞ்செல்வர்; ஆனால், அவரைப்போல் சோம்பியிருப்பதில்லை, தன் முன்னோர் சேர்த்துவைத்த செல்வத்தைப் பயன்படுத்திப் பல நிறுவனங்களைத் தொடங்கி நடத்துகிறார், அச்செல்வத்தைப் பலமடங்கு பெருக்குகிறார்.

இந்த மூன்றாம் நபர்மீது மக்களுக்கு வியப்பும் மரியாதையும் ஒரேசமயத்தில் இருக்கும். 'அத்தனைப் பெரிய செல்வராக இருந்தும்கூட, சோம்பியிருக்காமல் உழைக்கிறார்' என்று பாராட்டுவார்கள்.

மொழிகளும் கிட்டத்தட்ட இதேமாதிரிதான். ஒரு மொழியில் பாரம்பரியமான படைப்புகள் சிறப்பாக அமைந்திருந்தால், அது முன்னோர் சேர்த்துவைத்த செல்வம்; மதித்துப் போற்றப்படவேண்டியது. ஆனால் அதேசமயம், அதைமட்டும் வைத்துக்கொண்டு புதிதாக எதையும் படைக்காமலிருந்தால் அந்த மொழிக்குப் பெருமையாகாது.

தமிழ்போன்ற பழைமையான செம்மொழிகளில் இந்தப் பிரச்னை பலமடங்கு பெரிதாகிறது. பழஞ்செல்வத்தை எந்த அளவு போற்றவேண்டும், புதியவற்றுக்கு எந்த அளவு முக்கியத்துவம் தரவேண்டும் என்று சிந்தித்துச் செயல்படவேண்டியிருக்கும்.

எடுத்துக்காட்டாக, கவிதைகள் என்று பார்த்தால் சங்கத்தமிழிலும் ஐம்பெருங்காப்பியங்களிலும் பக்தி இலக்கியங்களிலும் ஏராளமான சிறந்த படைப்புகள் இருக்கின்றன. அதேசமயம், ஒவ்வொரு நூற்றாண்டிலும் அந்தக் காலகட்டத்துக்கு ஏற்ற படைப்புகள் புதிதாக உருவாகிவந்திருக்கின்றன. புதுமையான கருத்துகள், புதிய உத்திகள், கவிதை வடிவங்கள் என அனைத்தையும் தமிழ் ஏற்றுக்கொண்டு தன் வளத்தைப் பெருக்கிக்கொண்டிருக்கிறது.

குறிப்பாக, கவிதையில் இத்தகைய மாற்றம் ஏற்பட்ட காலகட்டத்தை 'மறுமலர்ச்சிக் காலம்' என்று குறிக்கிறார்கள்.

பாரதியில் தொடங்கிப் பலப்பல கவிஞர்கள் புதிய பாடுபொருட்களுடன் தமிழ்க்கவிதையை வளமாக்கினார்கள். அதேசமயம், பழந்தமிழ் மரபையும் அவர்கள் விட்டுவிடவில்லை. அதில் ஏற்கவேண்டியவற்றை ஏற்றுக்கொண்டார்கள், தொடர்ந்து புதியவற்றையும் சேர்த்தார்கள். இன்றும் அந்த வழக்கம் தொடர்கிறது.

இதேபோன்ற வளர்ச்சியை உரைநடை, சிறுகதை, கட்டுரை, இசை, நடனம் என அனைத்திலும் பார்க்கலாம். இத்தகைய மறுமலர்ச்சிகள் மொழியை, கலாசாரத்தை உயிர்ப்புடன் வைத்திருக்கும்!

★★★

25. பட்டாசு வெடிக்காத கிராமம்

அடுத்தவாரம் தீபாவளி. மாணவர்களெல்லாம் விடுமுறைக் கொண்டாட்டத்தை எண்ணி மகிழ்ந்துகொண்டிருந்தார்கள்.

'நீங்கல்லாம் தீபாவளியை எங்கே கொண்டாடப்போறீங்க?' என்று கேட்டார் ஆசிரியர்.

'இங்கேதான் ஐயா' என்றார்கள் சிலர்.

இன்னும் சிலர், 'நாங்க தீபாவளியைக் கொண்டாடறதுக்காகக் குடும்பத்தோட வெளியூருக்குச் சுற்றுலா போறோம்' என்றார்கள்.

மேலும் சிலர், 'நாங்க எங்க சொந்த ஊருக்குப் போறோம்' என்றார்கள். 'அங்கே மத்த உறவுக்காரங்களும் வருவாங்க, எல்லாரும் சேர்ந்து பண்டிகையை மகிழ்ச்சியாக் கொண்டாடுவோம்.'

'சரி, தீபாவளிக்கு யாரெல்லாம் பட்டாசு வெடிக்கப்போறீங்க?' என்றார் ஆசிரியர். அநேகமாக எல்லா மாணவர்களும் கை தூக்கினார்கள். சிலர்மட்டும் கை தூக்காததால், அவர்களைப் பார்த்துப் பிறர் சிரித்தார்கள், 'ஏய், உங்களுக்கென்ன பட்டாசுன்னா பயமா?'

இப்படி அவர்கள் கேலி செய்ததும், அந்த மாணவர்களும் சட்டென்று கையைத் தூக்கிவிட்டார்கள். 'எங்களுக்கொண்ணும்

பயமில்லை, நாங்களும் பட்டாசு வெடிப்போம்.’

அனைவரும் கையைத் தூக்கியபோதும், கலைவாணன்மட்டும் சும்மாவே இருந்தான். அதைக் கவனித்த ஆசிரியர், ‘என்னாச்சு கலைவாணா? நீ பட்டாசு வெடிக்கமாட்டியா?’ என்றார்.

‘வெடிப்பேன் ஐயா’ என்றான் அவன்.

‘அப்புறம் ஏன் கையைத் தூக்காம இருக்கே?’

‘இந்தத் தீபாவளிக்கு நான் பட்டாசு வெடிக்கமாட்டேன் ஐயா’ என்றான் கலைவாணன்.

‘அப்படியா? ஏன்?’ ஆர்வத்துடன் கேட்டார் ஆசிரியர்.

‘ஐயா, இந்த ஆண்டு தீபாவளிக்கு நாங்க எல்லாரும் எங்க தாத்தாவோட கிராமத்துக்குப் போறோம். நாங்குநேரி பக்கத்துல இருக்கிற அந்தக் கிராமத்தோட பேரு, கூந்தன்குளம். அங்கே தீபாவளியன்னிக்கு எல்லாக் கொண்டாட்டமும் நடக்கும், ஆனா, பட்டாசுமட்டும் வெடிக்கமாட்டாங்க. பல ஆண்டுகளா இந்தக் கட்டுப்பாட்டை அவங்க பின்பற்றிகிட்டு வர்றாங்கன்னு எங்கப்பா சொன்னார்.’

‘அட, உண்மையாவா? ஏன் அப்படி?’

‘அந்தக் கிராமத்துல ஒரு பறவைகள் புகலிடம் இருக்குங்கய்யா. ஆண்டுதோறும் அங்கே பல பறவைகள் வருது, தீபாவளி யன்னிக்குப் பட்டாசுகளை வெடிச்சா அந்தப் பறவைகள் பயந்துடும்ன்னு கூந்தன்குளம் மக்கள் பட்டாசே வெடிக்காம இருக்காங்க. இந்த ஆண்டு நாங்க அங்கே தீபாவளியைக் கொண்டாடறதால, எங்களுக்கும் பட்டாசு இல்லை.’

‘அடடா, அருமை’ என்றார் ஆசிரியர். ‘சங்க இலக்கியத்துல ஒரு தலைவன், அவனோட தேர்ல நிறைய மணிகள் கட்டியிருந்ததாம், அதுல வர்ற ஒலியாலே வண்டுகளுக்குத் தொந்தரவு ஏற்படுதுன்னு அந்த மணிகளோட நாவுகளையெல்லாம் அவன் இழுத்துக் கட்டிட்டானாம். அந்தத் தலைவனை நினைவுபடுத்துது இந்தக் கூந்தன்குளம் மக்களோட அன்பு.’

★★★

26. புத்தகத் திருவிழாக்கள்

உங்கள் ஊரில் புத்தகக் கண்காட்சி நடைபெறுவதுண்டா?

முன்பெல்லாம் மிகப்பெரிய ஊர்களில்தான் புத்தகக் கண்காட்சிகள் நடந்துகொண்டிருந்தன. ஆனால் இப்போது அனைத்து நகரங்கள், சிற்றூர்களில்கூட அவ்வப்போது இதுபோன்ற கண்காட்சிகளுக்கு ஏற்பாடுசெய்கிறார்கள். அக்கம் பக்கத்துக் கிராமங்களிலிருந்து பெரியவர்களும் சிறுவர்களும் இவற்றை வந்து பார்க்கிறார்கள்.

பெரும்பாலான புத்தகக் கண்காட்சிகளைப் பதிப்பாளர்களின் கூட்டமைப்புகள்தான் ஏற்பாடு செய்கின்றன. தனிப்பட்ட பதிப்பாளர்கள், உள்ளூரில் இருக்கும் சேவை அமைப்புகள், கல்வி நிறுவனங்கள், அரசுத்துறைகள் நடத்தும் கண்காட்சிகளும் உண்டு.

கண்காட்சியை நடத்தும் அமைப்பினர், அதற்காக ஒரு நல்ல இடத்தை வாடகைக்குப் பெறுவார்கள். அங்கே தனித்தனிப் பதிப்பாளர்களுக்கான சிறு அரங்குகளை அமைப்பார்கள். அவற்றைப் பல பதிப்பாளர்கள், விற்பனையாளர்களுக்குக் கட்டண அடிப்படையில் வழங்குவார்கள். அவர்கள்

தங்களுடைய அரங்குகளில் தாங்கள் வெளியிட்ட, விற்பனைசெய்கிற நூல்களை அழகாக அடுக்கிவைப்பார்கள்.

நூல்களை அடுக்கினால் போதுமா? வாங்குவதற்கு மக்கள் வரவேண்டாமா? கண்காட்சி நடைபெறும் இடம், நாள்கள், நேரம் போன்ற விவரங்களைச் சுவரொட்டிகளாக, துண்டுப்பிரசுரங்களாக ஊர்முழுக்க வெளியிடுவார்கள், அங்குள்ள பள்ளிகளின் தலைமையாசிரியர்களுக்குக் கடிதம் எழுதுவார்கள், வானொலி, தொலைக்காட்சி, சுவர் விளம்பரங்கள் போன்றவற்றையும் பயன்படுத்துவதுண்டு.

இதன்மூலம், மக்களுக்கு இந்தக் கண்காட்சியைப்பற்றிய விவரங்கள் தெரியவரும். அவர்கள் நூல்களைப் பார்க்கவும் வாங்கவும் இங்கே வருவார்கள்.

இப்படி வருகிற மக்களிடம் ஒரு சிறு தொகையை நுழைவுக்கட்டணமாக வசூலிக்கும் புத்தகக் கண்காட்சிகள் உண்டு. இலவச அனுமதி அளிப்பவர்களும் உண்டு. நுழைவுக்கட்டணம் வாங்கும் புத்தகக் கண்காட்சிகளில்கூட, மாணவர்களுக்கு விசேஷச் சலுகையாக இலவச அனுமதி கிடைக்கிறது.

மற்ற இடங்களில் வாங்கும் நூல்களுக்கும் புத்தகக் கண்காட்சியில் வாங்கும் நூல்களுக்கும் முக்கியமான வேறுபாடு, இங்கே அனைத்து நூல்களுக்கும் ஒரு குறிப்பிட்ட சதவிகிதம் கழிவு கிடைக்கும். ஐம்பது ரூபாய் விலையுள்ள நூலை நாற்பத்தைந்து ரூபாய்க்கோ, அதைவிடக் குறைவாகவோகூட வாங்கிவிடலாம்.

இதுதவிர, வருபவர்களின் செவியின்பத்துக்காகப் பிரபல எழுத்தாளர்கள், சிந்தனையாளர்களின் சொற்பொழிவுகள், விவாதமன்றங்களும் ஏற்பாடும் செய்யப்படும். சுவைக்கத் தின்பண்டங்கள், உணவுவகைகளும் கிடைக்கும்.

இப்படிப் பலவிதமான அம்சங்கள் ஓரே இடத்தில் கிடைப்பதால், இப்போதெல்லாம் 'புத்தகக் கண்காட்சி'களைப் 'புத்தகத் திருவிழா' என்று அழைக்கிறார்கள். வாசகர்களும் ஒரு திருவிழாக் கொண்டாட்ட மனநிலையில் இங்கே வந்துசெல்கிறார்கள்.

பொதுமக்களுக்கான புத்தகத் திருவிழாக்களைப்போலவே, புத்தகத்தொழிலில் ஈடுபடும் நிறுவனங்களுக்கான கண்காட்சிகளும் உண்டு. இவற்றில் அச்சுத்தொழில்நுட்பம், சந்தையாக்கல் போன்றவற்றில் தொடங்கி ஒரு மொழியில் வெளியான நூல்களைப் பிற மொழிகளுக்குக் கொண்டுசெல்வதுவரை பலவிதமான தொழில் அம்சங்கள் பேசப்படும்.

உங்கள் ஊரில் புத்தகத் திருவிழா நடக்கிறதா என்று உங்கள் பள்ளியில் விசாரியுங்கள். அக்கம்பக்கத்தில் எங்கு புத்தகத் திருவிழா நடந்தாலும் சென்றுவாருங்கள். தமிழில் எத்துணைத் தலைப்புகளில் எத்துணைவிதமான நூல்கள் பிரசுரிக்கப்படுகின்றன என்று அறிந்து பெருமிதப்படுவீர்கள்!

★★★

27. சொல் வரிசை

உயிரெழுத்துகள், மெய்யெழுத்துகளின் வரிசை உங்களுக்குத் தெரிந்திருக்கும். அதாவது, எந்த எழுத்துக்குப்பிறகு எந்த எழுத்து வரும் என்கிற ஒழுங்கு, உயிரெழுத்துகள்: அ, ஆ எனத் தொடங்கி ஓ, ஔ என நிறைவடையும், மெய்யெழுத்துகள் க், ங் எனத் தொடங்கி ற், ன் என நிறைவடையும்.

கணிதத்தில் ஏறுவரிசை, இறங்குவரிசை என்பவற்றைப்பற்றிப் படித்திருப்பீர்கள். அதாவது, 1, 2, 3, 4 என எண்களை ஏற்றிக்கொண்டே செல்வது ஏறுவரிசை, 10, 9, 8, 7 என எண்களை இறக்கிக்கொண்டே செல்வது இறங்குவரிசை.

இப்போது, இந்த இரண்டையும் இணைத்து ஒரு சொல் விளையாட்டு. அதாவது, தமிழ் எழுத்துகளை வைத்து ஏறுவரிசையில், இறங்குவரிசையில் சொற்களை அமைக்கப் போகிறோம்.

இந்த விளையாட்டுக்காக, எழுத்துகளுக்கு எண்களைத் தருவோம். அதாவது, ஒரு தாளில் உயிரெழுத்துகள், மெய்யெழுத்துகளை வரிசைப்படி ஒன்றன்கீழ் ஒன்றாக எழுதி, அவற்றுக்கு 1முதல் 30வரை எண்களைத் தாருங்கள்.

அ - 1
ஆ - 2
இ - 3
ஈ - 4
உ - 5
ஊ - 6
எ - 7
ஏ - 8
ஐ - 9
ஒ - 10
ஓ - 11
ஔ - 12
க் - 13
ங் - 14
ச் - 15
ஞ் - 16
ட் - 17
ண் - 18
த் - 19
ந் - 20
ப் - 21
ம் - 22
ய் - 23
ர் - 24
ல் - 25
வ் - 26
ழ் - 27
ள் - 28
ற் - 29
ன் - 30

எடுத்துக்காட்டாக, 'இலை' என்ற சொல்லை எடுத்துக் கொள்வோம். இது 'இ' என்ற உயிரெழுத்தில் தொடங்குகிறது, அதன் எண் 3, பின்னர் 'லை' என்ற உயிர்மெய்யெழுத்து

வருகிறது, அதன் மெய்யெழுத்து 'ல்', அதாவது, எண் 25. இங்கே 1க்குப்பிறகு 25 என எண்கள் ஏறிவருவதால், இது ஏறுவரிசைச் சொல்.

அடுத்து, 'வரம்' என்ற சொல்லை எடுத்துக்கொள்வோம். இதில் முழுக்க மெய்யெழுத்துகள்தான் உள்ளன: வ் (எண் 26), ர் (எண் 24), ம் (எண் 22), அதாவது, 26, 24, 22 என எண்கள் இறங்கிவருகின்றன, இது இறங்குவரிசைச் சொல்.

இதே சொல்லை 'தரம்' என்று எழுதினால், எண் 19, 24, 22 என வரும், இது ஏறுவரிசையிலும் இல்லை, இறங்குவரிசையிலும் இல்லை, ஆகவே, இந்தச் சொல்லுக்கு இந்த விளையாட்டில் அனுமதி கிடையாது.

சரி, இந்த விளையாட்டை எப்படி விளையாடுவது?

★ நண்பர்கள் இரு குழுக்களாகப் பிரிந்துகொள்ளுங்கள்

★ முதல் சுற்று, ஏறுவரிசைச்சுற்று, ஒவ்வொரு குழுவும் மாறி மாறி ஓர் ஏறுவரிசைச் சொல்லைச் சொல்லவேண்டும்; அந்தச் சொல் நமது தினசரிப் பயன்பாட்டில் உள்ளதாகவோ அகரமுதலியில் காணப்படும் அரிய சொல்லாகவோ இருக்கலாம்; ஆனால் யாரும் பயன்படுத்தாத புதிய சொற்களைக் கற்பனை செய்து கூறக்கூடாது

★ இன்னொரு நிபந்தனை, அந்தச் சொல்லில் ஒரே மெய்யெழுத்து இருமுறை வரக்கூடாது. எடுத்துக்காட்டாக, 'சட்டம்' என்ற சொல்லில் 'ட்' என்ற மெய்யெழுத்து இரண்டுமுறை வருகிறது; அந்தச் சொல் இங்கே ஏற்றுக்கொள்ளப்படாது

★ குழுவினர் சொல்லும் சொல்லில் எத்தனை எழுத்துகள் உள்ளனவோ அத்தனைப் புள்ளிகள் அவர்களுக்கு வழங்கப்படும். எடுத்துக்காட்டாக, நாம் பார்த்த 'இலை' என்ற சொல்லில் 2 எழுத்துகள் உள்ளன, ஆகவே அவர்களுக்கு 2 புள்ளிகள் கிடைக்கும்

★ இப்படி ஒவ்வொரு குழுவும் தலா நான்கு ஏறுவரிசைச்

சொல்லைச் சொன்னபிறகு, இரண்டாம் சுற்று, இதில் அவர்களே இறங்குவரிசைச் சொற்களைச் சொல்லவேண்டும், முதல் சுற்றைப்போலவே அந்தச் சொல்லில் உள்ள எழுத்துகளைப்பொறுத்து அவர்களுக்குப் புள்ளிகள் வழங்கப்படும்

★ போட்டியின் நிறைவில், எந்தக் குழு அதிகப் புள்ளிகளைப் பெற்றிருக்கிறதோ அவர்களே வெற்றிபெற்றவர்கள்

இதில் சவாலான விஷயம், எழுத்துகள் அதிகரிக்க அதிகரிக்கப் புள்ளிகளும் அதிகரிக்கும், ஆனால், பெரிய சொற்களை ஏறுவரிசையில், இறங்குவரிசையில் அமைப்பது கடினம், ஆகவே நீங்கள் நன்கு சிந்தித்துச் சொற்களைக் கண்டுபிடிக்கவேண்டும். இதனால் உங்கள் சொல் வளம் மேம்படும்!

★★★

28. மயக்கும் விளையாட்டு

கொட்டும் பனியில் ஒருவர் பணிபுரிந்துகொண்டிருக்கிறார்.

இந்தச் சொற்றொடரில் ஒரு சிறப்பு உள்ளது: பனி, பணி என்ற மயங்கொலிச்சொற்கள் இதில் பயன்படுத்தப்பட்டுள்ளன. இவை இரண்டும் கிட்டத்தட்ட ஒரேமாதிரியான ஒலிப்பைக் கொண்டவை, ஆனால் இவற்றின் பொருள் முற்றிலும் மாறுபட்டது.

இதேபோல் இன்னும் பல மயங்கொலிச்சொற்கள் உள்ளன. அவற்றைக்கொண்டு பலவிதமான சொற்றொடர்களை நாம் உருவாக்கலாம். எடுத்துக்காட்டாக:

★ நான் வில்லில் நாண் ஏற்றினேன்

★ மீன் குலங்கள் விளையாடும் நீர்க்குளங்கள்

★ அவர் நன்கு பழம் உண்டு பலம் பெற்றார்

★ மண விழாவில் கலந்துகொண்டு மன நிறைவோடு வந்தேன்

இப்படி மயங்கொலி ச்சொற்களைப் பயன்படுத்திச் சொற்றொடர்களை அமைப்பதையே ஒரு விளையாட்டாக்கலாம்:

★ நண்பர்கள் குழுவாக அமர்ந்து தங்களுக்குத் தெரிந்த மயங்கொலிச்சொற்களை விவாதிக்கவேண்டும், தேவைப்பட்டால் அகரமுதலியைப் பயன்படுத்தலாம்

★ இப்படித் தேர்ந்தெடுத்த மயங்கொலிச்சொல் இணைகளைத் தனித்தனித் துண்டுச்சீட்டுகளில் எழுதிக்கொள்ளவேண்டும். எடுத்துக்காட்டாக, 'இலை, இழை' என்பதை ஒரு துண்டுச்சீட்டில் எழுதவேண்டும்

★ சில சீட்டுகளில் மூன்று மயங்கொலிச்சொற்களும் இருக்கலாம். எடுத்துக்காட்டாக, கலை, களை, கழை

★ ஐம்பது சீட்டுகள் சேர்ந்ததும் அவற்றை ஒரு பெட்டியில் போட்டுக்கொள்ளவேண்டும்

★ இப்போது, நண்பர்கள் இரு குழுக்களாகப் பிரிந்து கொள்ளவேண்டும்

★ முதல் குழுவினர் பெட்டியிலிருந்து ஒரு சீட்டை எடுக்கவேண்டும், அதை உரக்கப் படிக்கவேண்டும், அந்த இரண்டு சொற்களும் இடம்பெறும் சொற்றொடரொன்றை உருவாக்கவேண்டும். அந்தச் சொற்றொடர் இந்த விதிமுறைகளுக்கு உட்படவேண்டும்:

1. அந்தச் சொற்றொடரில் குறைந்தது 4 சொற்கள் இருக்க வேண்டும். எடுத்துக்காட்டாக, 'இலை மேலே இழை' என்பது தவறு

2. அந்தச் சொற்றொடருக்குப் பொருள் இருக்கவேண்டும், இரண்டு சொற்களும் இடம்பெறவேண்டும் என்பதற்காகப் பொருளற்ற ஒரு சொற்றொடரை உருவாக்கக்கூடாது. எடுத்துக்காட்டாக, 'அந்த இலைக்கு இழை கொடுத்தேன்' என்பது தவறு

3. இரண்டு சொற்களும் ஒரே சொற்றொடருக்குள் அமையவேண்டும், தொடர்புடைய இரண்டு வெவ்வேறு சொற்றொடர்களை அமைத்தாலும் அது ஏற்றுக்கொள்ளப் படாது. எடுத்துக்காட்டாக, 'பட்டு இழைகளால் ஆன

ஆடையில் அழகிய இலைகள் வரையப்பட்டிருந்தன' என்பது சரி, 'அது பட்டு இழைகளால் ஆன ஆடை. அதில் அழகிய இலைகள் வரையப்பட்டிருந்தன' என்பது தவறு

4. முப்பது விநாடிகளுக்குள் சொற்றொடரை உருவாக்கிவிட வேண்டும், இல்லாவிட்டால் வாய்ப்பு அடுத்த அணிக்குச் சென்றுவிடும்

★ இப்போது, இரண்டாம் குழுவினர் பெட்டியிலிருந்து ஒரு சீட்டை எடுக்கவேண்டும், சொற்றொடரை உருவாக்க வேண்டும்

★ போட்டியின் நிறைவில் யார் அதிகச் சொற்றொடர்களை உருவாக்கினார்களோ அந்தக் குழு வெற்றிபெறும்

★★★

29. சான்றோரும் சாலாரும்

சுந்தர், கமலா, பரமேஷ் மூவரும் கலகலப்பாகப் பேசிச் சிரித்தபடி வந்துகொண்டிருந்தார்கள். எதிரே வருகிற யாரையும் அவர்கள் பொருட்படுத்தவில்லை.

அவர்கள் எப்போதும் இப்படிதான். மூவரும் ஒன்றுசேர்ந்து விட்டால் நேரம் ஓடுவதே தெரியாது. கிண்டலும் கேலியுமாகப் பேசியபடியிருப்பார்கள். அதேசமயம் ஒருவருக்கு ஏதேனும் உதவி தேவையென்றால் மற்ற இருவரும் விழுந்து விழுந்து கவனிப்பார்கள். பள்ளிநேரத்தில்மட்டுமல்ல, மற்றநேரங்களிலும், விடுமுறைநாட்களிலும்கூட அவர்களை ஒன்றாகவே பார்க்கலாம்.

இதைப்பார்த்துப் பள்ளியில் பலருக்கும் வியப்பு: இவர்கள் மூவரும் வெவ்வேறு ஊரிலிருந்து வந்தவர்கள், வெவ்வேறு பின்னணி கொண்டவர்கள், இவர்களுடைய பெற்றோரும் வெவ்வேறுவிதமான வசதியில் வாழ்பவர்கள், ஆனாலும் இவர்கள் இப்படி நட்பாக இருப்பது எப்படி?

இந்தப் புதிருக்கான விடை, புறநானூற்றில் இருக்கிறது, கண்ணகனார் எழுதிய இந்தப் பாடலில்:

பொன்னும் துகிரும் முத்தும் மன்னிய
மாமலை பயந்த காமரு மணியும்
இடைப்படச் சேய ஆயினும், தொடை புணர்ந்து
அரு விலை நல் கலம் அமைக்கும்காலை
ஒருவழித் தோன்றியாங்கு, என்றும், சான்றோர்
சான்றோர்பாலர் ஆப,
சாலார் சாலார்பாலர் ஆகுபவே.

பொன், பவள, முத்து, மாணிக்கம் போன்றவை வெவ்வேறு இடங்களில் கிடைப்பவை. அவை கிடைக்கும் இடங்களுக்கிடையே மிகுந்த தொலைவுண்டு.

அதேசமயம், ஒரு சிறந்த மாலையை உருவாக்கவேண்டும் என்கிற தேவை ஏற்படும்போது, பல இடங்களிலிருந்து வரும் இவை ஒன்றுகூடுகின்றன. ஓர் அழகிய மாலை கிடைக்கிறது.

அதுபோல, நற்பண்புள்ளவர்கள் எப்போதும் நற்பண்புள்ளவர்களோடு சேர்வார்கள். நற்பண்பில்லாதவர்கள் எப்போதும் நற்பண்பில்லாதவர்களோடு சேர்வார்கள் என்கிறது இப்பாடல்.

சுந்தரும் கமலாவும் பரமேஷும் வெவ்வேறு ஊர்களிலிருந்து வந்தவர்களாக இருக்கலாம்; ஆனால் அவர்களுடைய மனங்கள் ஒரேமாதிரி சிந்திக்கும்போது அவர்கள் ஒத்த நண்பர்களாகிறார்கள். எடுத்துக்காட்டாக, அவர்கள் மூவருக்கும் படிப்பில் நல்ல ஆர்வமிருக்கலாம்; மூவரும் நன்கு ஓடியாடி விளையாடுபவர்களாக இருக்கலாம்; நல்ல பழக்கவழக்கங்களில் ஆர்வமுள்ளவர்களாக இருக்கலாம். இந்த இழைதான் அவர்களை இணைக்கிறது.

உங்களுக்கும் இதேபோன்ற நல்ல நண்பர்கள் இருப்பார்கள். சிந்தித்துப்பார்த்தால் அவர்களுக்கும் உங்களுக்கும் பல வேற்றுமைகள் இருக்கும்; ஆனால், நட்பின் பின்னணியில் பார்க்கும்போது அந்த வேற்றுமைகள் காணாமல்போய்விடும்.

இதே கருத்தை மூதுரையில் ஔவையாரும் குறிப்பிடுகிறார்:

நல் தாமரைக்கயத்தில் நல் அன்னம் சேர்ந்தாற்போல்
கற்றாரைக் கற்றாரே காமுறுவர்

நல்ல தாமரைக்குளத்திலே நல்ல அன்னம் சென்றுசேர்வதுபோல, கற்றவர்களின் சிறப்பைக் கற்றவர்கள்தான் அறிவார்கள் என்கிறார் ஔவையார். அத்துடன் நிறுத்தாமல் தொடர்ந்து சொல்கிறார்:

மூர்க்கரை மூர்க்கர் முகப்பர்

இங்கே 'மூர்க்கர்' என்ற சொல், கல்வியறிவில்லாதவர்களைக் குறிப்பிடுகிறது. கல்லாத ஒருவன் எதையாவது பெருமையாகப் பேசினால், அதைக் கற்றவர்கள் பொருட்படுத்தமாட்டார்கள், கல்லாத மற்றவர்கள்தான் அதைப் பெரிதாக எண்ணி வியப்பார்கள்.

ஆக, அறிவும் பண்பும் உள்ளவர்கள் அதேபோன்ற அறிவும் பண்பும் உள்ளவர்களோடு சேர்வார்கள்; அவை இல்லாதவர்கள் அதேபோன்ற அறிவற்றவர்கள், பண்பற்றவர்களோடு சேர்வார்கள். இதைத்தான் ஆங்கிலச் சொற்றொடரொன்று அழகாகக் குறிப்பிடுகிறது: உன் நண்பர்கள் யார் என்று சொல், நான் உன்னைப்பற்றிச் சொல்கிறேன்!

★★★

३०. போன்ற, ஆகிய, பிறவும்

வானவில்லில் நீலம், பச்சை வண்ணங்கள் உள்ளன.

மேற்கண்ட சொற்றொடர் சரியா, தவறா?

வானவில்லில் நீலமும் உண்டு, பச்சையும் உண்டு. ஆகவே இந்தச் சொற்றொடர் சரிதான்.

ஆனால், வானவில்லில் வேறு பல வண்ணங்களும் உள்ளன. அவற்றை இந்தச் சொற்றொடர் குறிப்பிடவில்லை. ஏழு வண்ணங்களைக் கொண்ட வானவில்லில் வெறும் இரண்டு வண்ணங்களே உள்ளன என்பதுபோன்ற மயக்கத்தை உண்டாக்குகிறது. அந்தவிதத்தில் இந்தச் சொற்றொடர் தவறாகிறது.

இதனை எப்படி மாற்றலாம்?

வானவில்லில் நீலம், பச்சை போன்ற வண்ணங்கள் உள்ளன.

இங்கே 'போன்ற' என்ற சொல், இதேபோல் வேறு வண்ணங்களும் வானவில்லில் இருப்பதைக் காட்டுகிறது. வேறு சில எடுத்துக்காட்டுகள்:

★ காந்தி, நேரு போன்ற தலைவர்கள் இந்திய விடுதலைக்குப் பாடுபட்டார்கள்

★ தமிழ், மலையாளம் போன்ற மொழிகள் தென்னிந்தியாவில் பேசப்படுகின்றன

★ சரவணன், ரமேஷ் போன்ற மாணவர்கள் சமூகப்பணிகளில் ஈடுபடுகிறார்கள்

★ இட்லி, தோசை போன்ற சிற்றுண்டிகள் அங்கே கிடைக்கும்

இந்தச் சொற்றொடர்கள் ஒவ்வொன்றிலும் தலா இரண்டு விஷயங்கள்தான் குறிப்பிடப்பட்டுள்ளன. ஆனால் அந்தச் சொற்றொடர்கள் அத்துடன் நின்றுவிடுவதில்லை, அதேபோன்ற வேறு பல தலைவர்களை, மொழிகளை, மாணவர்களை, சிற்றுண்டிகளைக் குறிக்கின்றன.

கிட்டத்தட்ட இதேபோன்ற இன்னொரு சொற்றொடர்:

மனிதர்களுக்கு வலக்கை, இடக்கை ஆகிய கைகள் உண்டு.

இங்கேயும் இரண்டு விஷயங்கள்தான் உள்ளன. ஆனால், 'போன்ற' என்பதற்குப்பதிலாக, 'ஆகிய' என்ற சொல் பயன்படுத்தப்பட்டுள்ளது. ஏன்?

மனிதர்களுக்கு வலக்கை, இடக்கை என இரண்டு கைகள்தான் உள்ளன. அதற்குமேல் ஏதும் இல்லை. ஒருவேளை இங்கே 'போன்ற' என்பதைப் பயன்படுத்தியிருந்தால், மனிதர்களுக்கு வேறு பல கைகளும் உண்டோ எனக் குழப்பம் ஏற்படும்.

ஆக, நாம் ஒரு பட்டியலை எழுதும்போது, அதனை முழுமையாக எழுதினால் 'ஆகிய' என்ற சொல்லைப் பயன்படுத்தவேண்டும், பட்டியலில் உள்ள சில விஷயங்களைமட்டும் எடுத்துக்காட்டாக எழுதினால் 'போன்ற' என்ற சொல்லைப் பயன்படுத்தவேண்டும்.

ஆங்கிலத்தில் '*etc*' என்ற குறியீட்டைப் பார்த்திருப்பீர்கள். சில விஷயங்களைமட்டும் சொல்லிவிட்டு மற்றவற்றை உணர்த்த அக்குறியீடு பயன்படும்: *He spoke about physics, chemistry etc.*

கிட்டத்தட்ட இதேபோன்ற ஒரு பயன்பாடு தமிழ் இலக்கண

நூல்களில் உள்ளது. 'பிறவும்' என்ற சொல்தான் அது.

எடுத்துக்காட்டாக: 'போல, புரைய, ஒப்ப, உறழ, மான, கடுப்ப, இயைய, ஏய்ப்ப, நேர, நிகர, அன்ன, இன்ன என்பவும் பிறவும் உவமத்து உருபே' என்கிறது நன்னூல். இந்தச் சூத்திரத்தில் பன்னிரண்டு உவம உருபுகள் குறிப்பிடப்பட்டுள்ளன. அவற்றின் நிறைவில் 'என்பவும் பிறவும்' என்று எழுதுவதன்மூலம், இதேபோன்ற பிற உவம உருபுகளும் உண்டு என்பதை உணர்த்துகிறார் பவணந்தி முனிவர்.

இதை அப்படியே அந்த ஆங்கிலச் சொற்றொடரில் பொருத்திப் பார்க்கலாம்: அவர் இயற்பியலும், வேதியியலும் பிறவும் பேசினார்.

★★★

31. கொஞ்சம் பொறுமை, நிறைய நன்மை

பசிக்கிறது. சமையல் இன்னும் தயாராகவில்லை. 'கொஞ்சம் பொறு' என்கிறார் தாய்.

கீழே விழுந்த குழந்தை அழுகிறது, 'கொஞ்சநேரம்தான் வலிக்கும், பொறுத்துக்கோ' என்கிறோம்.

இந்த இரு வாக்கியங்களிலும் 'பொறுத்தல்', 'பொறுத்துக் கொள்ளுதல்' என்ற சொல்லின் பொருள், பசியையோ வலியையோ ஏற்றுக்கொள், அதை எண்ணி வருந்தாதே, விரைவில் சாப்பாடு தயாராகிவிடும், வலி நின்றுவிடும், எல்லாம் சரியாகிவிடும்.

'பொறு' என்ற வினைச்சொல்லிலிருந்துதான் 'பொறுமை' என்ற சொல் வருகிறது. ஒரு செயல் நிகழவேண்டும் என்று அவசரப் படாமல் காத்திருக்கும் குணம் என்று அதற்குப் பொருள்.

திருக்குறளில், 'பொறையுடைமை' என்ற பெயரில் ஓர் அதிகாரமே இருக்கிறது. பிறர் நமக்குத் தீங்கு செய்தாலும் கோபப்படாமல் பொறுமையாக இருக்கவேண்டும் என்று அறிவுறுத்துகிறார்

திருவள்ளுவர். 'பொறை' என்ற சொல்லும் 'பொறுமை'க்குச் சமமானதுதான்.

'தீய செயினும், தம் நட்டார் பொறுத்தல் தகுவது' என்று நாலடியார் சொல்கிறது. நம் நண்பர்கள் தீமையே செய்தாலும், அதைப் பொறுத்துக்கொள்வதுதான் நமக்குத் தகுதியானது.

இதே பாடலின் நிறைவு வரி, ஆழ்ந்து சிந்திக்கத்தக்கது: 'ஒருவர் பொறை, இருவர் நட்பு'.

அதாவது, ஒருவர் பொறுமையாக இருந்தால், அடுத்தவருடைய பிழையைப் பொறுத்துக்கொண்டால், அதனால் இருவருடைய நட்பும் பிழைக்கும்.

பெரியவர்களிடம் பேசும்போது, 'பிழைபொறுத்து அருளுங்கள்' என்கிறோம். அதாவது, நான் பேசுவதில் ஏதேனும் பிழை இருந்தால் கோபப்பட வேண்டாம், அதனைப் பொறுத்துக் கொள்ளுங்கள்.

'பிழைத்தது பொறுத்தல் என்றும் பெரியவர் கடனே' என்று கம்பர் எழுதுவார். பெரியவர்கள் தங்களுக்குக்கீழே உள்ளவர்கள் பிழை செய்தால் கோபப்படக்கூடாது, அதைப் பொறுத்துக்கொள்ளவேண்டும், அதுதான் அவர்களுடைய கடமை.

இது சிறு தலைவர்களுக்கு மட்டுமல்ல, இந்த உலகுக்கே தலைவராகப் போற்றப்படும் மிகப்பெரிய கடவுளும் இதைப் பின்பற்றுகிறார். பக்தர்களின் பிழையைப் பொறுத்துக் கொள்கிறவர் இறைவன் என்று பல புலவர்கள் வியந்து பாராட்டியுள்ளார்கள்.

பொறுமைக்குணம் எல்லாருக்கும் அவசியமான ஒன்று. ஏனெனில், நாம் நினைக்கிற எதுவும் நினைக்கிறபடி நடந்துவிடுவதில்லை, நம்மைச்சுற்றியிருக்கிற எல்லாரும் நாம் எதிர்பார்க்கிறபடி செயல்படுவதில்லை, அப்போதெல்லாம் கோபப்பட்டுக் கத்துவதால் எதுவும் நடந்துவிடாது; அப்படியே நடந்தாலும் அது தாற்காலிகமான மாற்றமாகதான் இருக்கும்;

அடுத்தமுறை இன்னும் ஏதாவது பிரச்னை வரும், மறுபடி கோபப்படுவோம்.

ஆகவே, எதையும் பொறுமையோடு அணுகுவதன்மூலம் வீண் பதற்றத்தை, மன அழுத்தத்தைக் குறைத்துக்கொள்ளலாம். இதனால் மற்றவர்களும் நம்மைப்பார்த்து எரிச்சலடையாமல் ஒத்துழைப்பார்கள்.

பொறுமையைக் கற்றுக்கொள்ள நிபுணர்கள் பல வழிகளைச் சொல்லித்தருகிறார்கள். அதில் மிகப் பிரபலமான ஒன்று, நம் பொறுமையைச் சோதிக்கிறமாதிரி ஏதாவது நடந்தால், நன்கு இழுத்து மூச்சுவிட்டு ஒன்றுமுதல் பத்துவரை எண்ணுவது. இதன்மூலம் நம் சுவாசம்மட்டுமல்ல, சிந்தனையும் தெளிவாகும், நடந்ததை எண்ணி எரிச்சலடையாமல் பிரச்னையைத் தீர்ப்பதைப்பற்றி யோசிக்கத்தொடங்குவோம்.

★★★

32. புரவி நண்பர்கள்

குதிரை ஓடும், சரி. ஆடுமா?

சீவகசிந்தாமணியில் 'ஆலும் மா' என்றொரு விவரிப்பு வருகிறது. இதன் பொருள், ஆடும் குதிரை.

இன்றைக்கும் நாம் ஆடும் குதிரைகளைப் பார்க்கலாம். வடக்கே திருமணங்களின்போது மாப்பிள்ளையைக் குதிரையில் ஏற்றி அழைத்து வருவார்கள், அந்தக் குதிரைகள் இசைக்கு ஏற்பக் காலை முன்னும் பின்னும் வைத்து வளைத்து ஆடும்.

இப்படி உண்மைக்குதிரைகள் ஆடுவதைப் பார்த்ததால்தானோ என்னவோ, தமிழர்கள் 'பொய்க்கால்குதிரையாட்டம்' அல்லது 'புரவியாட்டம்' என்ற ஒரு நடனக்கலையையே உருவாக்கியிருக்கிறார்கள். கிராமங்களில், குறிப்பாகத் திருவிழாக்களின்போது இந்த ஆட்டத்தைப் பார்க்கலாம்.

'குதிரையாட்டம்' என்று சொல்லப்பட்டாலும், உண்மையில் இதனை ஆடுவது மனிதர்கள்தான். குதிரையைப்போல் அலங்கரிக்கப்பட்ட ஒரு கூட்டை அணிந்துகொண்டு அவர்கள் ஆடுவார்கள். பார்ப்பதற்கு அவர்கள் குதிரைமேல்

அமர்ந்திருப்பதுபோலவும், அந்தக் குதிரை ஆடுவதுபோலவும் தோன்றும்.

இந்தக் குதிரைக்கூட்டுக்குக் கட்டைக்கால்கள் பொருத்தப் பட்டிருக்கும். இதைத்தான் ‘பொய்க்கால்’ என்கிறார்கள்.

சில பகுதிகளில் இந்தப் பொய்க்கால் பயன்படுத்தப்படுவதில்லை. மனிதர்கள் குதிரைக்கூட்டை அணிந்துகொண்டு தங்களுடைய சொந்தக்காலாலேயே ஆடுவார்கள். ஆகவே இதனைப் ‘பொய்க்குதிரையாட்டம்’ என்பார்கள்.

இந்த ஆட்டத்தைத் தனியாக ஆடுவதும் உண்டு; ஆணும் பெண்ணும் இணையாக ஆடுவதும் உண்டு. இவர்கள் தாளத்துக்கேற்ப முன்னும் பின்னும் இடமும் வலமும் அசைந்து ஆடுவார்கள்.

பார்ப்பதற்கு அழகாக இருந்தாலும், அத்தனை பெரிய குதிரைக்கூட்டை அணிந்துகொண்டு, தரையிலிருந்து உயரத்தில் சமாளித்து நின்றபடி ஆடுவது எளிதல்ல. எனினும், இந்தக்கலையில் தேர்ந்தவர்கள் சிறப்பாக ஆடிப் பார்வையாளர்களை மகிழ்விப்பார்கள்.

சிறுவர்கள் விளையாடும் மரப்பொம்மையொன்றும் குதிரைவடிவில் செய்யப்படுகிறது. இந்தக் குதிரையின் முதுகில் குழந்தைகள் உட்கார்வதற்கேற்ற இருக்கை அமைக்கப்பட்டிருக்கும். அதன் கால் பகுதிகளை இணைத்து ஒரு வளைவான அமைப்பு உருவாக்கப்பட்டிருக்கும், அதன்மூலம் இந்தக் குதிரை ஓர் ஊஞ்சலைப்போல் முன்னும் பின்னும் அசையும், இது குழந்தைகளுக்கு மிகவும் பிடிக்கும்.

அன்றைய இளவரசர்களுக்குக் கற்றுத்தரப்பட்ட கலைகளில் முக்கியமான ஒன்று, குதிரையேற்றம். நான்குவகைப் படைகளில் குதிரைப்படையும் ஒன்று என்பதால், ஒவ்வோர் அரசரும் ஏராளமான குதிரைப்படை வீரர்களை வைத்திருந்தார்கள். குதிரையில் ஏறிப் போர்க்களத்தில் முன்னேறிச்சென்று எதிரிகளைத் தாக்கினார்கள்.

தபால்துறை, தொலைபேசி, இணையமெல்லாம் இல்லாத அன்றைய காலகட்டத்தில் குதிரைகள் செய்திகளை அனுப்புவதற்கும் பயன்பட்டன. சரித்திரக்கதைகள் அனைத்திலும் நாயகனுடைய புரவியைப்பற்றிய விரிவான வர்ணனைகளைப் படிக்கலாம்; அவை காற்றின் வேகத்தில் பறந்துசெல்வதை ரசிக்கலாம்.

இன்றைக்கு நாம் குதிரைகளைக் கடற்கரையிலும் சில வண்டிகளிலும் சர்க்கஸிலும்தான் பார்க்கிறோம். ஆனால் ஒருகாலத்தில் அவை நம்முடைய மிகச்சிறந்த தோழர்களாக, ஆற்றல்மிகுந்த உதவியாளர்களாக இருந்திருக்கின்றன.

இதற்குச் சான்று, இப்போதும் வாகனங்களின் வேகத்தை, திறனை 'குதிரைசக்தி' *(Horsepower)* என்ற அளவீட்டால்தான் குறிப்பிடுகிறார்கள். எடுத்துக்காட்டாக, ஒரு காரின் திறனை *'120hp'* என்பார்கள், அதாவது, அந்தக் காரை இயக்கும் எஞ்சினின் திறன், 120 குதிரைகளுக்குச் சமம்!

★★★

33. ஒரே பெயர்; பல புலவர்கள்

ஔவையாரைத் தெரியுமா?

இந்தப் பெயரைக் கேட்டவுடன், 'அறம்செய விரும்பு', 'ஆறுவது சினம்' என்று சிலர் சொல்லத்தொடங்கிவிடுவார்கள். அவர்கள் நன்கு அறிந்த ஆத்திசூடி, கொன்றைவேந்தன் போன்ற பல புகழ்பெற்ற நீதிநூல்களின் ஆசிரியர் ஔவையார்.

அது சரி, புறநானூற்றில்கூட சில அருமையான பாடல்களை ஔவையார் எழுதியிருக்கிறார், தெரியுமா?

அட, அப்படியா? கொன்றைவேந்தன் எழுதியவர் புறநானூற்றிலும் எழுதியிருக்கிறார்போல!

அதுதான் இல்லை. இவர்கள் இருவரும் வெவ்வேறு 'ஔவையார்'கள். புறநானூற்றில் பாடல்களை எழுதிய ஔவையார் வாழ்ந்தது சங்ககாலத்தில், ஆத்திசூடி, கொன்றை வேந்தன் எழுதிய ஔவையார் வாழ்ந்தது சோழர்காலத்தில். இருவருக்கும் நடுவில் ஆயிரம் ஆண்டுகளுக்குமேல் உள்ளன.

சோழர்கால ஔவையாருக்குச் சுமார் இருநூறு ஆண்டுகள்கழித்து ஓர் ஔவையார் வாழ்ந்திருக்கிறார். அவர் எழுதிய நூல்தான் விநாயகர் அகவல்.

ஆக, ஔவையார் எழுதியதாக நாம் பல இலக்கியங்களை வாசித்தாலும், அவற்றை எழுதியவர்கள் வெவ்வேறு; பெயர்தான் ஒன்று.

இதேபோல், 'கோவூர்கிழார்' என்றொரு புலவர். இவருடைய இயற்பெயர் நமக்குத் தெரியவில்லை. கோவூரில் பிறந்தவர் என்பதாலும், வேளாளர்குடியில் பிறந்தவர்களைக் 'கிழார்' என்று அழைக்கிற வழக்கத்தாலும் இவரைக் 'கோவூர்கிழார்' என்று குறிப்பிடத்தொடங்கியதாகக் கி.வா.ஜகந்நாதன் எழுதுகிறார்.

இந்தக் கோவூர்கிழார் எழுதிய பல பாடல்கள் புறநானூற்றில் உள்ளன. குறுந்தொகை, நற்றிணையிலும் இவர் எழுதியிருக்கிறார்.

அதற்குப் பல ஆண்டுகள்கழித்து, இன்னொரு கோவூர்கிழார் வாழ்ந்திருக்கிறார். இவர் 'பாட்டியல்' என்ற இலக்கணநூலில் சில பாடல்களை இயற்றினார்.

'திருவள்ளுவமாலை'யிலும் கோவூர்கிழார் எழுதிய ஒரு பாடல் உள்ளது. இதுவும் காலத்தால் பிற்பட்ட நூல்தான்.

ஆக, வெவ்வேறு காலகட்டங்களில் வெவ்வேறு 'கோவூர்கிழார்'கள் வாழ்ந்திருக்கிறார்கள். இன்றைக்கு நாம் அவற்றை ஒன்றாக வாசிக்கும்போது, இவர்கள் அனைவரும் ஒருவர்தானோ என்று குழம்புகிறோம்.

அதுபோன்ற சூழ்நிலைகளில், நூல் எழுதப்பட்ட காலகட்டத்தையும் மொழிநடையையும் கவனிக்கவேண்டும். அதைக்கொண்டு அவற்றை எழுதியவர் ஒருவர்தானா என்பதை ஓரளவு சரியாகவே கண்டறிந்துவிடலாம்.

எடுத்துக்காட்டாக, புறநானூற்றிலும் குறுந்தொகையிலும் உள்ள கோவூர்கிழார் பாடல்கள் கிட்டத்தட்ட ஒரேமாதிரியான மொழியமைப்பைக்கொண்டிருக்கும். ஆனால், புறநானூற்று ஔவையாரின் மொழியும், கொன்றைவேந்தன் ஔவையாரின் மொழியும் முற்றிலும் மாறுபட்டவை.

தமிழில் புலவர்களின் வாழ்க்கைவரலாற்றைப் பதிவுசெய்து வைக்கும் மரபு அதிகமில்லை. பல புலவர்களுடைய பெயர்கூட

முறையாகக் குறிப்பிடப்படவில்லை. புலவர்களைவிட, அவர்கள் பாடிய வரிகளுக்குதான் அதிக முக்கியத்துவம் தரப்பட்டுள்ளது.

எனினும், வாசகர்களாகிய நாம் புலவர்களின் பெருமையை உணர்ந்து மதிக்கவேண்டும். வாழ்வியல், அறநெறிகள், இயற்கை விவரிப்புகள், உணர்வுகள், பக்தி, சமூக முன்னேற்றம் என இன்னும் பலவிதமானவற்றை அவர்கள் அழகுறப் பதிவுசெய்துள்ள விதத்தை வியக்கவேண்டும்.

★★★

34. பித்துப் புதுமை வேண்டாம்

பழமையா? புதுமையா? எது சிறந்தது?

ஓர் உணவகத்துக்குச் செல்கிறோம். அங்கே நாம் நன்கறிந்த உணவுப்பொருட்கள் பலவும் இருக்கின்றன, பெயர்கூடக் கேள்விப்பட்டிராத உணவுப்பொருட்களும் இருக்கின்றன. நாம் எதை வேண்டுமானாலும் வாங்கிச்சாப்பிடலாம், அப்படியொரு சூழ்நிலையில் நாம் எதை வாங்குவோம்?

சிலர் நன்கறிந்த உணவுப்பொருட்களையே வாங்க விரும்புவார்கள், 'இட்லி, தோசை, சப்பாத்தி, பூரிதான் எனக்கு ஒத்துக்கும்; வீணா புது விஷயங்களை ஏன் முயன்றுபார்க்கணும்? ஒருவேளை அவை எனக்குப் பிடிக்காட்டி?'

இன்னும் சிலர், புதிய விஷயங்களை முயன்றுபார்க்கவே முனைவார்கள், 'இட்லி, தோசைதான் எப்பவும் சாப்பிடறோமே; இன்னிக்குக் கொஞ்சம் வித்தியாசமா ஏதாவது வெளிமாநில, வெளிநாட்டு உணவுப்பொருட்களைச் சாப்பிடுவோமே.'

இவற்றில் எது சரி, எது தவறு என்று சொல்ல இயலாது. நாம் நன்கறிந்த உணவுப்பொருட்கள் உடலுக்கு நன்கு ஒத்துப்போகும், அதேசமயம், புதுமையான, சுவையான ஓர் உணவைச் சாப்பிடும்

வாய்ப்பைத் தவறவிட்டுவிடுவோம். ஆகவே, பழமைதான் வேண்டும் என்றோ, புதுமைதான் வேண்டும் என்றோ சொல்லாமல், மனத்தைத் திறந்துவைத்திருப்பது நல்லது.

இலக்கியத்துக்கும் இது பொருந்தும். கவிதையோ கதையோ கட்டுரையோ இப்படிதான் எழுதப்படவேண்டும் என்று ஒரு மரபு இருக்கிறது. பல பெரியோர்கள் அந்த மரபுப்படி எழுதிவந்திருக்கிறார்கள். புதிதாக எழுதுகிறவர்கள் அதனைப் பின்பற்றிச் சிறந்த கட்டுரைகளை எழுதலாம். அல்லது, வெளிநாடுகளில், பிற மொழிகளில் உள்ள மரபுகளை அறிந்து அவற்றைத் தமிழுக்குக் கொண்டுவரலாம், தாங்களே புதிய மரபுகளையும் உண்டாக்கலாம்.

அதேசமயம், இந்தப் புதுமை அளவுமீறிவிடக்கூடாது. புதிய உணவுப்பொருள் வேண்டும் என்பதற்காகச் சாப்பிடக்கூடாத, உடலுக்கு ஊறு விளைவிக்கக்கூடிய, எளிதில் செரிக்காத உணவுகளை உண்பது புத்திசாலித்தனமில்லையல்லவா?

பண்டிதமணி க. சு. நவநீதகிருஷ்ண பாரதியார் இதுபோன்ற பொருத்தமில்லாத புதுமை முயற்சிகளைப் 'பித்துப் புதுமை' *(Mad Novelty)* என்று அழைத்தார். இப்படிப்பட்ட முயற்சிகளால் மரபு சிதையும், உணர்ச்சி கெடும், பொருளும் கெடும், எந்தப் பயனும் இருக்காது என்பது அவருடைய கருத்து.

அப்படியானால், புதிய முயற்சிகளே கூடாதா? பழந்தமிழ்க் கவிஞர்கள் எழுதியதுபோல்தான் இன்றைய கவிஞர்களும் எழுதவேண்டுமா?

'காலத்துக்கேற்றவாறு புதுவழியில், தமிழ் மரபு சிதையாது பாடவேண்டும்' என்றார் நவநீதகிருஷ்ண பாரதியார். அதாவது, நாம் எழுதும் படைப்பு எதுவோ அதற்கான அடிப்படை இலக்கணங்கள் கெட்டுவிடாமல் அதில் புதுமையைக் கொண்டுவர வேண்டும். அத்தகைய படைப்புகள்தான் இலக்கியவளத்தைப் பெருக்கும்.

புதுமை தோன்றும்போது, அதில் வேற்றுமையில் ஒற்றுமையும் ஒற்றுமையில் வேற்றுமையும் தெரியவேண்டும் என்பது

நவநீதகிருஷ்ண பாரதியாரின் அறிவுரை. புதுமை இருப்பினும், அது பழம் மரபோடு தொடர்ந்து காணப்படவேண்டும், அதேசமயம் பழையதைப்போலவே இல்லாமல் அதில் வேற்றுமையும் தெரியவேண்டும்.

இதைச் சாதிப்பது சற்றே கடினம்தான். அதேசமயம், அவ்வாறு சாதித்த படைப்பாளிகள்தான் இலக்கிய உலகில் சிகரங்களாகத் திகழ்கிறார்கள்.

★★★

35. பலவகை உரைகள்

நாளை ஒரு விழாவில் பங்கேற்கிறேன். எட்டு அறிஞர்கள் அதில் கலந்துகொண்டு உரையாற்றுகிறார்கள்.

அந்த விழாவுக்கான அழைப்பிதழில், அவர்கள் எண்மருடைய பெயர்களும் இருக்கின்றன. ஆனால், ஒவ்வொருவர் பெயருக்கு முன்னாலும் வெவ்வேறு சொற்கள் இடம்பெற்றிருக்கின்றன: வரவேற்புரை, மதிப்புரை, வாழ்த்துரை, தலைமையுரை, சிறப்புரை, ஏற்புரை, நன்றியுரை, தொகுப்புரை.

உரையில் இத்தனை வகைகளா!

நம்முடைய அன்றாட வாழ்க்கையில் 'உரை'யாடலுக்கு மிகுந்த முக்கியத்துவம் உண்டு. ஒவ்வொரு நிமிடமும் நாம் பிறரோடு உரை நிகழ்த்திக்கொண்டுதானிருக்கிறோம்.

ஆனால், மேடைப்பேச்சு என்று வரும்போது, அந்த உரை இன்னும் சிறப்பைப்பெறுகிறது. காரணம், மற்ற உரைகளையெல்லாம் ஒருவர் பேச இன்னொருவர் கேட்பார், மிஞ்சிப்போனால் ஓரிருவர் கேட்பார்கள், மேடைப்பேச்சில்மட்டும்தான் ஒருவர் பேசப் பலர் கேட்பார்கள். பெரிய அறிஞர்கள், தலைவர்கள் ஆயிரக்கணக்கானோர், லட்சக்கணக்கானோர் மத்தியில் உரை நிகழ்த்துவதுண்டு.

இந்த மேடைப்பேச்சைச் 'சொற்பொழிவு' என்பார்கள், சொல்+பொழிவு, வானம் மழையாகப் பொழிவதுபோல் சொற்களைப் பொழிந்து தாங்கள் சொல்லவந்த விஷயத்தைக் கேட்போரிடம் சேர்ப்பது.

ஒரு மேடையில் பலர் பேசினாலும், அவர்கள் எதைப்பற்றிப் பேசுகிறார்கள் என்பதைப் பொறுத்து அதனைப் பல வகைகளாகப் பிரிக்கலாம். எடுத்துக்காட்டாக:

★ பேச்சாளர்கள், விருந்தினர்கள், பார்வையாளர்கள் என விழாவுக்கு வந்திருக்கும் அனைவரையும் வரவேற்றுப் பேசுவது, 'வரவேற்புரை'

★ விழாவின் நாயகரை வாழ்த்திப் பேசுவது, 'வாழ்த்துரை'. எடுத்துக்காட்டாக, ஒருவருக்கு விருது கிடைத்திருப்பதைப் பாராட்டி நடைபெறும் விழாவில் விருதுபெற்றவரைப் பலரும் வாழ்த்திப் பேசுவார்கள், நூல் வெளியீட்டுவிழாவில் அந்நூலின் ஆசிரியர், பதிப்பாளரை வாழ்த்திப் பேசுவார்கள்

★ விழாவின் முக்கியமான அம்சத்தை மதிப்பிட்டுப் பேசுவது, 'மதிப்புரை'. எடுத்துக்காட்டாக, ஒரு நூல் வெளியீட்டு விழாவில் அந்நூலின் சிறப்புகளை விவரித்து, குறைகளைச் சுட்டிக்காட்டி, அதேபோன்ற பிற படைப்புகளுடன் அதனை ஒப்பிட்டுப் பேசுவது

★ விழாவுக்குத் தலைமை தாங்குபவர் நிகழ்த்துவது, 'தலைமையுரை'

★ விழாவின் சிறப்பு விருந்தினர் நிகழ்த்துவது, 'சிறப்புரை'

★ விழா யாருக்காக நடைபெறுகிறதோ அவர்கள் இந்த வாழ்த்துகளை, மதிப்பீடுகளை ஏற்றுக்கொண்டு பேசுவது, 'ஏற்புரை'

★ விழாவுக்கு வருகைதந்தவர்கள், விழா ஏற்பாடுகளைச் செய்தவர்களுக்கு நன்றி தெரிவித்துப் பேசுவது, 'நன்றியுரை'

★ மேற்கண்ட அனைத்து உரைகளையும், குத்துவிளக்கேற்றுவது, பரிசுகளை வழங்குவது போன்ற பிற நிகழ்வுகளையும் தொகுத்து அறிவிப்பது, 'தொகுப்புரை'

ஆக, ஒரு விழாவில் பலரும் உரையாற்றினாலும், அவரவர் உரையின் நோக்கம், மையக்கருத்து ஆகியவற்றைப்பொறுத்து அந்த உரையின் தன்மை மாறுபடும். பேச்சாளர்களும் இதனை உணர்ந்து தங்களுடைய பேச்சை அமைப்பார்கள்.

அடுத்தமுறை நீங்கள் ஏதேனும் ஒரு விழாவில் கலந்துகொண்டால், அழைப்பிதழைக் கூர்ந்து கவனியுங்கள், யார் எந்த உரை ஆற்றுகிறார்கள் என்று பாருங்கள், மேடையில் அவர்களுடைய உரையின் தன்மை அதற்கேற்ப மாறுபடுவதைக் கவனியுங்கள். நீங்கள் மேடையில் உரையாற்றும் வாய்ப்புக் கிடைக்கும்போது, அதற்கேற்ப உங்கள் பேச்சை அமைத்துப் பழகுங்கள்.

★★★

36. லக்ஷ்மணன் இல்லை, இலக்குவன்!

இராமாயணத்தில் இராமனுடன் காட்டுக்குச் சென்ற தம்பியின் பெயர் என்ன?

இந்தக் கேள்விக்குச் சில மாணவர்கள் 'லக்ஷ்மணன்' என்று பதில் எழுதுவார்கள், வேறு சிலர் 'இலக்குவன்' என்று எழுதுவார்கள். இவற்றில் எது சரி?

வடமொழியில் இந்தப் பெயரை 'லக்ஷ்மண்' என்றுதான் எழுதுவார்கள். '*Lakshman*' என்றுதான் உச்சரிப்பார்கள்.

ஆனால், இந்தப் பெயரைத் தமிழுக்குக் கொண்டுவரும்போது, இரண்டு பிரச்னைகள்: தமிழில் 'க்ஷ' என்ற எழுத்து இல்லை, தமிழ் இலக்கணப்படி 'ல' என்ற எழுத்து சொற்களின் தொடக்கத்தில் வராது. ஆகவே, கம்பர் இந்தப் பெயரை 'இலக்குவன்' என்று மாற்றுகிறார். இது வடமொழிப் பெயரை ஒத்த, அதேசமயம் தமிழ் மரபுக்கு ஏற்ற சொல்.

இதேபோல், 'லக்ஷ்மணன்' என்பதை 'லட்சுமணன்'/'இலட்சுமணன்' என்று எழுதுவதும் உண்டு. 'லக்ஷ்மி' என்ற சொல்லை

'லட்சுமி'/'இலட்சுமி'/'இலக்குமி' என எழுதுவார்கள். 'லக்ஷ்யம்' என்ற சொல்லை 'இலட்சியம்' என்று எழுதுவார்கள்.

'இராமன்' என்ற சொல்லே வடமொழியில் 'ராம' என்றுதான் எழுதப்படுகிறது. தமிழில் ரகரம் சொல்லுக்கு முன்னால் வராது என்பதால், அதனை 'இராமன்' என்று எழுதுகிறோம். இதேபோல், 'ராகவன்' என்பது, 'இராகவன்' என்றாகிறது.

அதேபோல், 'ஹனுமான்' என்ற வடமொழிப் பெயரைத் தமிழில், 'அனுமன்' என்று எழுதுகிறார் கம்பர். 'விபீஷணன்' என்ற பெயரை 'வீடணன்' என்று எழுதுகிறார். 'கிஷ்கிந்தா' என்ற ஊரின் பெயரை 'கிட்கிந்தா' என்று எழுதுகிறார்.

இராமாயணத்தில் மட்டுமல்ல, இன்றைய தினசரிப் பேச்சிலும் நாம் நிறைய பிறமொழிச் சொற்களைப் பயன்படுத்துகிறோம். ஆனால் அவை தமிழ் மரபுக்கேற்ப மாற்றிப் பயன்படுத்தப்படுகின்றன. எடுத்துக்காட்டாக, 'ரயில்' என்ற ஆங்கிலச்சொல் 'இரயில்' என எழுதப்படுகிறது, 'சந்தோஷம்' என்ற வடமொழிச்சொல் 'சந்தோசம்' என எழுதப்படுகிறது, 'ஜன்னல்' என்ற போர்ச்சுக்கீசியச் சொல் 'சன்னல்' என எழுதப்படுகிறது.

இந்தச் சொற்களைத் தமிழில் முறையே புகைவண்டி/தொடர்வண்டி, மகிழ்ச்சி, சாளரம்/காலதர் என்று எழுதலாம். அதுவே தூய தமிழ்ப் பயன்பாடாகும். ஒருவேளை பிறமொழிச்சொற்களை அப்படியே பயன்படுத்தவேண்டியிருந்தாலும், ஷ, ஜ, ஹ, க்ஷ, ஸ போன்ற வடமொழிக்கே உரிய எழுத்துகளைத் தவிர்த்து, அவற்றைத் தமிழுக்கேற்றபடி மாற்றி எழுதவேண்டும். இதுவே தொல்காப்பியர் வகுத்த நெறி:

> 'வடசொல் கிளவி வட எழுத்து ஒரீஇ
> எழுத்தொடு புணர்ந்த சொல் ஆகும்மே.'

அதாவது, வடமொழிச் சொற்களைப் பயன்படுத்தும்போது, வடமொழிக்கே உரிய எழுத்துகளை நீக்கிவிட்டு அதனைத் தமிழ்ப்படுத்த வேண்டும்.

இந்த விதிமுறையின்படி, இந்தச் சொற்கள் தமிழில் எப்படி எழுதப்படுகின்றன என்று சிந்தியுங்கள், இவற்றுக்கு இணையான தூய தமிழ்ச்சொற்களையும் சிந்தியுங்கள்:

★ ஜென்மம்

★ க்ஷேமம்

★ ஸங்கீதம்

★ விஷயம்

★ நஷ்டம்

★ ஹரி (ஓர் இறைவனின் பெயர்)

★ ஸ்தலம்

நம் எழுத்தில் இயன்றவரை தூய தமிழ்ச்சொற்களைமட்டுமே பயன்படுத்தவேண்டும். சில காரணங்களால் அது இயலாவிடின், வடமொழி எழுத்துகளை நீக்கிவிட்டு எழுதவேண்டும்.

★★★

37. முட்டாளுடன் வந்த புலவர்

'வாருங்கள் புலவரே' என்று வரவேற்றார் அரசர், 'நீங்கள் காலையிலேயே வருவீர்கள் என்று காத்திருந்தேன்.'

'ஆமாம் அரசே, நானும் காலையிலேயே இங்கே வரலாம் என்றுதான் திட்டமிட்டேன்' என்றார் புலவர், 'ஆனால், முட்டாளுடன் வந்ததால் தாமதமாகிவிட்டது.'

'என்னது? முட்டாளுடன் வந்தீர்களா?' அரசன் திகைத்தான். 'யார் அந்த முட்டாள்?'

புலவர் சிரித்தார், 'நான் சொன்ன முட்டாள், அறிவற்ற நபரைக் குறிக்கவில்லை' என்று தன்னுடைய காலைக் காட்டினார், 'இங்கே வரும் வழியில் காலில் முள் குத்திவிட்டது. அந்த முள்ளை முழுக்க அகற்ற இயலவில்லை. ஆகவே, மெதுவாக நடந்து வந்தேன்' என்று விளக்கினார், 'முள் குத்திய காலுடன் (தாளுடன்) வந்தேன் என்பதைத்தான் முள்+தாளுடன் = முட்டாளுடன் வந்தேன் என்று சொன்னேன்.'

'அடடா, அருமையான சொல் விளையாட்டு' என்று மகிழ்ந்தான் அரசன். புலவருக்குப் பெரும் பரிசுகளை வழங்கினான், அவருடைய காலில் குத்திய முள்ளை அகற்றிச் சிகிச்சை வழங்க ஆணையிட்டான்.

'முட்டாள்' என்ற சொல்லை நாம் ஒரே சொல்லாக, முழுமையாகப் பார்க்கும்போது, அது ஒரு குறிப்பிட்ட பொருளை(அறிவற்ற மனிதர்)த் தருகிறது. அதே சொல்லை முள்+தாள் என்று பிரிக்கும்போது, முள் குத்திய கால் என்று இன்னொரு பொருளைத் தருகிறது.

இதேபோல் இன்னும் சில எடுத்துக்காட்டுகள்:

★ பலகை என்பது மரப்பலகையைக் குறிக்கும் சொல். அதையே 'பல கை' என்று பிரித்தால், பல கைகளைக் குறிக்கும்

★ தாமரை என்பது நீரில் பூக்கும் ஒருவித மலரைக் குறிக்கும் சொல். அதையே 'தா மரை' என்று பிரித்தால், தாவுகின்ற மானைக் குறிக்கிறது

இப்படி ஒரு சொல்லைத் தனியே பார்க்கும்போது ஒரு பொருள், பிரித்து இரு வேறு சொற்களாகப் பார்க்கும்போது இன்னொரு பொருள் என அமையும் சொற்களைப் 'பொதுமொழி' என்பார்கள். இங்கே நாம் பார்த்த பலகை, தாமரை, முட்டாள் போன்றவை 'பொதுமொழி'கள்.

மாறாக, வேறு சில சொற்களை அவ்வாறு பிரித்துப் பொருள்கொள்ள இயலாது. அவற்றைத் தனியேமட்டுமே பொருள்கொள்ள இயலும், அத்தகைய சொற்களைத் 'தனிமொழி' என்பார்கள். இங்கே நாம் பார்த்த 'பல', 'கை', 'தா', 'மரை', 'முள்', 'தாள்' ஆகியவை 'தனிமொழி'கள். இவற்றை இதற்குமேல் பிரித்து வேறு பொருள் கொள்ள இயலாது.

இவற்றினிடையே 'தொடர்மொழி' என்ற ஒன்றும் இருக்கிறது. பல தனிமொழிச்சொற்கள் சேர்ந்து ஒரு பொருளைத் தருவதுதான் 'தொடர்மொழி'. எடுத்துக்காட்டாக, 'அவன் வந்தான்' என்பதில் 'அவன்', 'வந்தான்' என்பவை 'தனிமொழி'கள். அவை ஒன்றுசேர்ந்து 'அவன் வந்தான்' என்னும் 'தொடர்மொழி'யாகின்றன.

★★★

38. அறிவுழைப்பு, உடலுழைப்பு

ஆற்றின் நடுவே ஒரு பாலம் கட்டப்படுகிறது. அதற்காகப் பல தொழிலாளிகள் வியர்வை சிந்தி உழைக்கிறார்கள்.

இவர்களெல்லாம் உழைக்கத்தொடங்குவதற்குமுன்பாக, வேறு சிலரும் அந்தப் பாலத்துக்காக உழைத்திருக்கிறார்கள்: ஆற்றின் போக்கை ஆராய்ந்து, ஆங்காங்கே உள்ள நிலப்பரப்புகளின் தன்மைகளைக் கவனித்து, சரியாக எந்த இடத்தில் பாலம் கட்டவேண்டும், அதில் எத்தனைத் தூண்களை எந்த அளவு தடிமனில் அமைக்கவேண்டும், தூண்களுக்கிடையே எவ்வளவு இடைவெளி இருக்கவேண்டும், தூண்களின்மேல் போடப்படும் தளம் எந்த அளவு தடிமனோடு இருக்கவேண்டும் என்றெல்லாம் விரிவாக ஆராய்ந்து வரைபடங்களைத் தயாரித்திருக்கிறார்கள். அந்த வரைபடங்களின் அடிப்படையில்தான் இப்போது இந்தப் பாலம் கட்டப்படுகிறது.

ஆக, உழைப்பில் இரண்டு வகைகள் உள்ளன: அறிவுழைப்பு, உடலுழைப்பு.

'அறிவுழைப்பு' என்பதைச் சிலர் 'மூளையுழைப்பு' என்றும் குறிப்பிடுவார்கள். ஒரு வேலையை ஏன் செய்யவேண்டும்,

எப்படிச் செய்யவேண்டும் என்றெல்லாம் சிந்தித்து, ஆராய்ந்து, விவரங்களைத் திரட்டி நம்மை அதற்குத் தயாரித்துக்கொள்வது, அதற்குத் தேவையான பொருட்கள், உழைப்பாளர்களைச் சேகரிப்பது, மக்கள், ஆட்சியாளர்களின் ஆதரவைப் பெறுவது, நிதி திரட்டுவது என அனைத்தும் அறிவுழைப்பாகும்.

இப்படி அறிவைப் பயன்படுத்திப் பாதியளவு வென்றபிறகு, உடலுழைப்பு தேவைப்படுகிறது. நூற்றுக்கணக்கானோர், ஆயிரக்கணக்கானோர் அங்கே கூடி, பொருட்களைச் சரியானவிதத்தில் அமைத்து, இணைத்து பாலத்தை உருவாக்குவார்கள்.

ஆக, அறிவுழைப்பு என்பது சிந்தனை; உடலுழைப்பு என்பது செயல்பாடு; இவை இரண்டும் இணைகிறபோதுதான் பணிகள் முழுமையடையும்.

இவற்றைத் தனித்தனியே பிரித்துப் பார்க்க வேண்டியதுகூட இல்லை; அறிவுழைப்பில் ஈடுபட்டுக் கொண்டிருக்கும்போதே அதற்கு உடலுழைப்பும் தேவைப்படலாம் (தேர்வுக்கு நீங்கள் நெடுநேரம் கண் விழித்துப் படிப்பதைப்போல), உடலுழைப்பில் ஈடுபட்டுக் கொண்டிருக்கும்போதே அதற்கு அறிவுழைப்பும் தேவைப்படலாம் (சுவர் எழுப்புகிற ஒருவர் அது சரியானமுறையில் செங்குத்தாக அமைந்துள்ளதா என்று அடிக்கடி பரிசோதித்து, தேவையான மாற்றங்களைச் செய்வதுபோல.)

ஒருவேளை, நாம் அறிவுழைப்புக்கு மட்டும் முக்கியத்துவம் தந்தால், வெறும் புத்தகப் புழுக்களாக மாறிவிடுவோம்; ஒரு பிரச்னையை எப்படித் தீர்ப்பது என்று நமக்குத் தெரிந்திருக்கும், ஆனால் துணிவோடு செயல்பட்டு அதனைத் தீர்க்கத் தயங்குவோம்.

மாறாக, வெறுமனே உடலுழைப்புக்குமட்டும் முக்கியத்துவம் தந்தால், எதையும் சரியாகச் சிந்திக்காமல் செயலில் இறங்குவோம்; அது ஒருவேளை சரிப்பட்டு வராவிட்டால் நேரம், உழைப்பு, பொருட்கள் என அனைத்தும் வீணாகும்.

ஆகவே, அறிவுழைப்பு, உடலுழைப்பு ஆகிய இரண்டுமே நமக்குத் தேவை. பிரச்னையைச் சிந்தித்துச் சரியான தீர்வுகளைக் கண்டறிகிற திறன், அந்தத் தீர்வுகளைச் சிறப்பாகச் செயல்படுத்திப் பிரச்னைகளை ஓடவைக்கிற திறன், இந்த இருவகை உழைப்புகளையும் கொண்டவர்கள்தான் நன்கு முன்னேறுவார்கள்.

★★★

39. வாசிக்கும் பழக்கம்

புத்தகங்களை வாசிப்பதென்பது வெறும் பொழுதுபோக்கல்ல; நமக்குப் பல நன்மைகளைத் தரும் பழக்கம்.

'தனி மனிதனின் பட்டறிவு மிகவும் குறுகியது. புத்தகங்களில் மனிதர்கள் பலருடைய பலவிதமான பட்டறிவுச் சிந்தனைகள் உள்ளன. அவற்றை வாசிக்கும்போது, நாம் வசிக்கும் சிறுமூலையிலிருந்து வெளியேறுகிறோம். மலைமீது ஏறி நின்று, இதுவரை பார்க்காத உலகக் காட்சிகளைப் பார்க்கும் உணர்வைப் பெறுகிறோம்' என்று எழுதினார் ஜவகர்லால் நேரு.

மிக நல்ல வாசகரான நேரு, தன்னுடைய மகளுக்கும் புத்தகங்களின் உலகத்தை அறிமுகப்படுத்த விரும்பினார். அதேசமயம், தன்னுடைய விருப்பத்தை அவர்மீது திணிக்க விரும்பவில்லை. ஆகவே, 'உனக்கு என்ன புத்தகம் வாசிக்கப் பிடிக்கும் எனச் சொல்' என்று தன் மகளிடம் கேட்டார் நேரு. 'உன் ஈடுபாடு தெரிந்தபின், எந்தப் புத்தகம் வாசிக்கலாம் என்பதுகுறித்து நான் சொல்கிறேன்' என்றார்.

நூல்களை வாசிக்கும் பழக்கமில்லாதவர்களுக்கு அவ்வுலகத்தை அறிமுகப்படுத்த இதுவே சரியான வழி. பெரியவர்கள் தங்களுக்குப் பிடிக்கிறது என்பதற்காக ஒரு குறிப்பிட்டவகைப்

புத்தகங்களைமட்டும் குழந்தைகளுக்கு வாங்கித்தருவதோ, வாசிக்கச்சொல்லிக் கட்டாயப்படுத்துவதோ கூடாது. அதனால் குழந்தைகளுக்கு வாசிப்பின்மீது வெறுப்புதான் வரும்.

அதற்குப்பதிலாக, பலதரப்பட்ட புத்தகங்களைக் குழந்தைகளுக்கு வாசித்துக்காட்டலாம், அதில் எது பிடித்திருக்கிறது என்று அவர்களையே கேட்கலாம், அதன் அடிப்படையில் அவர்கள் இயல்பான ஒரு வாசிப்புப்பழக்கத்தை உருவாக்கிக்கொள்வார்கள்.

அமெரிக்காவில் ‘1000 Books Before Kindergarten’ என்று ஓர் இயக்கம் உள்ளது. அதாவது, ‘ஒவ்வொரு குழந்தையும் கிண்டர்கார்டன் (மழலையர்) பள்ளிக்குச் செல்லுமுன் 1000 புத்தகங்களை வாசிக்கவேண்டும்.’

ஆயிரம் புத்தகங்களா? அதுவும் கிண்டர்கார்டன் செல்வதற்குள்ளா? இது எப்படிச் சாத்தியம்?

நிச்சயம் சாத்தியம்தான் என்கிறது இந்த அமைப்பு. தினந்தோறும் இரவு நேரத்தில் குழந்தை தூங்கச்செல்லுமுன் பெற்றோர் அதற்கு ஒரே ஒரு புத்தகம் வாசித்துக்காட்டினால் போதும்; வருடத்துக்கு 365 புத்தகங்கள், 3 ஆண்டுகளில் ஆயிரம் புத்தகங்களுக்குமேல் வாசித்துவிடலாம் என்கிறார்கள்.

ஆரம்பத்தில் குழந்தைகள் பெற்றோர் வாசிப்பதை வெறுமனே கேட்கும்; அங்குள்ள ஓவியங்களைப் பார்க்கும்; அதன்பிறகு, ஒரு குறிப்பிட்ட புத்தகத்தின் பெயரைச்சொல்லி அதையே திரும்பத்திரும்ப வாசிக்கச்சொல்லும்; ‘இதேமாதிரி வேற கதை இருக்கா?’ என்று கேட்கும். இதன்மூலம் அவர்களுடைய வாசிப்புப்பழக்கம் படிப்படியாக மேம்படும்.

குழந்தைகள் எழுத்துகளை, சொற்களைக் கற்கக்கற்க, பெற்றோர் குழந்தைகளிடம் புத்தகங்களைக் காட்டி அவர்களையே ஒவ்வொரு சொல்லாக வாசிக்கச்சொல்லலாம். கதையைப்பற்றிக் கேள்விகள் கேட்கலாம், உரையாடலாம், விளையாடலாம், புதிய கதைகளை உருவாக்கலாம், இதன்மூலம் வாசிப்பது ஒரு மகிழ்ச்சியான குடும்ப அனுபவமாக மாறிவிடுகிறது. இந்தப் பழக்கம் அவர்கள் வளர்ந்தபிறகும் தொடர்கிறது.

உங்கள் வகுப்பில் பாடப்புத்தகங்களுக்கு வெளியே எந்த நூலையும் வாசிக்காத மாணவர்கள் இருப்பார்கள். அவர்களிடம் புத்தகங்களைப்பற்றிப் பேசுங்கள், உங்களுக்குப் பிடித்த புத்தகங்களை அறிமுகப்படுத்துங்கள், உங்கள் பள்ளியில் அல்லது ஊரில் உள்ள நூலகத்துக்கு அழைத்துச்செல்லுங்கள். ஆனால், 'இதைத்தான் வாசிக்கவேண்டும்' என்று அவர்களைக் கட்டாயப்படுத்தவேண்டாம்; அவர்களுக்குப் பிடித்த நூல்களை அவர்களே தேர்ந்தெடுத்து வாசித்து மகிழட்டும்.

★★★

40. உடைமையா? உடமையா?

‘கோயிலில் ஒரு யானை பார்த்தேன்.’

எழுத்துநடையில் இருக்கும் இந்தச் சொற்றொடரை நீங்கள் யாரிடமாவது பேசுகிறீர்கள் என்று வைத்துக்கொள்வோம். அது எப்படி ஒலிக்கும்?

‘கோயில்ல ஒரு யான பார்த்தேன்.’

எழுத்தில் ‘யானை’ என்றிருந்த மிருகம், பேச்சில் ‘யான’ என்று ஆகிவிடுகிறது. ‘னை’ என்ற எழுத்து சற்றே குறுகி ‘ன’ என்று ஒலிக்கிறது.

இதற்கு இன்னும் பல எடுத்துக்காட்டுகளைச் சொல்லலாம்: இனிமையா இருந்தது => இனிமயா இருந்தது, அலை அடிச்சது => அல அடிச்சது, புகைவண்டி வந்தது => புகவண்டி வந்தது... இப்படிப் பல இடங்களில் ‘ஐ’ வரிசை எழுத்துகள் சொல்லின் நடுவில் அல்லது நிறைவில் வரும்போது ’அ’ வரிசை எழுத்துகளைப்போல் குறுகி ஒலிக்கின்றன.

இந்தப் பழக்கத்தால், சில சொற்கள் நம் மனத்தில் தவறாகவே பதிவாகிவிடுகின்றன. எழுதும்போதும் அவற்றைக் குறுக்கியே எழுதிவிடுகிறோம். இதற்குச் சிறந்த எடுத்துக்காட்டு, ‘உடமை’ என்ற சொல்.

உண்மையில் அந்தச் சொல்லை நாம் 'உடைமை' என்றுதான் எழுதவேண்டும். அறிவுடைமை, அன்புடைமை, பண்புடைமை என்று பல இடங்களில் இந்தச் சொல்லை நாம் பார்க்கலாம்.

'உடைமை' என்ற சொல்லுக்கு, 'உடையராகும்தன்மை' என்று பொருள், அதாவது ஒரு விஷயத்தைக் கொண்டிருத்தல். 'அறிவுடைமை' என்றால், அறிவைக் கொண்டிருத்தல், 'அன்புடைமை' என்றால், அன்பைக் கொண்டிருத்தல்.

'உடையவர்' என்ற சொல்லை நாம் பேச்சுவழக்கில் நன்கு பயன்படுத்துகிறோம். 'அவர் நல்ல அறிவுடையவர்', 'இவர் சமூகத்தில் பெரிய மதிப்புடையவர்' என்கிறோம். இதுவும் 'உடைமை'யிலிருந்து வந்த சொல்தான். அறிவை உடைமையாகக் கொண்டவர் 'அறிவுடையவர்'.

ஒருவரிடம் இருக்கும் சொத்துகளைக் குறிப்பிடும்போது, 'உடைமைப்பொருள்கள்' என்று எழுதலாம். அதாவது, அவருக்கு 'உடைமை'யாக உள்ள பொருள்கள்.

'உடைமை' என்ற இந்தச் சொல்லை உச்சரிக்கும்போது, 'டை' என்ற எழுத்து குறுகி 'ட' என்று ஒலிக்கிறது, 'உடமை' என்று உச்சரிக்கிறோம். ஆகவே, சிலர் எழுதும்போதும் அதேபோல் பிழையாக எழுதிவிடுகிறார்கள்.

'தனியுடைமை' என்றால் ஒருவருக்குமட்டும் தனித்துச் சொந்தமான பொருள், 'பொதுவுடைமை' என்றால், பொதுவாக எல்லாருக்கும் சொந்தமான பொருள், இவற்றை எழுதும்போதும் 'தனியுடமை', 'பொதுவுடமை' என்று சிலர் எழுதிவிடுகிறார்கள். இவையும் 'உடைமை' என்ற சொல்லிலிருந்து வந்தவைதான் என்பதை உணர்ந்தால், 'தனியுடைமை', 'பொதுவுடைமை' என்று சரியாக எழுதுவோம்.

இதேபோல் இன்னொரு பிரபலமான சொல், 'புடைவை'. அதைப் பலர் 'புடவை' என்று எழுதுகிறார்கள். எது சரி?

தமிழில் 'புடை' என்றால் 'பக்கத்தில்' என்று பொருள். 'அமைச்சர்கள் புடை சூழ முதலமைச்சர் வந்தார்' என்று சொல்கிறோமல்லவா?

ஒரு பெண்ணை எல்லாப் பக்கங்களிலும் சுற்றி அணியப்படுகிற ஆடை என்பதால் அதற்குப் 'புடைவை' என்ற பெயர் அமைந்தது. பேச்சுவாக்கில் 'டை' என்பது குறுகி 'ட' என்று ஆனதால், 'புடவை' என்று சொல்லப்பட்டது, அதையே எழுத்திலும் கொண்டுவந்துவிட்டார்கள்.

இனி இச்சொற்களைக் கவனித்துத் திருத்தமாக எழுதுவோம்: உடைமை, புடைவை!

★★★

41. வீரமும் பரிவும்

அன்றைய அரசர்கள், பெரும்பாலும் அமைதிவிரும்பிகளாகவே இருந்தார்கள். தங்களுடைய நாட்டைச் சிறப்பாக ஆளவேண்டும், மக்களை நன்கு மகிழ்ச்சியாக வைத்திருக்கவேண்டும் என்பதே அவர்களுடைய விருப்பம்.

மிகச்சில அரசர்கள் போர்விரும்பிகளாக இருந்தார்கள். தங்களுடைய நாட்டின் அக்கம்பக்கத்தில் உள்ள நாடுகளில் தொடங்கித் தொலைதூரத்தில் இருக்கும் நாடுகள்வரை சென்று போர்தொடுத்து வெல்லவேண்டும், தங்கள் அரசாங்கத்தின் எல்லைகளை விரிவுபடுத்தவேண்டும் என்று விரும்பினார்கள்.

அப்படி யாராவது ஓர் அரசர் போரை விரும்பும்போது, இன்னோர் அரசர் சும்மா இருக்கமுடியாது. 'என் நாட்டை எடுத்துக்கொள்' என்று தந்துவிடமுடியாது. என்னதான் அமைதியை விரும்பினாலும், இவர்களும் பெருவீரர்கள்தானே? தன் நாட்டைப் பிடிக்க இன்னொருவர் வந்தால் சும்மா விடுவார்களா? எதிர்த்துநின்று அவர்களை விரட்டியடித்துவிட்டுதான் ஓய்வார்கள்.

ஆகவே, அவ்வப்போது போர்கள் நடைபெற்றன. அவற்றில் ஏராளமான வீரர்கள், யானைகள், குதிரைகள் பங்கேற்றன.

இருதரப்பிலும் பெரும் வீரச்செயல்கள், இழப்புகளுக்குப்பிறகு அவ்வரசர்களில் யாரேனும் ஒருவர் வெல்வார்கள். அவர்களுடைய சிறப்புகளைப் புலவர்கள் போற்றிப்பாடுவார்கள்.

போர் இலக்கணத்தையும், பல்வேறு போர்களில் வெவ்வேறு அரசர்கள், வீரர்கள் காட்டிய துணிவையும் தமிழ் இலக்கியங்கள் விரிவாகப் பேசுகின்றன. பல கல்வெட்டுகளும் இவற்றைப்பற்றிய குறிப்புகளை வழங்குகின்றன.

இன்னொரு படையுடன் மோதப்போகும் அரசர்கள் தங்களுடைய படைவீரர்களுக்குப் பெருவிருந்து அளித்து ஊக்கப்படுத்தும் வழக்கம் அன்றைக்கு இருந்திருக்கிறது. அதனைப் 'பெருஞ்சோறு அளித்தல்' என்பார்கள்.

அதாவது, போருக்குச் செல்லும் வீரர்களையெல்லாம் ஓரிடத்தில் வரவேற்று அரசன் அவர்களுக்குப் பலவிதமான சுவையான உணவுகளை அளிப்பான். போருக்குச் செல்லும் வழியிலும் இதேபோன்ற உணவளித்தல், ஆட்டம், கொண்டாட்டமெல்லாம் இருக்கும்.

இன்றைக்கும், பெரிய நிறுவனங்களில் ஏதேனும் ஒரு முக்கியமான பணியைத் தொடங்குமுன் அங்குள்ள ஊழியர்களுக்கு விருந்தளிக்கும் பழக்கம் உள்ளது. அந்த விருந்தில் பெரிய மேலாளர்கள் கலந்துகொண்டு பேசுவார்கள், ஊழியர்களுடன் தனித்தனியே உரையாடுவார்கள், 'இந்தப் பணி மிக முக்கியமானது, இதைச் சிறப்பாகச் செய்தால் நாம் மிகப்பெரிய அளவில் முன்னேறலாம், அது நிறுவனத்துக்கும் நல்லது, உங்களுக்கும் நல்லது' என்று சொல்லி ஊக்கப்படுத்துவார்கள்.

அன்றைய அரசர்களும் இதேபோல்தான் தங்களுடைய வீரர்களிடம் பரிவோடு நடந்துகொண்டார்கள். அவர்களை வெறுமனே எண்ணிக்கையாக, போர்செய்யும் இயந்திரங்களைப் போல் அவர்கள் பார்க்கவில்லை. தனக்காக, தன் நாட்டுக்காக உயிரையே கொடுக்கத் துணியும் வீரர்களை அவர்கள் மிகவும் மதித்தார்கள், அவர்களை ஊக்கப்படுத்திவந்தார்கள், வெற்றியின்மூலம் கிடைக்கும் செல்வத்தை அவர்களுக்கும் பகிர்ந்துகொடுத்து மகிழ்ந்தார்கள்.

வீரர்களைமட்டுமல்ல, குதிரைகள், யானைகள்போன்ற மிருகங்களின்மீதும் அரசர்கள் அன்போடிருந்தார்கள். அவற்றின் வீரச்செயல்களைப் பாராட்டி மகிழ்ந்தார்கள், போரில் அவற்றுக்குக் காயம்பட்டால் உரிய சிகிச்சை தந்து கவனித்துக்கொண்டார்கள்.

அரசன் வேறு, படை வேறு இல்லை. அவர்கள் ஒரே தொகுதியாக இணைந்து பணியாற்றினால்தான் நாடு பாதுகாப்பாக இருக்கும், மக்கள் மகிழ்ச்சியாக வாழ்வார்கள், இதுவே அன்றைய அரசர்களின் மனப்போக்காக இருந்தது!

★★★

42. வழுக்குமர விளையாட்டு

ஓர் அறையின் மத்தியில் ஒரு மேசை இருக்கிறது. அதில் பல சுவையான உணவுப்பொருட்கள் வைக்கப்பட்டிருக்கின்றன. யார் வேண்டுமானாலும் உள்ளே சென்று அவற்றை எடுத்து உண்ணலாம்.

ஒரே பிரச்னை, அந்த அறையின் தரைமுழுக்க வழவழப்பான திரவம் பூசப்பட்டிருக்கிறது. அங்கே கால் வைத்தாலே வழுக்கி விழுந்துவிடுவீர்கள்.

அதனால் என்ன? சுவையான உணவுப்பொருட்கள் சும்மா கிடைக்குமா? கவனமாகக் காலை வைத்து முன்னேற வேண்டியதுதான்; விழுந்தாலும் எழுந்துகொண்டு கொஞ்சம் கொஞ்சமாக மேசையை நோக்கி நகர்ந்தால் வெற்றிபெற்று விடலாம்.

ஒருவேளை, கிடைமட்டமாக இருக்கும் இந்த விளையாட்டை நெட்டுக்குத்தாக மாற்றினால்? அதுதான் 'வழுக்குமரம்'.

அதாவது, வழவழப்பான மரமொன்று நிறுத்தப்பட்டிருக்கும். அதன் உச்சியில் பரிசுப்பொருட்கள் கட்டிவைக்கப்பட்டிருக்கும்.

ஆனால், அந்த மரத்தில் சட்டென்று ஏறி அவற்றை எடுக்க இயலாது. அதில் பிடித்துக்கொள்வதற்கு எந்தக் கிளைகளோ, பள்ளங்களோ இருக்காது. அதன் பட்டையை உரித்து, வழுக்கச்செய்யும் விளக்கெண்ணெய், கற்றாழை போன்றவற்றைத் தடவியிருப்பார்கள். அதையும் மீறி யாராவது ஏற முயன்றால், மரத்தின்மீது தண்ணீரை ஊற்றி இன்னும் வழவழப்பாக்குவார்கள். ஆகவே, ஏறுகிறவர்கள் வழுக்கிக் கீழே விழுவார்கள். மறுபடி ஏறுவார்கள், மறுபடி விழுவார்கள்.

'வழுக்குமரம்' என்ற சொல் தமிழில் 'வினைத்தொகை' என்ற வகையைச் சேர்ந்தது. அதாவது, முக்காலத்துக்கும் பொருந்துவது. அந்த மரம் ஏற ஏற வழுக்கிக்கொண்டேயிருக்கும் என்ற பொருளில் இப்பெயரைச் சூட்டியிருக்கிறார்கள்.

நம் கிராமங்கள் பலவற்றில் திருவிழாக்களின்போது 'வழுக்குமர' விளையாட்டு நடைபெறுகிறது. இளைஞர்கள் இதில் ஆர்வத்தோடு பங்கேற்கிறார்கள். இதனால் கிடைக்கிற பரிசுகள் ஒருபுறமிருக்க, இந்தச் சவாலைச் சமாளித்து வெற்றிபெறுவதே பெரும் சாதனையாகக் கருதப்படுகிறது.

ஆரம்பத்தில் நாம் பார்த்த 'வழுக்கும் அறை' விளையாட்டைவிட, 'வழுக்குமர' விளையாட்டு அதிகச் சவாலானது. ஏனெனில், மேலே ஏற முயற்சிசெய்பவர்கள் மரத்தின் வழுக்கும்தன்மையையும் சமாளிக்கவேண்டும், அத்துடன், புவியீர்ப்புவிசையும் அவர்களைக் கீழே இழுத்துக்கொண்டே இருக்கும்.

ஆனால், இதற்கெல்லாம் பயந்து இளைஞர்கள் பின்வாங்கி விடுவதில்லை. சொல்லப்போனால் இந்தச் சவால்கள்தான் அவர்களை விளையாட்டை நோக்கி இழுக்கின்றன. மற்றவர்களோடு கூட்டணி சேர்ந்து படிப்படியாக மேலே ஏறிப் பரிசை வென்றுவிடவேண்டும் என்ற இலக்குடன் முன்னேறுகிறார்கள். சுற்றியிருப்பவர்கள் சிலர் அவர்களுக்கு ஊக்கம் தந்து கைதட்ட, மற்றவர்கள் கேலிசெய்து சிரிக்க, வழுக்குமரப் போட்டியை நடத்துபவர்கள் தண்ணீர் ஊற்றி மரத்தை இன்னும் வழவழப்பாக்க, உச்சியில் இருக்கும் பரிசுப்பொருட்களை யார் வெல்லப்போகிறார்கள் என்ற

பரபரப்புடன் மக்கள் இவற்றைப் பார்க்கிறார்கள். எங்கும் கலகலப்பு, மகிழ்ச்சி, பரவசம்.

போட்டியில் யாரேனும் ஒருவர்தான் வெல்லப்போகிறார். ஆனால், அதைப் பார்க்கிற எல்லாரும் மகிழ்ச்சியோடு திருவிழாவைக் கொண்டாடுகிறார்கள். அதுதான் இதுபோன்ற போட்டிகளின் நோக்கமே!

★★★

43. ஆற்றில் குளிக்க ஷாம்பூ எதற்கு?

ஆற்றில் குளித்திருக்கிறீர்களா?

நகரவாசிகளில் பெரும்பாலானோருக்கு அந்தப் பாக்கியம் கிடைப்பதில்லை. அவர்களுக்குத் தெரிந்ததெல்லாம் குளியலறைக் குளியல்தான்.

எப்போதாவது வெளியூருக்குச் செல்லும்போதுதான் அவர்கள் ஆற்றைப் பார்க்கிறார்கள். மகிழ்ச்சியோடு அதில் இறங்கிக் குளிக்கிறார்கள். சலசலவென்று ஓடிக்கொண்டேயிருக்கும் குளிர்நீரில் நெடுநேரம் குளித்து மகிழ்கிறார்கள்.

ஓடும் ஆற்றில் இத்தனை இன்பமென்றால், விழுகின்ற அருவியில் இன்னும் இன்பம். பொத்பொத்தென்று முதுகில் இதமாக நீர் கொட்ட அருவியில் குளியல்போடுவது பெரிய ஆனந்தம்.

இதனால்தான் ஆறுகள், அருவிகள் சிறந்த சுற்றுலாத்தலங்களாகத் திகழ்கின்றன. நாள்தோறும் நூற்றுக்கணக்கான மக்கள் அங்கே வருகிறார்கள், குடும்பத்தோடு குளிக்கிறார்கள், நீந்துகிறார்கள், மகிழ்ச்சியாகத் திரும்பிச்செல்கிறார்கள்.

அப்படி அவர்கள் திரும்பிச்சென்றபிறகு, அந்த ஆற்றங்கரைகளை, அருவிக்கரைகளைக் கொஞ்சம் கவனித்துப்பார்க்கவேண்டும்,

உண்மையிலேயே மனிதனுக்கு ஆறறிவுதானா என்கிற ஐயமே எழுந்துவிடும்.

காட்டாற்றில் குளிக்கிற மிருகங்கள் அவற்றை அசுத்தப்படுத்துவதில்லை, இயற்கையான முறையில் குளித்துவிட்டு எழுந்து சென்று விடுகின்றன.

ஆனால் மனிதனோ, தன்னுடைய வசதிக்காக உருவாக்கிக்கொண்ட சோப்பு, ஷாம்பூ போன்ற வேதிப்பொருட்களைப் பூசிக்கொண்டு ஆற்றை மாசுபடுத்துகிறான். இன்னும் சிலர், உடலெங்கும் எண்ணெயைப் பூசிப் பளபளப்பாக்கிக் கொண்டு அப்படியே நீரில் இறங்குகிறார்கள்.

யோசித்துப்பாருங்கள், இந்தத் தண்ணீர் இன்னோர் இடத்துக்கு ஓடிச்செல்லப் போகிறதுதானே? அங்கே இருக்கும் மனிதர்களோ மிருகங்களோ வேதிப்பொருள் கலந்த இந்த நீரைக் குடித்தால் என்ன ஆகும்!

இவர்கள் தெரியாமல் செய்கிறார்கள் என்றும் சொல்வதற்கில்லை. அநேகமாக எல்லாச் சுற்றுலாத்தளங்களிலும், 'சோப், ஷாம்பூ, எண்ணெய் பயன்படுத்த வேண்டாம்' என்று அறிவிப்புப் பலகைகள் வைத்திருக்கிறார்கள். ஆனால் பெரும்பாலான மக்கள் அவற்றைப் பொருட்படுத்துவதில்லை. தங்களுடைய அப்போதைய மகிழ்ச்சிக்காகச் சுற்றுச்சூழலை மாசுபடுத்தத் துணிகிறார்கள்.

நீர்மட்டுமின்றி, நிலம், காற்று என அனைத்தையும் மனிதன் சுயநலத்துக்காக மாசுபடுத்துகிறான். இது இப்போதைக்கு மகிழ்ச்சி தரலாம்; ஆனால் தொலைநோக்கில் சிந்திக்கும்போது இங்கே வாழும் அடுத்தடுத்த தலைமுறையினருக்கு இதனால் துன்பங்களே கிடைக்கும்.

என்ன செய்யலாம்?

இயற்கையை இயன்றவரை தொந்தரவு செய்யாமலிருக்கலாம். நம் திசைக்கு அதை வளைப்பதைவிட, அதன் திசைக்குச் சென்றுபழகலாம்.

எடுத்துக்காட்டாக, நம்முடைய குளியலறைப் பழக்கங்களான சோப், ஷாம்பூ, எண்ணெய் போன்றவற்றை ஆற்றுக்கும் அருவிக்கும் கொண்டுசெல்லாமம், இயற்கையானமுறையில் கை, கால்களை நன்கு தேய்த்து அழுக்கை அகற்றலாம். இது நமக்கும் புதிய அனுபவமாக இருக்கும், இயற்கையையும் அசுத்தப்படுத்தாது.

அதேபோல், மிருகக்காட்சிச்சாலையில் இருக்கும் விலங்குகளைப் பார்க்கச்செல்லும்போது, நம்முடைய உணவுகளான இட்லி, தோசை, சாம்பார், உருளைக்கிழங்கு வறுவலையெல்லாம் அவற்றுக்கு ஊட்டாமலிருக்கலாம். அவை வேறுவிதமான உயிரினங்கள், மனிதனின் உணவுப்பழக்கங்கள் அவற்றுக்குப் பொருந்தா.

சுற்றுலாப்பயணிகள் சிலர், காட்டுப்பகுதிகளுக்குச் செல்லும் போது மிருகங்களுக்கு பிஸ்கட், ரொட்டி போன்றவற்றைத் தந்து பழக்கப்படுத்தி விடுகிறார்கள். இதனால் அந்த மிருகங்கள் தங்களுடைய உணவைத் தேடித் தின்பதையே மறந்துவிடுகின்றனவாம். அவற்றின் வாழ்வியலில் அது பல பிரச்னைகளைக் கொண்டுவருகிறதாம்.

இயற்கையில் எல்லாமே ஒரு காரணத்தோடுதான் அமைந்திருக்கிறது. அதைப் புரிந்துகொள்ளாமல் நம் விருப்பம்போல் அவற்றை மாற்றுவது புத்திசாலித்தனமல்ல; இயற்கை வளங்களைத் தொந்தரவுசெய்யாமல் காப்பது நம் ஒவ்வொருவருடைய கடமை.

★★★

44. தின்பண்டங்கள் யாருக்கு?

மாணவர்கள் வகுப்புக்குள் நுழைந்தார்கள். தங்கள் இடங்களில் அமர்ந்தார்கள். மறுகணம், அவர்களுடைய நாவில் எச்சில் ஊறியது. காரணம், ஆசிரியரின் அருகே ஒரு தட்டில் நிறைய அப்பங்களும் வடைகளும் வைக்கப்பட்டிருந்தன. அவற்றைப் பார்த்ததும் மாணவர்களுக்கு ஆசை.

இதை அறிந்த ஆசிரியர் சிரித்தார், 'இவையெல்லாம் உங்களுக்குதான்' என்றார். 'ஆனால், இவற்றைச் சாப்பிட வேண்டுமென்றால், நீங்கள் ஒரு போட்டியில் கலந்துகொள்ள வேண்டும். அதில் வெல்கிறவர்களுக்கு ஓர் அப்பமோ வடையோ கிடைக்கும்.'

'என்ன போட்டி ஐயா?'

'தேவாரம் ஒப்பித்தல் போட்டி' என்றார் ஆசிரியர், 'நான் ஒரு தேவாரப்பாடலைப் பாடுவேன், பிறகு, அதை ஒரு மாணவர் படிப்பார், பின்னர், மீண்டும் அதே பாடலை நான் பாடுவேன். இப்படி மூன்றுமுறை ஒரே பாடலை நீங்கள் கேட்கலாம். அதன்பிறகு, அதை நீங்கள் மனப்பாடமாகச் சொல்லவேண்டும். அதுதான் போட்டி!'

'நல்லது ஐயா' என்றார்கள் மாணவர்கள். போட்டி தொடங்கியது. முதலில், ஆசிரியர் ஒரு பாடலைப் பாடினார், அதை ஒரு மாணவர் புத்தகத்தைப் பார்த்துப் படித்தார், பிறகு, மீண்டும் ஆசிரியர் அதைப் பாடினார். இதற்குள் அப்பாடல் மாணவர்கள் மனத்தில் ஓரளவு பதிந்திருந்தது, அதை மனப்பாடமாகச் சொல்ல முயன்றார்கள். இந்தப் போட்டியில் ஒரு மாணவர் வெற்றிபெற்றார். அவருக்கு ஓர் அப்பம் தரப்பட்டது.

அடுத்த போட்டி, இன்னொரு பாடல், இம்முறையும் அதே மாணவர் வென்றார். அவருக்கு ஒரு வடை கிடைத்தது. தொடர்ந்து அடுத்தடுத்த பாடல்கள் வந்தன. அனைத்தையும் அம்மாணவரே சரியாக மனப்பாடம் செய்து ஒப்பித்தார். அப்பங்களும் வடைகளும் அவருக்குச் சென்றன.

இப்போது, ஆசிரியர்முன்னால் இருந்த தட்டு காலியாகிவிட்டது. எல்லாத் தின்பண்டங்களும் அந்த மாணவரிடம் சென்றுவிட்டன.

மாணவர்கள் அவரை ஏக்கத்துடன் பார்த்தார்கள். 'இந்த வயதில் இப்படியொரு நினைவாற்றலா' என்கிற வியப்பு ஒருபக்கம், 'அப்பமும் வடையும் தங்களுக்குக் கிடைக்கவில்லையே' என்கிற ஏமாற்றம் ஒருபக்கம்.

அந்த மாணவர் நல்ல அறிவானவர்மட்டுமில்லை, மிகவும் அன்பானவர், 'இத்தனைத் தின்பண்டங்களையும் நானே சாப்பிட இயலாது; வாருங்கள், எல்லாரும் பகிர்ந்து உண்போம்' என்றார். இதைக்கண்ட ஆசிரியர் மகிழ்ந்தார். அந்த மாணவரை மனம்திறந்து பாராட்டினார். இப்படிச் சிறுவயதிலேயே தன்னுடைய திறமையாலும் பண்பாலும் எல்லாரிடமும் நற்பெயர் பெற்ற அவர், பின்னாளில் சிறந்த கவிஞராக, எழுத்தாளராகப் புகழ்பெற்றார். பல அருமையான நூல்களையும் பாடல்களையும் தந்து நம் மனத்தில் நிற்கிறார். அவர், 'கவிமணி' என்று போற்றப்படும் தேசிகவிநாயகம்பிள்ளை!

★★★

45. சொற்களைக் கண்டுபிடியுங்கள்

கவிமணி தேசிக விநாயகம்பிள்ளை குழந்தைகளுக்காகப் பல அருமையான பாடல்களை எழுதியிருக்கிறார். அவற்றிலிருந்து சில அழகான வரிகளை இங்கே தந்துள்ளோம். ஆனால், ஆங்காங்கே சில சொற்களை எடுத்துவிட்டு அதற்குப்பதில் சில எண் குறிகளை இட்டுள்ளோம், பாடல் வரிகளை முழுக்கப் படித்து, அந்தச் சொற்கள் என்னவாக இருக்கும் என்று ஊகித்துக் கண்டுபிடியுங்கள், பார்ப்போம்!

கண்ணே, மணியே, ____(1)____ தா,
கட்டிக்கரும்பே, ____(1)____ தா,
வண்ணக் கிளியே, ____(1)____ தா,
வாசக்கொழுந்தே, ____(1)____ தா!

★★★

தோட்டத்தில் மேயுது ____(2)____, அங்கே
துள்ளிக்குதிக்குது ____(3)____,
அம்மா என்குது ____(2)____, அதன்
அண்டையில் ஓடுது ____(3)____!

★★★

____*(4)*____, வா, வா,
பாலும், சோறும், உண்ண வா,
கொச்சி மஞ்சள் பூச வா,
கொஞ்சி விளையாட வா.

★★★

கல்லும் மலையும் குதித்துவந்தேன், பெரும்
____*(5)*____ செடியும் கடந்துவந்தேன்,
எல்லை விரிந்த சமவெளி எங்கும் நான்
இறங்கித் தவழ்ந்து தவழ்ந்துவந்தேன்!

★★★

தங்கையே பார், தங்கையே பார்,
____*(6)*____ வண்டி இதுவே பார்,
சிங்காரமான வண்டி,
சீமையிலே செய்த வண்டி,
இரும்பாலே செய்த வண்டி,
எங்கெங்கும் ஓடும் வண்டி,
காலாலே மிதிப்பதனால்
கடும்விசையில் போயிடும், பார்!

விடைகள்:

1. முத்தம்
2. வெள்ளைப்பசு
3. கன்றுக்குட்டி
4. பச்சைக்கிளியே
5. காடும்
6. சைக்கிள்

★★★

46. ஒழுக்கக்கணக்கு

‘வாங்கம்மா, நல்லாயிருக்கீங்களா?’ புன்னகையோடு வரவேற்றார் மளிகைக் கடைக்காரர், ‘டேய், அம்மாவுக்கு மோர் கொண்டுவாடா’ என்று கடைப்பையனை விரட்டினார்.

‘இருக்கட்டும்ங்க’ என்று சிரித்தார் மேகலா. ‘வீட்ல விருந்தாளிங்க வந்திருக்காங்க, நான் அவசரமாக் கிளம்பணும், இந்தப் பொருட்களையெல்லாம் சீக்கிரமா கட்டிக்கொடுத்தீங்கன்னா நல்லது!’

‘அதுக்கென்ன? உடனே செஞ்சுடலாம்’ என்று அந்தப் பட்டியலை வாங்கிக்கொண்டார் கடைக்காரர். மளமளவென்று அவர் பொருட்களைப் படிக்க, கடைப்பையன் அவற்றை எடைபோட்டுக் கட்டத்தொடங்கினான்.

மேகலாவுடன் வந்திருந்த அவருடைய மகன் சரவணன் கடையின் முன்னே இருந்த நாற்காலியில் அமர்ந்துகொண்டான். அந்தப்பக்கம் போகிறவர்கள், வருகிறவர்களைப் பார்வையிடத் தொடங்கினான்.

சிறிதுநேரத்தில், எல்லாப் பொருட்களும் பட்டியலிடப்பட்டு விட்டன. மளிகைக் கடைக்காரர் ஒவ்வொன்றாகப்

படித்துக்காட்ட, கடைப்பையன் அவற்றை உறுதிசெய்தான். அவற்றை ஒரு பையில் போட்டு மேகலாவிடம் நீட்டினான்.

'எவ்ளோ ஆச்சுங்க?' என்றார் மேகலா. கடைக்காரர் வாய்விட்டுக் கணக்குப்போட ஆரம்பித்தார், 'மொத்தம் 410ரூபாய் ஆச்சுங்க' என்றார்.

அதுவரை தெருவைக் கவனித்துக்கொண்டிருந்த சரவணன் சட்டென்று திரும்பினான், 'அதெப்படி? 440ரூபாய் வருமே' என்றான்.

'இல்லை தம்பி, 410ரூபாய்தான்' என்றார் கடைக்காரர்.

சரவணன் அதை ஏற்றுக்கொள்ளவில்லை. 'இல்லைங்கய்யா, நீங்க ஒவ்வொரு பொருளா விலை சொல்லச்சொல்ல நான் மனசுக்குள்ள கூட்டிக்கிட்டே வந்தேன், மொத்தம் 440ரூபாய் ஆச்சு, சரியாப் பாருங்க!'

மேகலா சிரித்தார், 'இவன் கணக்குல புலின்னு எல்லாரும் சொல்வாங்க, எதுக்கும் நீங்க இன்னொருவாட்டி கூட்டிப் பார்த்துடுங்க.'

கடைக்கார் தன்னிடமிருந்த சீட்டைக் கவனித்து மீண்டும் கூட்டினார், 'ஆமாங்க, 440 ரூபாய் வருது' என்றார் அசடுவழிய. 'தம்பி சரியாதான் சொல்லியிருக்கு.'

சரவணன் மகிழ்ச்சியாகச் சிரித்தான். மேகலா அவனுடைய முதுகில் தட்டிக்கொடுத்துவிட்டு 440 ரூபாய் எடுத்துக்கொடுத்தார். 'வர்றேங்கய்யா.'

வீடு செல்லும் வழியில் மேகலா மகனிடம் சொன்னார், 'சரவணா, நீ கணக்குப் பாடத்துல நல்ல மதிப்பெண் வாங்கறேன்னு எல்லாரும் சொல்லும்போது ரொம்பப் பெருமையா இருக்கும், ஆனா, அது எனக்குச் சரியாப் புரிஞ்சதில்லை, இன்னிக்கு நீ பாட்டுக்கு ஏதோ விளையாடிகிட்டே கடைக்காரர் சொன்ன விலையையெல்லாம் மனசுக்குள்ளயே கூட்டிப்பார்த்துச் சரியாச் சொன்னியே, அப்பதான் உன்னோட கணக்குப் போடற வேகத்தைப் புரிஞ்சுகிட்டேன்.'

‘ஆனா அதைவிட முக்கியம், *410* ரூபாய்ன்னு கடைக்காரர் மொத்த விலையைக் குறைச்சுச் சொன்னப்போ சட்டுன்னு *440* ரூபாய்ன்னு நீ சொன்னதுதான், அதைச் சொன்னா நமக்கு *3 0*ரூபாய் நஷ்டம்ன்னு நினைச்சு நீ சும்மா இருந்திருந்தேன்னா நான் ரொம்ப வருத்தப்பட்டிருப்பேன்’ என்றார் மேகலா, ‘இந்த *30* ரூபாய் நமக்குப் பெரிசில்ல, இன்னொருத்தரை ஏமாத்தணும்ங்கற எண்ணம் நமக்குள்ள வரக்கூடாது; படிப்புல பெரிய மேதையா இருக்கறதைவிட, ஒழுக்கம்தான் பெரிசு. அதை என்னிக்கும் விட்டுத்தரக்கூடாது!’

‘உண்மைதாம்மா’ என்றான் சரவணன், ‘நேத்திக்குதான் எங்க தமிழாசிரியர் முதுமொழிக்காஞ்சியில ‘ஓதலில் சிறந்தன்று ஒழுக்கம் உடைமை’ங்கற பாட்டைச் சொல்லித்தந்தார். படிப்பைவிட ஒழுக்கம்தான் முக்கியம்ன்னு மதுரைக் கூடலூர்கிழார் எழுதியிருக்கார், அதையும் ‘சிறந்த பத்து’ங்கற பட்டியல்ல முதலாவதாக் குறிப்பிட்டிருக்கார். அப்படீன்னா ஒழுக்கத்துக்கு அன்றைய தமிழகத்துல எவ்ளோ முக்கியத்துவம் இருந்திருக்குன்னு புரியுதுதானே?’

‘அன்னிக்குமட்டுமில்லை, என்னிக்கும் ஒழுக்கம்தான் சரவணா முதல்ல, அது இருந்தா மத்த எல்லாம் தானா வரும்!’ என்றார் மேகலா.

★★★

47. வானம் தரும் வரம்

உலகப்படத்தைப் பார்த்தால் எங்கும் நீர் நிறைந்துள்ளது. ஆனாலும், பல நாடுகளில் தண்ணீர்ப்பஞ்சம். மக்கள் குடிக்க, குளிக்க, பயிர்செய்ய நீரில்லாமல் சிரமப்படுகிறார்கள். வளர்ந்த நாடுகள்கூட, தண்ணீரைச் சிக்கனமாகச் செலவழிக்கத் திட்டமிடுகிறார்கள். ஏன்?

வரைபடத்தில் நாம் பார்க்கிற தண்ணீரில் பெரும்பகுதி, கடல்நீர். அதில் 97.5சதவிகிதம் மனிதனுக்குப் பயன்படாது. *'Freshwater'* எனப்படும் புதிய, நன்னீர்தான் நமக்குத் தேவை.

குறிப்பாக, மனிதனின் நன்னீர்த்தேவையில் 70சதவிகிதம் விவசாயத்துக்குத் தேவைப்படுவதாகக் குறிப்பிடுகிறது பிபிசி. நாளுக்குநாள் உலக மக்கள்தொகையும் உணவுத்தேவையும் அதிகரித்துக்கொண்டிருப்பதால், விவசாயத்தின் அவசியம் இன்னும் அதிகரிக்கப்போகிறது, ஆகவே, நமக்கு இன்னும் அதிகத் தண்ணீர் தேவைப்படப்போகிறது. இந்த நன்னீர் நமக்கு எங்கிருந்து கிடைக்கும்?

மழை பொழிந்தால்தான் நன்னீர் கிடைக்கும். ஆறுகளில் நீரைப்பெருக்கி நமக்குக் குடிநீரையும் விவசாயத்துக்குத் தேவையான நீரையும் வாரிவழங்கும் வள்ளல், மழைமேகம்தான்! வயலில் பலவிதமான பயிர்களை விதைத்த விவசாயி ஆவலுடன் வானத்தைப் பார்க்கிறார், 'மழையே, நீ பொழிந்தால்தான்

இந்தப் பயிர்கள் விளையும்; விதைப்பதுதான் என் பொறுப்பு; வளர்ப்பது உன்னுடைய சிறப்பு' என்கிறார்.

நகரத்தவர்கள் மழையை ஓர் இடைஞ்சலாக நினைப்பதுண்டு. ஆனால் அவர்கள் உண்ணவும் மழை வேண்டும், குடிக்கும் நீரும் மழையின் கொடைதான். மழை இல்லாவிட்டால் பசியும் தாகமும்தான் மீதமிருக்கும் என்பதைத் திருவள்ளுவர் பல நூற்றாண்டுகளுக்குமுன்பே கணித்துச்சொல்லிவிட்டார்:

> 'விண் இன்று பொய்ப்பின், விரிநீர் வியன் உலகத்து
> உள்நின்று உடற்றும் பசி.'

'விரிநீர்' என்றால், விரிந்திருக்கும் நீர், கடலைக் குறிக்கிறது. உலகமெல்லாம் கடலால் சூழப்பட்டிருந்தாலும், அங்கே 'விண் பொய்த்துவிட்டால்', அதாவது, மழை பெய்யாவிட்டால், உலகத்துக்குள் பசிதான் நிலைத்திருக்கும், உயிர்கள் நிலைத்து வாழாது என்கிறார்.

கடலிலிருந்து முகந்துகொண்டுவந்த நீரைத்தான் மேகங்கள் மழையாகப் பெய்கின்றன என்கிறது அறிவியல். ஆனால், கடல்நீரை நம்மால் குடிக்கமுடியாது, அதிலிருக்கும் உப்பின் அளவு நம் நாக்குக்கும் ஒத்துக்கொள்ளாது, உடலாலும் அதை ஏற்றுக்கொள்ளமுடியாது. அதே உப்புநீரை மழை நன்னீராக்கித்தருகிறது. அந்நீரை மனிதன் குடிக்கலாம், அதை ஏற்றுக்கொண்டு பயிர்கள் செழித்து வளரும், உலகின் பசி தீரும்.

மழை தொடர்ந்து பொழியவேண்டும், உலகம் செழிக்க வேண்டுமென்றால், அது நம் கையிலும்தான் இருக்கிறது. நம்மைச் சுற்றிப் பசுமை குறையாமல் பார்த்துக்கொள்ளவேண்டும்; மரம், செடி, கொடிகளை நட்டுவைத்துப் பராமரிக்கவேண்டும்; சுற்றுச்சூழல் மாசுபடாமல் கவனித்துக்கொள்ளவேண்டும்; ஆறுகள் போன்ற நன்னீர்மூலங்களில் அசுத்தங்கள் கலக்காமல் பராமரிக்கவேண்டும். இப்படி நம் கடமையை நாம் சரியாகச் செய்தால், வானம் மகிழும், மழையை வரமாகத் தரும், உலகின் பசி தீரும், உயிர்கள் செழிக்கும்.

★★★

48. அதிக அறிவு யாருக்கு? பெற்றோருக்கா? பிள்ளைகளுக்கா?

இந்த உலகத்தை முன்னோக்கி அழைத்துச்செல்வது, அறிவுதான்.

அறிவு என்பது, புத்தகங்களில்மட்டுமில்லை. எழுதப்படிக்கத் தெரியாதவர்களும் தங்களுடைய பணியை மிகுந்த நேர்த்தியோடு செய்வதைப் பார்க்கிறோம். அந்த அறிவு அவர்களுக்கு வாய்மொழியாகச் சொல்லித்தரப்பட்டிருக்கிறது, அல்லது, இன்னொருவர் செய்வதைப் பார்த்துக் கற்றுக் கொண்டிருக்கிறார்கள், பலமுறை செய்துபார்த்து இன்னும் மெருகேற்றியிருக்கிறார்கள்.

இப்படித் தனிநபர்களுடைய அறிவு ஒன்றாகச் சேரும்போது, அந்தச் சமுதாயத்தின் அறிவாகிறது. ஓர் ஊரில் அல்லது ஒரு நாட்டில் அனைவரும் வெவ்வேறு துறைகளில் அறிவைப் பெறும்போது, எல்லாரும் முன்னேறுகிறார்கள்.

ஆகவே, அறிவை வளர்த்துக்கொள்வதைச் சுயநலமாகவும் கருதலாம், பொதுநலமாகவும் கருதலாம். நல்ல அறிவுள்ளவர்கள் சமூகத்தில் மதிக்கப்படுகிறார்கள், அவர்களுக்குச் சிறந்த வேலை, வருமானம் வருகிறது, அவர்கள் சார்ந்திருக்கும் நிறுவனம், சமூகமும் வளர்கிறது.

இதனால், நாம் ஒவ்வொருவரும் நல்ல அறிவுள்ளவர்களாக வேண்டும் என்ற துடிப்புடன் வளர்கிறோம்; நம்மைவிட இன்னொருவர் அறிவுள்ளவராக இருந்தால், இன்னும் சிரமப்பட்டுப் படிக்கிறோம், உழைக்கிறோம், அவரைத் தாண்டிச்சென்று மகிழ்கிறோம். இந்த ஆரோக்கியமான போட்டியால் எல்லாருக்கும் நன்மை.

ஆனால், ஒரே ஒருவர்மட்டும், தன்னைவிட இன்னொருவர் அறிவுடன் இருப்பதை எண்ணிப் பொறாமைப்படமாட்டாராம்; பெருமைப்படுவாராம்.

யார் அந்த அதிசய மனிதர்? திருவள்ளுவர் சொல்கிறார்:

> 'தம்மின் தம் மக்கள் அறிவுடைமை, மாநிலத்து
> மன் உயிர்க்கு எல்லாம் இனிது.'

தந்தையைக்காட்டிலும், தாயைக்காட்டிலும் மகனோ மகளோ அறிவுடையவர்களாக இருந்தால், அதைக்கண்டு அந்தத் தந்தையோ தாயோ வருந்தப்போவதில்லை; மகிழ்வார்கள், 'என் பிள்ளை என்னைவிட அறிவாளி' என்று பெருமிதமடைவார்கள். அவர்களுக்குக் கிடைக்கும் பரிசுகள், கௌரவங்கள், பாராட்டுகளைத் தாங்களே பெற்றதாக மகிழ்வார்கள்.

திருவள்ளுவர் அத்துடன் நிறுத்தவில்லை. அதைக்கண்டு எல்லா உயிர்களும் மகிழும் என்கிறார். ஏன்?

'மன்னுயிர்' என்ற சொல் இங்கே அறிவுடையாரைக் குறிப்பதாகச் சொல்கிறார் பரிமேலழகர். அதாவது, மகனும் மகளும் தந்தை, தாயைவிட அறிவுடையவர்களாக இருந்தால், அறிவுடைய சமூகமே மகிழுமாம்.

தந்தை, தாய் என்போர் முதல் தலைமுறை, அவர்களுடைய மகன், மகள் அடுத்த தலைமுறை. முந்தைய தலைமுறையைவிட இந்தத் தலைமுறை அதிக அறிவோடு இருக்கிறது என்றால் என்ன பொருள்? அந்தச் சமூகம் வளர்கிறது, ஒட்டுமொத்தமாக அங்கே அறிவின் அளவு அதிகரித்திருக்கிறது, அதனால் எல்லாரும் பலன்பெறப்போகிறார்கள் என்று பொருள்.

அதனால்தான், மகன், மகளுடைய அறிவுச்சிறப்பைக்கண்டு அறிவுடைய எல்லாரும் மகிழ்வதாகச் சொல்கிறார் திருவள்ளுவர். இது தனிநபருடைய அறிவு முன்னேற்றம் இல்லை, ஒட்டுமொத்தச் சமூகத்தின் முன்னேற்றம், தந்தை, தாயைவிட மகன், மகள் அறிவாளிகளாகிறார்கள் என்றால், அந்தச் சமூகம் சிறந்த கல்விமுறைகளை உருவாக்கியிருக்கிறது, எல்லாரும் அதைப் பயன்படுத்திக்கொண்டு வளர்கிறார்கள், பிறரை வளர்க்கிறார்கள் என்று பொருள்.

அதற்காக, அந்தத் தந்தை, தாய் முட்டாள் என்று எண்ணிவிடக்கூடாது. அவர்களுடைய தோள்களில் ஏறி நின்றுதானே அந்த மகனும் மகளும் இன்னும் உயரமாகப் பார்க்கிறார்கள்! அந்தப் பணிவும் மதிப்பும் எப்போதும் இருக்கவேண்டும், அதுவும் நல்லறிவின் அடையாளம்தான்!

★★★

49. சிலம்பு பற்றிச் சில கேள்விகள்

1. சிலப்பதிகாரம் தமிழின் ஐம்பெருங்காப்பியங்களில் ஒன்று. எதனால்?

அறம், பொருள், இன்பம், வீடு ஆகிய நான்கையும் கொண்டு, ஓர் ஒப்பில்லாத தலைவன், தலைவியை மையமாகக் கொண்டு எழுதப்படும் நூல்களைப் பெருங்காப்பியம் என்பார்கள். இந்த நான்கில் சிலவற்றைமட்டும் கொண்டிருக்கும் நூல்கள் சிறுகாப்பியம் ஆகலாம்.

அவ்விதத்தில் தமிழில் ஐந்து சிறந்த பெருங்காப்பியங்கள் போற்றப்படுகின்றன: சிலப்பதிகாரம், மணிமேகலை, சீவக சிந்தாமணி, வளையாபதி மற்றும் குண்டலகேசி.

2. இந்நூலுக்குச் சிலப்பதிகாரம் என்ற பெயர் எப்படி அமைந்தது?

சிலம்பு + அதிகாரம் => சிலப்பதிகாரம். பெண்கள் காலில் அணியும் சிலம்பு என்ற நகை இந்நூலில் முக்கியப் பங்கு வகிப்பதால் இப்பெயர் அமைந்தது.

வியப்பான விஷயம், மற்ற பெருங்காப்பியங்களின் பெயரிலும் ஒரு நகை உள்ளது: மேகலை, மணி, வளை, குண்டலம்!

3. இதனைக் 'குடிமக்கள் காப்பியம்' என்றழைப்பது ஏன்?

பெரும்பாலான நூல்கள் அரசர்கள் அல்லது இறைவனுடைய புகழைப் பாடும். அவ்வாறன்றிக் கோவலன், கண்ணகி என்ற குடிமக்களைத் தலைவன், தலைவியாகக் கொண்டு, இன்னும் பல குடிமக்களை முதன்மைக் கதைமாந்தர்களாகக் கொண்டு எழுதப்பட்ட நூல் என்பதால், இது 'குடிமக்கள் காப்பியம்' எனப்படுகிறது.

4. சிலப்பதிகாரத்தை எழுதியவர் யார்?

இளங்கோவடிகள் என்னும் துறவிதான் சிலப்பதிகாரத்தை இயற்றினார். இவர் உண்மையில் அரசகுடும்பத்தைச் சேர்ந்தவர். ஆனால், நாட்டை ஆளும் விருப்பின்றித் துறவறம் பூண்டார். கண்ணகியின் கதையைக் கேள்விப்பட்டு நெகிழ்ந்தார், அதனைப் பெருங்காப்பியமாக எழுதினார்.

5. சிலப்பதிகாரம் செய்யுள்களால் ஆனதா? இசைப்பாடல்களைக் கொண்டதா? உரைநடையாக எழுதப்பட்டதா?

மூன்றும்தான். இதனை 'உரையிடையிட்ட பாட்டுடைச் செய்யுள்' என்பார்கள்.

6. சிலப்பதிகாரம் எப்படிக் கட்டமைக்கப்பட்டுள்ளது?

இக்கதை நிகழும் மூன்று நகரங்களின் பெயர்களே இதனை பெரும்பிரிவுகளாக அமைந்துள்ளன: புகார்க்காண்டம், மதுரைக்காண்டம், வஞ்சிக்காண்டம். இம்மூன்று பிரிவுகளில் முப்பது காதைகளாக இந்நூல் அமைந்திருக்கிறது.

7. மதுரை தெரியும், புகார், வஞ்சி நகரங்கள் எங்கே இருக்கின்றன?

புகார் என்பது, 'பூம்புகார்', அல்லது 'காவிரிப்பூம்பட்டினம்' என்ற நகரின் சுருக்கம். இது இப்போது நாகப்பட்டினம் மாவட்டத்தில் உள்ளது.

வஞ்சி என்பது, அன்றைய சேரர்களின் தலைநகரம். இதனைக் 'கருவூர்' என்றும் அழைத்தார்கள். இந்நகரம் இப்போது கொடுங்கலூர் என்ற சிறு கிராமமாக உள்ளதாக அறிஞர்

மயிலை சீனி வேங்கடசாமி குறிப்பிடுகிறார்.

8. இந்நூலில் மூவேந்தர்களும் இடம்பெற்றிருப்பது எவ்வாறு?

கோவலனும் கண்ணகியும் பிறந்து, மணந்து, வாழ்ந்தது சோழ நாட்டில்; அவர்கள் பிழைக்கச்சென்றது பாண்டிய நாட்டில்; அங்கே கோவலன் மறைந்தபின் கண்ணகி தெய்வமாவது சேர நாட்டில், அந்நாட்டை ஆளும் சேரன் செங்குட்டுவன்தான் கண்ணகிக்குக் கோயிலெடுக்கிறான்!

★★★

50. சிலப்பதிகாரம் பாடிய இளங்கோவடிகள்

'குணவாயில் கோட்டத்து, அரசு துறந்து இருந்த
குடக்கோச் சேரல் இளங்கோவடிகட்கு...'

இப்படித் தொடங்குகிறது சிலப்பதிகாரப் பதிகம்.

முதலில், 'பதிகம்' என்பது என்ன?

நூலில் பதிந்துள்ள பொருளைக் கூறுவது பதிகம். அதாவது, நூலில் என்ன பேசப்பட்டிருக்கிறது என்பதையும் அதுதொடர்பான கூடுதல் தகவல்களையும் இங்கே காணலாம்.

சிலப்பதிகாரத்தின் தலைவியான கண்ணகியைப்பற்றி இளங்கோவடிகளுக்குக் குன்றக்குறவர்கள் சொல்கிறார்கள், இளங்கோவடிகளின் நண்பரான மதுரைக்கூலவாணிகன் சீத்தலைச் சாத்தனார் கண்ணகியின் கதையை அவருக்குச் சொல்கிறார், இளங்கோவடிகள் அதைக் காப்பியமாக எழுதுகிறார். இதைச் சாத்தனார் கேட்கிறார். இத்தகவல்கள் இந்நூலின் பதிகத்தில் இடம்பெற்றுள்ளன:

'குறவர் கூறிய விந்தை நிகழ்ச்சி...'

'தண் தமிழ்ச் சாத்தன்
யான் அறிகுவன் அது பட்டது என்று உரைப்போன்...'

'உரைசால் அடிகள் அருள, மதுரைக்
கூல வாணிகன் சாத்தன் கேட்டனன்.'

இப்போது, பதிகத்தின் முதற்பகுதியை மீண்டும் வாசியுங்கள், அந்த இரு வரிகளில் நாம் இளங்கோவடிகளைப்பற்றி நன்கு தெரிந்துகொள்ளலாம்.

'குடக்கோ' என்பது, குடக்குத் திசையின் கோ, அதாவது, மேற்குத் திசையின் அரசனைக் குறிக்கிறது. தமிழகத்தின் மேற்குத் திசையிலிருந்தது சேர நாடு. ஆகவே, 'குடக்கோ' என்றால், சேர அரசன்.

'சேரல்' என்ற சொல்லும் சேர அரசனைச் சுட்டுவதுதான். குறிப்பாக இங்கே சேரன் செங்குட்டுவனைக் குறிக்கிறது.

சேரன் செங்குட்டுவனுடைய இளம் கோ, அதாவது, இளைய தலைவர், இளங்கோ. அரசனின் தம்பி, சேர நாட்டின் இளவரசர். அவர் அரச பதவியை விரும்பாமல் துறவறம் பூண்டார், அதைத்தான் இந்த வரிகளில் வரும் 'அரசு துறந்து' என்ற சொற்கள் குறிக்கின்றன.

செங்குட்டுவன், இளங்கோவின் தந்தை, நெடுஞ்சேரலாதன். அவர் இமயம்வரை சென்று வீரத்தைக் காட்டியவர். அவருடைய மகன்களில் இளையவருக்கே அரசுரிமை கிடைக்கும் என்று ஒரு சோதிடர் சொன்னதாகவும், அதை மறுத்து அவர் துறவியானதாகவும் 'சிலம்பு பிறந்த கதை' நூலில் கி. வா. ஜகந்நாதன் அவர்கள் எழுதுகிறார். இச்செய்தி சிலப்பதிகாரத்தின் வஞ்சிக்காண்டத்தில் உள்ள 'வரந்தரு காதை'யிலும் இடம்பெறுகிறது.

இதன் பொருள், சிலப்பதிகாரத்தை எழுதிய இளங்கோ, அந்நூலில் ஒரு பாத்திரமாகவும் வருகிறார். அவரே இந்நூலின் அறங்களை உலகுக்குச் சொல்லி இதனை முடித்துவைக்கிறார்.

'அடிகள்' என்ற சொல் பெரும்பாலும் அருக(சமண)

சமயத் துறவிகளுக்கே வழங்கப்பட்டதாகச் சொல்கிறார் சிலப்பதிகாரத்துக்கு உரை எழுதிய ந. மு. வேங்கடசாமிநாட்டார். ஆகவே, 'இளங்கோ' என அழைக்கப்பட்ட இளவரசர், 'இளங்கோவடிகள்' ஆனார்.

இளங்கோவடிகள் சமணசமயத்தைத் தழுவியவராக இருப்பினும், அவருடைய நூல் சமணத்தைமட்டும் பேசவில்லை. வைணவர்கள் வணங்கும் திருமாலையும் சைவர்கள் வணங்கும் கொற்றவையையும் இந்நூல் மிகவும் சிறப்பித்துப் பாடுகிறது.

சிலப்பதிகாரத்தின் கதையமைப்பு, கதைமாந்தர்களின் பண்புகள், அதில் வழங்கப்பட்டுள்ள நுணுக்கமான செய்திகள், சொல்லப்படும் கருத்துகள், நீதிகள், செய்யுள் நயம் என அனைத்தும் இன்றும் சிறப்பாகப் போற்றப்படுகின்றன. 'யாமறிந்த புலவரிலே கம்பனைப்போல், வள்ளுவன்போல், இளங்கோவைப்போல் பூமிதனில் யாங்கணுமே கண்டதில்லை' என்று பாரதியார் போற்றியது அதனால்தான்.

★★★

51. சிலப்பதிகாரக் கதைமாந்தர்

1. கோவலன்: இக்காப்பியத்தின் நாயகன், காவிரிப்பூம் பட்டினத்தில் பிறந்து அங்கு வணிகனாகத் தொழில்புரிந்தவன், கண்ணகியை மணந்து வாழ்கிறான், செல்வத்தை இழந்து மதுரை செல்கிறான், அங்கு தன் மனைவியின் சிலம்பை விற்க முயன்றபோது கள்வன் எனக் குற்றம் சாட்டப்பட்டு இறக்கிறான்

2. கண்ணகி: இக்காப்பியத்தைச் சிறப்பாக நகர்த்திச்செல்லும் நாயகி, கோவலன் மனைவி, செல்வத்தை இழந்த கணவன் வணிகம் செய்வதற்கு முதலாகத் தன்னுடைய சிலம்பைத் தருகிறாள், அவன் கள்வன் எனக் கொல்லப்பட்டபோது மன்னனிடம் நீதி கேட்டு மதுரையை எரிக்கிறாள், தெய்வமாக வணங்கப்படுகிறாள்

3. மாசாத்துவான்: காவிரிப்பூம்பட்டினத்துப் பெருவணிகர், கோவலனின் தந்தை, கோவலன் இறந்தபின் துறவு மேற்கொள்கிறார்

4. மாநாய்கன்: காவிரிப்பூம்பட்டினத்துப் பெருவணிகர், கண்ணகியின் தந்தை, கோவலன் இறந்தபின் துறவு மேற்கொள்கிறார்

5. *மாதவி:* ஆடலில் வல்லவள், இவளுடைய அழகில் ஈடுபட்டுக் கோவலன் கண்ணகியைப் பிரிகிறான், பின்னர் மாதவியுடன் ஏற்பட்ட கருத்து வேறுபாட்டால் கண்ணகியிடம் திரும்புகிறான், கோவலன் இறந்தபின் மாதவி உலக இன்பங்களை வெறுத்து வாழ்கிறாள்

6. *மணிமேகலை:* கோவலன், மாதவி தம்பதியரின் மகள், சிலப்பதிகாரத்துடன் இரட்டைக் காப்பியமாகப் போற்றப்படும் ‘மணிமேகலை’யின் நாயகி

7. *கவுந்தியடிகள்:* சமணத்துறவி, கோவலன், கண்ணகி மதுரை சென்றபோது அவர்களுக்கு வழிகாட்டுகிறவர்

8. *மாதரி:* மதுரையில் கோவலன், கண்ணகி ஆகியோரைக் கவுந்தியடிகள் அடைக்கலமாக ஒப்படைக்கும் இடைக் குலப்பெண்

9. *பொற்கொல்லன்:* கோவலன் சிலம்பைத் திருடியதாகக் என்று குற்றம் சாட்டியவன், உண்மையில் இவனே அச்சிலம்பைத் திருடியவன்

10. *நெடுஞ்செழியன்:* பாண்டிய மன்னன், தன் மனைவியின் சிலம்பைத் திருடியதாகக் கோவலனைக் கொல்ல ஆணையிட்டவன், பின்னர் கண்ணகி வழக்குரைத்தபோது உண்மை அறிந்து உயிர்துறந்தவன்

11. *பாண்டிமாதேவி:* நெடுஞ்செழியனின் மனைவி, அரசன் இறந்தபோது இவளும் உயிர்துறக்கிறாள்

12. *மதுராபதி:* மதுரை நகரின் தெய்வம், கண்ணகிக்கு அவளுடைய பழைய வரலாற்றைக் கூறுகிறது

13. *செங்குட்டுவன்:* சேர அரசன், கண்ணகிக்குக் கோயிலெடுத்தவன்

14. *இளங்கோவடிகள்:* சேர அரசனுடைய தம்பி, கண்ணகியின் கதையைச் சிலப்பதிகாரமாக எழுதியவர்

15. *சாத்தனார்:* இளங்கோவடிகளின் நண்பர், கண்ணகியின்

கதையை அவருக்கு விரிவாகச் சொன்னவர், அத்துடன் இரட்டைக் காப்பியமான மணிமேகலையை எழுதியவர்

16. பிற கதைமாந்தர்: கூனி (மாதவியின் மாலையைக் கோவலனிடம் விற்கிறவள்), வசந்தமாலை (மாதவியின் தோழி), கோசிகன் (மாதவிக்காகக் கோவலனிடம் தூது சென்றவர்), தேவந்தி (கண்ணகியின் தோழி), ஐயை (மாதரியின் மகள்), மாடலன் (மதுரையில் கோவலனைச் சந்திக்கிற ஒருவர்)

★★★

52. சிலப்பதிகாரம் சொல்லும் மூன்று உண்மைகள்

பல நூல்கள் உள்ளன; அவற்றில் ஏதேனுமொன்றைத் தேர்ந்தெடுத்து வாசிக்கவேண்டும்; அதை எப்படித் தீர்மானிப்பது?

ஒவ்வொருநூலும் பேசுபொருள் ஒன்றோ சிலவோ இருக்கும். அதனை அறிந்து, அப்போதைய நம்முடைய மனநிலை, எதிர்பார்ப்புக்கு அது பொருந்துகிறதா என்று பார்க்கலாம். அப்படிப் பொருந்தும் நூல்களை வாசிக்கலாம்.

எடுத்துக்காட்டாக, சில நூல்கள் பொழுதுபோக்கை மையமாகக் கொண்டிருக்கும், வேறு சில நூல்கள் நமக்கு ஒரு திறனைக் கற்றுத்தருவதை நோக்கமாகக்கொண்டிருக்கும், இன்னும் சில நூல்கள் விழிப்புணர்வூட்டும், வேறு சில பொது அறிவைக் கற்றுத்தரும். இப்படி ஒவ்வொரு நூலுக்கும் நோக்கங்கள், பேசுபொருள்கள் உண்டு.

அவ்வகையில், சிலப்பதிகாரம் மூன்று உண்மைகளை விளக்குகிறது:

1. அரைசியல் பிழைத்தோர்க்கு அறம் கூற்றாவது
2. உரைசால் பத்தினிக்கு உயர்ந்தோர் ஏத்துவர்

3. ஊழ்வினை உருத்து வந்து ஊட்டும்

இம்மூன்றும் இக்காப்பியத்துக்கு எவ்வாறு பொருந்துகின்றன?

முதலில், ‘அரைசியல்’ என்றால் அரைசு(அரசு)+இயல், ஆட்சிசெய்யும் விதம். அரசன் இவ்வாறுதான் மக்களைக் காக்கவேண்டும் என்று வகுக்கப்பட்டிருக்கும் நெறிகள்.

‘பிழைத்தல்’ என்றால், பிழை(தவறு)செய்தல், ஒருவேளை, அரசனுக்குரிய நெறியில் ஒருவன் தவறுசெய்துவிட்டால், அவனை அறம் தண்டிக்கும், அவனுக்குக் கூற்று (எமன்) ஆகும்.

அறம் என்றாலே நல்ல விஷயமல்லவா? அது எப்படித் தண்டிக்கும்?

‘என்புஇல் அதனை வெயில்போலக் காயுமே
அன்புஇல் அதனை அறம்’

என்கிறார் வள்ளுவர். முதுகெலும்பில்லாத உயிர்கள் வெய்யிலில் சிக்கினால் காய்ந்து அழிந்துவிடும், அதுபோல, அன்பில்லாத உயிர்களை அறம் அழிக்கும் என்று திருக்குறள் வலியுறுத்துகிறது.

அதே அறம், அரச நெறியில் பிழைக்கிறவர்களையும் அழிக்கும் என்கிறது சிலப்பதிகாரம். இதற்குச் சான்று, பாண்டிய அரசனான நெடுஞ்செழியன்.

இவ்வரசனுடைய மனைவியின் சிலம்பு காணாமல்போகிறது. அதைக் கோவலன் திருடியதாகப் பொற்கொல்லன் சொல்கிறான். அதனைத் தீர விசாரிக்காமல் கோவலனைக் கொல்ல ஆணையிடுகிறான் நெடுஞ்செழியன். அந்தப் பிழையால், பின்னர் அவனே இறக்க நேர்கிறது.

‘உரைசால் பத்தினி’ என்பது கண்ணகியைக் குறிக்கிறது. உரைக்கப்படுகிற சால்புகளை (சிறப்புகளை)க் கொண்ட கண்ணகியை உயர்ந்தோர் போற்றுகிறார்கள், அவளுக்குக் கோயில் எழுப்பப்படுகிறது.

ஒரு பிறவியில் ஒருவர் செய்த நன்மை, தீமைகள் அடுத்த பிறவியில் அவரை வந்தடையும் என்கிற நம்பிக்கை இருக்கிறது.

சிலப்பதிகாரக்கதையின்படி கோவலன் முற்பிறவியில் செய்த தீமையால்தான் அவன் இந்தப்பிறவியில் குற்றம்சாட்டப்பட்டு இறக்கிறான்.

'விதி' என்ற சொல்லுக்கு இணையான தமிழ்ச்சொல், 'ஊழ்', இதன் பொருள், வரிசை, முறை. ஒருவர் செய்த வினைகளின்படி பயன்கள் வரிசையாக வரும் என்பதால் அதனை 'ஊழ்வினை' என்கிறார்கள். அந்த ஊழ்வினை உருத்து (கோபித்து) வரும், பழைய வினையின் பயனை அனுபவிக்கவைக்கும் எனும் உண்மையைக் கோவலன்வாயிலாக இக்கதை பேசுகிறது.

சிலப்பதிகாரம்முழுவதிலும் இந்த மூன்று உண்மைகள்மட்டும் பாடப்பெறவில்லை. அதிலிருந்து நாம் இன்னும் பல செய்திகள், பழக்கங்கள், பாடங்களைக் கற்றுக்கொள்கிறோம். எனினும், இவை மூன்றும் அதன் சாரமாகச் சொல்லத்தக்கவை. தனி மனிதனுக்குரிய, அரசனுக்குரிய ஒழுக்கங்களை வலியுறுத்துபவை.

பிற நூல்களில் இதுபோன்ற மையக்கருத்துகள் உண்டா? அதுபற்றிச் சிந்தியுங்கள், ஒவ்வொரு நூலின் தனித்தன்மையை உணரலாம்!

★★★

53. இயைபு எனும் சிறப்பு

'தமிழுக்கும் அமுதென்று பேர், அந்தத்
தமிழ், இன்பத் தமிழ் எங்கள் உயிருக்கு நேர்.'

பாரதிதாசனுடைய இந்தப் பாடல் வரிகளைப் பாடும்போது நமக்குப் பலவிதமான இன்பங்கள் கிடைக்கும். இனிய தமிழ்மொழியைப் பேசுகிறவர்கள் என்கிற பெருமிதம் ஒருபக்கம், 'தமிழ்' என்ற சொல் திரும்பத்திரும்ப வந்து தரும் இனிமை ஒருபக்கம், பேர், நேர் என்ற சொற்கள் ஒரேமாதிரியாக அமைந்திருக்கும் ஒலி இன்பம் ஒருபக்கம்.

இப்பாடலில் பின்னர் வரும் வரிகளில் பால், வேல்; வான், தேன்; தோள், வாள் என்ற சொல்லிணைகளைப் பார்க்கலாம். இவை அனைத்தும் ஒரேமாதிரியான ஒலியமைப்புடன் இருப்பதால் அவற்றைச் சொல்லும்போது தனி அழகாக இருக்கிறது. இதற்கு 'இயைபுத்தொடை' என்று பெயர்.

'இயைபு' என்றால், ஒன்று மற்றொன்றுடன் இயைதல், பொருந்துதல், 'தொடை' என்றால் தொடுத்தல், சொற்கள் ஒன்றோடொன்று இயையும்படி தொடுப்பதால் இவற்றை 'இயைபுத்தொடை' என்றார்கள்.

இரு சொற்கள் இயைபுத்தொடையில் அமைந்துள்ளனவா என்று எப்படிக் கண்டுபிடிப்பது?

மிக எளிது. அவற்றின் நிறைவெழுத்து ஒன்றாக உள்ளதா என்பதைமட்டும் பார்த்தால் போதும். எடுத்துக்காட்டாக:

- ★ வானம், மேகம் => இரண்டிலும் நிறைவெழுத்து 'ம்', ஆகவே, இது இயைபுத்தொடை
- ★ மல்லிகை, புன்னகை => இரண்டிலும் நிறைவெழுத்து 'கை', ஆகவே, இது இயைபுத்தொடை

பாடல்களுக்கு இயைபுத்தொடை தனி அழகைத்தரும். எடுத்துக்காட்டாக, நாமக்கல்கவிஞருடைய இந்த வரிகளைப் பாருங்கள்:

> 'தமிழனென்று சொல்லடா,
> தலைநிமிர்ந்து நில்லடா.'

இங்கே சொல்லடா, நில்லடா என்ற சொற்களிடையே இயைபுத்தொடை அமைந்திருப்பதால் கேட்பதற்கு இனிமையாக உள்ளது. இதையே 'சொல்லுவோம், வெல்லுவோம்' என்பதுபோல் அமைத்திருந்தாலும் அதே இனிமை வரும். சொற்கள் இயைந்துவருவதுதான் முக்கியம்.

இதுவரை நாம் பார்த்த எடுத்துக்காட்டுகளில் வெவ்வேறு அடிகளில் வரும் சொற்கள் இயைந்து வந்தன, அதாவது, முதல் அடியின் நிறைவுச்சொல்லின் நிறைவெழுத்து, இரண்டாம் அடியின் நிறைவுச்சொல்லின் நிறைவெழுத்தோடு இயைந்தது. இதனை 'அடியியைபு' (அடி இயைபு) என்பார்கள்.

இதற்கு மாறாக, இயைபுத்தொடை ஒரே அடியிலும் அமையலாம், அதனைச் 'சீரியைபு' (சீர் இயைபு) என்பார்கள். எடுத்துக்காட்டாக, 'நானும் அவனும் நடந்தோம்' என்று சொல்லும்போது ஒரே அடியில் மூன்று சொற்கள் இயைபுத்தொடையில் அமைகின்றன.

சில புகழ்பெற்ற கவிஞர்களுடைய கவிதைவரிகளை இங்கே தந்துள்ளோம், இவற்றில் இயைபுத்தொடைச் சொற்களைக் கண்டுபிடியுங்கள், அவை அடியியைபுகளா சீரியைபுகளா

என்று காணுங்கள், அவற்றோடு இயையும்படி நீங்களும் சில வரிகளை எழுதிப்பாருங்கள்:

1

உறைவிட்ட பால் தயிராகும்,
தயிரைக் கடைந்தால் மோராகும்,
மோரில் வெண்ணெய் படர்ந்துவரும்,
வெண்ணெயை உருக்கினால் நெய்யாகும்,
நெய்யில் அப்பம் சுட்டிடலாம்,
நீயும் நானும் தின்றிடலாம்.

(கவிமணி தேசிகவிநாயகம்பிள்ளை)

2

பூட்டைத் திறப்பது கையாலே, நல்ல
மனம் திறப்பது மதியாலே,
ஏட்டைத் துடைப்பது கையாலே, மன
வீட்டைத் துடைப்பது மெய்யாலே.

(பாரதியார்)

3

தனித்து வாழ்ந்தால் தமிழ் வாழும்,
தரளம் பொன்னும் நமதாகும்,
இனித்த கலைகள், கைத்தொழில்கள்
எங்கும் நிறையும், வாழ்வுயரும்!

(வாணிதாசன்)

4

வீரவேல் முருகன் மீண்டும் வருவான்,
வள்ளி மணாளன் என்னை மறவான்,
பேரருளாளன் எனக்கருள்வான் எனும்
பெருமிதத்தால் மெய்மறந்தேன்.

(கல்கி ரா. கிருஷ்ணமூர்த்தி)

விடைகள்:

1

★ தயிராகும், மோராகும், படர்ந்துவரும், நெய்யாகும், சுட்டிடலாம் *(அடியியைபு)*

★ நீயும், நானும் *(சீரியைபு)*

2

★ கையாலே, மதியாலே, மெய்யாலே *(அடியியைபு)*

★ பூட்டை, ஏட்டை, வீட்டை *(அடியியைபு)*

★ திறப்பது, துடைப்பது *(அடியியைபு)*

3

★ வாழும், நமதாகும், வாழ்வுயரும் *(அடியியைபு)*

★ தரளம், பொன்னும் *(சீரியைபு)*

★ கலைகள், கைத்தொழில்கள் *(சீரியைபு)*

★ எங்கும், நிறையும், வாழ்வுயரும் *(சீரியைபு)*

4

★ வருவான், மறவான், எனக்கருள்வான், மெய்மறந்தேன் *(அடியியைபு)*

★ முருகன், வருவான் *(சீரியைபு)*

★ மணாளன், மறவான் *(சீரியைபு)*

★ பேரருளாளன், எனக்கருள்வான் *(சீரியைபு)*

★★★

54. எளியோர் தமிழ்

நாட்டுப்புறப்பாடல்கள் எளிமையானவை, இனிமையானவை, பல உணர்வுகளை, அரிய வாழ்வியல் உண்மைகளைச் சில சொற்களில் விளக்கிவிடக்கூடியவை. முதன்மையாக, அவை பாமரர்களின் குரல், அவர்களுடைய இலக்கியம்.

இதனால், உலகெங்கும் நாட்டுப்புறப்பாடல்கள் கவனத்துடன் சேகரிக்கப்படுகின்றன, பதிவு செய்யப்படுகின்றன, ஆராயப்படுகின்றன. எழுத்துவடிவிலும் இசைவடிவிலும் காட்சிவடிவிலும் ஆய்வாளர்கள் அவற்றைப் பதிவுசெய்து வைக்கிறார்கள்; நாடு வாரியாக, மாநில வாரியாக, மாவட்ட வாரியாக, ஊர் வாரியாக, இனக்குழு வாரியாக, பாடுபொருள் வாரியாக அவற்றைத் தொகுத்துத்தருகிறார்கள்.

பத்தொன்பதாம் நூற்றாண்டில்தான் தமிழகத்தின் நாட்டுப்புறப் பாடல்கள் முதன்முறையாகத் தொகுக்கப்பட்டன என்கிறார் முனைவர் ஆறு. இராமநாதன். 1871ல் சார்லஸ்-இ-கோவர் என்ற ஆங்கிலேயர் தொகுத்து வெளியிட்ட இந்நூலின் பெயர், *'Folk Songs of South India.'* ஐரோப்பியர்களை வாசகர்களாகச் சிந்தித்துத் தொகுக்கப்பட்ட இந்நூலில், தமிழ்ப்பாடல்கள் ஆங்கிலத்தில் மொழிபெயர்த்துத் தரப்பட்டிருந்தன.

அதன்பிறகு, தமிழறிஞர்கள், ஆய்வாளர்கள் பலரும் இப்பணியில் ஆர்வத்துடன் ஈடுபட்டார்கள். அவர்களுடைய முனைப்பினால் பல அருமையான பாடல்கள் பதிவுசெய்யப்பட்டுள்ளன. இவ்வகையில் குறிப்பிடத்தக்க சில நூல்கள்:

1. மலையருவி (தொகுப்பாசிரியர்: கி. வா. ஜகந்நாதன்)
2. தமிழர் நாட்டுப்பாடல்கள் (தொகுப்பாசிரியர்: நா. வானமாமலை)
3. கொங்கு நாட்டுப்புறப்பாடல்கள் (தொகுப்பாசிரியர்: க. கிருட்டினசாமி)
4. நாட்டுப்புறச் சிறுவர் பாடல்கள் (தொகுப்பாசிரியர்: தி. நடராசன்)
5. மலையகத் தமிழர் நாட்டுப்புறப் பாடல்கள் (தொகுப்பாசிரியர்: மு. சிவலிங்கம்)

இந்நூல்கள் அனைத்திலும் 'ஆசிரியர்' என்ற சொல் இல்லாமல் 'தொகுப்பாசிரியர்' என்ற சொல் இருப்பதைக் கவனியுங்கள். நாட்டுப்புறப்பாடல்களை இவர்தான் எழுதினார் என்று யாராலும் குறிப்பிட இயலாது. வயலில் வேலை செய்யும்போது, குழந்தையைத் தூங்கவைக்கும்போது, நண்பர்களுடன் விளையாடும்போது என வெவ்வேறு சூழ்நிலைகளில் யாரோ பாடி, யாரோ கேட்டுத் திரும்பப்பாட, இவை செவிவழியாகப் பல தலைமுறைகளுக்கு வந்திருக்கின்றன. இவற்றைப் பாடுவோருக்குப் பெரும்பாலும் எழுதப்படிக்கக்கூடத் தெரிந்திருக்காது. ஆகவே, அவர்கள் இதனை எழுதிவைக்கவில்லை, தங்கள் பெயரைப் போட்டுக்கொள்ளவில்லை.

நல்லவேளையாக, நாட்டுப்புறப் பாடல்களைப் பதிவு செய்துவைக்க வேண்டும் என்ற விழிப்புணர்வு வந்தபிறகு, அறிஞர்களும் ஆர்வலர்களும் இந்த எளிய கிராமத்துக் கலைஞர்களைத் தேடிச்சென்றார்கள், அவர்களைப் பாடவைத்து ஒலிப்பதிவு செய்தார்கள், பாடல் வரிகளை எழுதினார்கள், அவற்றைத் தொகுத்து ஆராய்ந்தார்கள், இவர்களுடைய பணி அரியது, பாராட்டுக்குரியது.

மேற்சொன்ன நூல்களில் பாடல்களுக்கு இணையாக அவற்றின் அறிமுகக் கட்டுரைகளும் முக்கியமானவை. நாட்டுப்புறப் பாடல்களைப்பற்றி ஏதும் அறியாத ஒரு புதிய வாசகர் இவற்றை எப்படி அணுகவேண்டும் என்று அவை புரியவைக்கின்றன.

இத்தனை பேர் உழைத்துத் திரட்டியபிறகும், இன்னும் பதிவுசெய்யப்படாத நாட்டுப்புறப்பாடல்கள் ஏராளமாக இருக்கின்றன, தொடர்ந்து திரட்டப்பட்டுக்கொண்டிருக்கின் றன, அதுதான் நம் கிராமத்துமக்களின் படைப்புத்திறனுக்குச் சான்று!

★★★

55. தொல்காப்பியம் காட்டும் தமிழக வரலாறு

'வடவேங்கடம், தென்குமரி
ஆயிடைத்
தமிழ்கூறு நல்லுலகத்து...'

தமிழின் பழம்பெரும் இலக்கண நூலான தொல்காப்பியத்தின் பாயிரம் இப்படித் தொடங்குகிறது. பனம்பாரனார் பாடிய இந்த வரிகள் அன்றைய தமிழகத்தின் நிலப்பரப்பை வரையறுக்கின்றன: வடக்கில் வேங்கடமலை (திருப்பதி), தெற்கில் குமரிமுனை.

இன்றைக்கு நாம் 'தமிழ்நாடு' என்ற பெயரால் அழைக்கும் மாநிலம் இந்தியச் சுதந்தரத்துக்குப்பின் உருவானது; மொழிவாரியில் மாநிலங்கள் பிரிக்கப்பட்டபோது, திருவேங்கடமலை ஆந்திரப்பிரதேசத்திற்குச் சென்றுவிட்டது.

தொல்காப்பியத்தை இயற்றியவர் தொல்காப்பியர் என்று பனம்பாரனாரே குறிக்கிறார். அதற்குமுன்பிருந்த இலக்கண நூல்களிலெல்லாம் அவருக்கு நல்ல தேர்ச்சி இருந்ததைப் பெருமையுடன் எழுதுகிறார்.

இதற்கேற்ப, தொல்காப்பியத்தினுள் 'என்மனார் புலவர்' என்ற சொற்களைப் பல இடங்களில் காணலாம். இதன் பொருள்,

‘புலவர்கள் இப்படிச் சொல்வார்கள்’ என்பது. அப்போது பெருவழக்கிலிருந்த, அறிஞர்கள், புலவர்கள் பின்பற்றிய இலக்கண நுட்பங்களைதான் தொல்காப்பியர் தொகுத்துச் சிறப்பாக எழுதியிருக்கிறார்.

அநேகமாக எல்லா மொழிகளிலும் தொன்மையான இலக்கண நூல்கள் இருக்கின்றன; ஆனால், தொல்காப்பியம்போல் முழுமையான இலக்கணத்தைக்கொண்ட மொழிகள் அதிகமில்லை.

தொல்காப்பியம் மூன்று அதிகாரங்களாகப் பகுக்கப்பட்டிருக்கிறது: எழுத்ததிகாரம், சொல்லதிகாரம், பொருளதிகாரம். எழுத்துகள் எப்படி உருவாகின்றன, எப்படி உச்சரிக்கப்படுகின்றன என்பதில் தொடங்கி, அவை இணைந்து சொல்லாதல், சொற்கள் இணைந்து பொருளைத்தருதல், பாடல்களில் பேசப்படும் பொருள்கள் என அனைத்தையும் தொல்காப்பியர் விரிவாக எழுதியுள்ளார்.

பாண்டியனுடைய அரசவையில் தொல்காப்பியம் அரங்கேற்றப் பட்டதாக எழுதுகிறார் பனம்பாரனார்:

‘நிலந்தரு திருவின் பாண்டியன் அவையத்து...’

அதாவது, பகைவர்களுடைய நாடுகளைக்கூட வென்று, தனக்குக்கீழ் வாழ்பவர்களுக்குக் கொடுக்கிற பாண்டியன்; அவனுடைய பெயரை ‘சய மாகீர்த்தி’ என்று குறிக்கிறார் அரசஞ்சண்முகனார்.

அந்தப் பாண்டியனின் அரசவையில், இன்றைய குமரி மாவட்டத்திலுள்ள அதங்கோடு என்ற ஊரைச்சேர்ந்த ஆசிரியர் ஒருவர் இருந்தார்; அவர் அறத்தைமட்டும் பேசுகிறவர், நான்மறைகளையும் கற்றறிந்தவர், அவரை ‘அதங்கோட்டாசான்’ என்று பனம்பாரனார் குறிப்பிடுகிறார். அவருடைய தலைமையில்தான் தொல்காப்பியம் அரங்கேற்றப்பட்டது.

தொல்காப்பியத்தின் பொருளதிகாரத்தில் அன்றைய தமிழர்களுடைய வாழ்வியல் பேசப்படுகிறது. அகம், புறம்

என அவர்களுடைய வாழ்க்கையை இரண்டாகப் பகுத்து, அன்புசார்ந்த பேசுபொருள்களை அகத்திலும், வீரம், அறம்போன்றவற்றைப் புறத்திலும் தொல்காப்பியர் அமைத்தார். தலைவன், தலைவி, தோழி, தாய், தந்தை, செவிலி எனப் பல மாந்தர்கள் எந்தச் சூழ்நிலையில் எவ்வாறு நடந்துகொள்வார்கள் என்று விவரித்தார், குறிஞ்சி, முல்லை, மருதம், நெய்தல், பாலை என ஐந்திணைகளை வகுத்து அந்தந்த நிலங்களின் அமைப்பு, மரங்கள், பூக்கள், நீர்நிலைகள், மக்களுடைய தொழில்கள் என்று மிக விரிவான காட்சியை வழங்கியுள்ளார். இதனை வாசிக்கும்போது அன்றைய தமிழகத்துக்கே சென்றுவிட்டதுபோன்ற உணர்வு நமக்கு உண்டாகும்.

தொல்காப்பியம் இலக்கண நூலாக இருப்பினும், தமிழக வரலாற்றை அறிவதற்கு ஒரு முக்கியச் சான்றாகத் திகழ்கிறது!

★★★

56. குதிரை தந்தால் முத்து கிடைக்கும்

பண்டைத் தமிழகத்தைச் சேரர்கள், சோழர்கள், பாண்டியர்கள், பல்லவர்கள் முதன்மையாக ஆண்டுவந்தார்கள். இவர்களைத்தவிரப் பல சிற்றரசர்கள் இருப்பினும், இவர்களுடைய ஆட்சிக்குட்பட்ட பகுதிகள்தான் மிகுதியானவை. தமிழகத்தின் வளர்ச்சிக்கு இவர்களுடைய நல்லாட்சிதான் காரணமாக அமைந்தது.

தமிழகத்தின் புவியியல் அமைப்பு பன்முகத்தன்மை கொண்டது. இங்கு உயர்ந்த மலைகள், காடுகள், பயிர்செய்ய ஏற்ற நிலங்கள், சோலைகள், நதிகள், நீர்வீழ்ச்சிகள், நீண்ட கடற்கரைப்பகுதிகள் உள்ளன. அந்தந்தப் பகுதிகளில் வாழ்ந்த மக்கள் இயற்கை சார்ந்து தங்களுடைய வாழ்வியலை அமைத்துக்கொண்டார்கள். அன்றைய இலக்கியங்கள், கல்வெட்டுகள், சுவடிகள், செப்பேடுகளிலிருந்து இந்த வரலாற்றை அறியலாம்.

'மதுரைக்காஞ்சி' என்பது மாங்குடிமருதனார் எழுதிய நூல்; சங்க இலக்கியத்தின் பதினெண்மேற்கணக்கு வரிசையில் பத்துப்பாட்டுகளில் ஒன்றாகத் தொகுக்கப்பட்டுள்ளது. பத்துப்பாட்டில் மிக நீண்ட பாடலும் (782அடிகள்) இதுதான்.

நூலின் பெயரில் ‘மதுரைக்காஞ்சி’ என இருப்பதால், மதுரை, காஞ்சி ஆகிய இரு நகரங்களைப்பற்றிய நூல் இது என எண்ணவேண்டாம். ‘மதுரை’ என்பது நகரத்தின் பெயர், ‘காஞ்சி’ என்பது ஒரு பூ, அது ஓர் ஒழுக்கத்தையும் குறிக்கும். ‘காஞ்சித்திணை’ என்ற ஒழுக்கம், வாழ்க்கையின் நிலையற்றதன்மையைப்பற்றிப் பேசுகிறது.

பாண்டிய மன்னன் நெடுஞ்செழியனுக்கு வாழ்க்கையின் நிலையாமையை விவரிக்கும் வண்ணம் இந்நூலை எழுதியிருக்கிறார் மாங்குடி மருதனார். இதிலிருந்து அன்றைய தமிழகத்தின் வாழ்வியலை, குறிப்பாகப் பாண்டியநாட்டு மக்கள் எவ்வாறு வாழ்ந்தார்கள் என்பதை நாம் அறியலாம்.

எடுத்துக்காட்டாக, பாண்டியக் கடற்கரையொன்றில் விற்பனைக்காகக் குவிந்திருந்த பொருட்களை மாங்குடிமருதனார் சொல்லக்கேட்போம்:

ஒருபக்கம், சத்தமிடும் கடலிலிருந்து கிடைத்த ஒளிவீசும் முத்துகள் குவிந்திருக்கின்றன, அருகில் சங்கை அரத்தால் அறுத்துச் செய்யப்பட்ட சிறந்த வளையல்கள், பரதவர்கள் (மீனவர்கள்) கொண்டுவந்த பலதரப்பட்ட பொருட்கள், அதோ, அங்கே இனிப்பு கலந்த புளி, வெண்மையான உப்பு, மீன்துண்டங்கள்...

இந்தக் கடைகளுக்கு நடுவே நடந்துவருகிறவர்களைப் பாருங்கள், பெரிய கப்பல்களைச் சிறப்பாக இயக்கக்கூடிய மாலுமிகள்!

அந்த மாலுமிகள் வெளிநாடுகளிலிருந்து வருகிறவர்கள், அவர்களுடைய நாட்டிலிருந்து சிறந்த குதிரைகளைக் கொண்டுவந்திருக்கிறார்கள், அவற்றை இங்கு தந்துவிட்டு இங்குள்ள சிறந்த அணிகலன்களையும் மற்ற பொருட்களையும் அவர்கள் நாட்டுக்குக் கொண்டுசெல்வார்கள். இதேபோல் நம்முடைய தமிழ் மாலுமிகளும் வெளிநாடுகளுக்குச் சென்று இவ்வூர்ப் பொருட்களைத் தந்து அவ்வூர்ப் பொருட்களைக் கொண்டுவருவார்கள். இதற்குப் ’பண்டமாற்று’ என்று பெயர். இப்போது நாம் காசு தந்து பொருட்களை

வாங்குவதுபோல் இல்லாமல், ஒரு பண்டத்துக்கு மாற்றாக இன்னொரு பண்டத்தைக் கொண்டுசெல்வதால் அதனைப் 'பண்டமாற்றுமுறை' என்றார்கள்.

அன்றைய தமிழகம் இப்படிப் பல நாடுகளுடன் கடல்வழி வணிகத்தில் ஈடுபட்டது. அத்துடன், விவசாயம், மீன்பிடித்தல், நெசவு எனப் பல தொழில்களும் செழித்து வளர்ந்தன. சேர, சோழ, பாண்டிய, பல்லவர்களின் ஆட்சியில் தமிழகம் வளத்துடன் திகழ்ந்தது.

★★★

57. பிழை திருத்தும் சேவை

எழுத்தாளர் ஒருவர் கதையோ கட்டுரையோ எழுதுகிறார்; அதை நாம் படித்து ரசிக்கிறோம்; இந்த இரண்டுக்கும் இடையே இன்னொரு முக்கியமான படிநிலை இருக்கிறது, அது உங்களுக்கு தெரியுமா?

ஆங்கிலத்தில் *proof-reading* என்றும், தமிழில் மெய்ப்பு திருத்துதல் என்றும் அழைக்கப்படும் இந்தப் படிநிலையின் நோக்கம், எழுத்தில் இருக்கிற பிழைகளைக் கண்டறிந்து திருத்துவது.

ஒருவர் எப்பேர்ப்பட்ட பெரிய எழுத்தாளராக இருந்தாலும் சரி, அவருடைய படைப்புகளில் எழுத்துப்பிழைகள், இலக்கணப் பிழைகள், வாக்கிய அமைப்புப் பிழைகள், தகவல் பிழைகள் போன்றவை ஏற்படலாம், தவறு செய்வது மனித இயல்பு அல்லவா?

அதேசமயம், தவறுகளை திருத்திக்கொள்வதும் மனித இயல்புதான். மெய்ப்பு திருத்தும் பணி அதைத்தான் செய்கிறது.

மெய்ப்பு திருத்துதல் என்றால் என்ன?

ஒருவர் எழுதியிருக்கும் கதையையோ கவிதையையோ கட்டுரையையோ வரிவரியாக, சொல் சொல்லாக,

எழுத்து எழுத்தாகப் படிப்பது, அதில் ஏதேனும் பிழைகள் தென்பட்டால் அவற்றைத் திருத்துவது, ஏதேனும் ஐயம் இருந்தால் எழுதியவரிடமே பேசித் தெளிவு பெறுவது, இதன்மூலம் படைப்பை வெளியீட்டுக்குத் தகுதியுள்ளதாக ஆக்குவது. நாளிதழ்கள், வார, மாத இதழ்கள், பதிப்பகங்கள், இணையத்தளங்கள் போன்றவற்றில் இந்த மெய்ப்பு திருத்துநர்கள் செம்மையாகப் பணிபுரிகிறார்கள். அவற்றில் வெளியாகும் எல்லா எழுத்துகளும் இவர்களுடைய பார்வைக்கு வந்தபிறகே அச்சுக்கோ இணையத்துக்கோ செல்லும்.

இந்த மெய்ப்பு திருத்நர்களுக்குக் கழுகு கண் இருக்கும், அதில் விளக்கெண்ணெயை ஊற்றிக்கொண்டு மிகக் கவனமாக ஒவ்வோர் எழுத்தையும் வாசிப்பார்கள்; சிறிய பிழைகள்கூட இவர்களுக்கு எப்படியோ தெரிந்துவிடும், சட்டென்று திருத்திவிடுவார்கள், ஒரு படைப்பைத் திருத்திப் பிழையில்லாமல் வாசகர்களுக்குத் தருவதில் அவர்களுக்கு அப்படி ஒரு மகிழ்ச்சி.

சில நேரங்களில் இந்தக் கவனமான மெய்ப்பு திருத்துதலையும் மீறி ஓரிரு பிழைகள் அச்சுக்குச் சென்றுவிடலாம். அதுபோன்ற நேரங்களில் அவற்றை வாசிக்கும் வாசகர்கள் முகம் சுளிப்பார்கள், நன்கு சாப்பிட்டுக்கொண்டிருக்கும்போது திடீரென்று அந்தச் சாப்பாட்டில் கல் அகப்பட்டதுபோல் உணர்வார்கள்.

இதனால், பத்திரிகை நடத்துவோரும் பதிப்பகங்களும் மெய்ப்பு திருத்துதலில் மிகுந்த கவனம் செலுத்தவேண்டும், அக்கறையோடு ஒவ்வொரு படைப்பையும் வாசித்துத் திருத்தியபிறகே வெளியிடவேண்டும். எழுதுவோருக்கும் இதில் பொறுப்பு உண்டு, மெய்ப்பு திருத்துபவர் சரிபார்த்துக்கொள்வார் என்று எண்ணாமல் இயன்றவரை பிழையில்லாமல் எழுத முயலவேண்டும். அதற்கு மாணவப் பருவத்திலிருந்தே தமிழை எழுத்துப் பிழை, இலக்கணப் பிழை, வாக்கிய அமைப்புப் பிழைகள் இல்லாமல் எழுதம் கற்பது அவசியம்.

நீங்கள் எழுதும் வீட்டுப்பாடத்தை, தேர்வு விடைத்தாள்களை யெல்லாம் ஆசிரியர் கவனமாகப் படித்து அதிலிருக்கும்

பிழைகளை வட்டம்போட்டுக் காட்டி அவற்றுக்கேற்ப மதிப்பெண்களைக் குறைக்கிறார் அல்லவா? கிட்டத்தட்ட அதேமாதிரியான பணியைதான் மெய்ப்பு திருத்துநரும் செய்கிறார், ஒரே வித்தியாசம் அவர் மதிப்பெண் போடுவதில்லை, படைப்பை இன்னும் செம்மையாக்குகிறார்.

நீங்கள் உங்களுடைய எழுத்தைச் செம்மையாக்கிக் கொள்ள விரும்பினால், அதற்கு ஓர் எளிய பயிற்சி உண்டு: பத்திரிக்கைகளிலோ நாளிதழ்களிலோ கட்டுரைகள், செய்திகளை வாசிக்கும்போது அதில் ஏதேனும் பிழைகள் தென்படுகின்றனவா என்று கவனித்துப்பாருங்கள் ஒரு முறைக்கு இரண்டு முறை, மூன்று முறை வாசியுங்கள், ஒவ்வொரு பிழையைக் கண்டுபிடிக்கும்போதும் உங்களுக்கு நீங்களே ஒரு சபாஷ் சொல்லிக்கொள்ளுங்கள், அவற்றை எப்படி திருத்தலாம் என்று சிந்தியுங்கள், பேனா அல்லது பென்சிலால் திருத்திப்பாருங்கள்.

பிழை இல்லாமல் எழுதுவது, பிறருடைய படைப்புகளில் பிழை இருந்தால் அதைக் கண்டுபிடித்து திருத்தி வெளியிடுவது போன்றவரை வாசகருக்கு நாம் காட்டும் உயர்ந்த மரியாதை, அவருடைய வாசிப்பு அனுபவத்தை இனிதாக்குவதற்கு இது ஓர் அவசியமான பணி, அந்தவிதத்தில் மெய்ப்பு திருத்துநர்களின் சேவை மிகவும் பாராட்டப்படவேண்டியது.

முன்பெல்லாம் மெய்ப்பு திருத்தூதர்கள் ஓர் இதழின் பின்னணியிலிருந்துதான் இயங்குவார்கள். அவர்களுடைய பணி முக்கியமானதாக இருப்பினும் அவருடைய பெயரே யாருக்கும் தெரியாது, அவர்கள் செய்த பணிக்கான பாராட்டும் கிடைக்காது. ஆனால் இப்போது, இதழ்களில், நூல்களிலேயே மெய்ப்பு திருத்துநர்களுடைய பெயரையும் வெளியிட்டு கௌரவிக்கிறார்கள். இதன்மூலம் அவர்கள் செய்கிற பணிக்கு உரிய அங்கீகாரம் வழங்கப்படுகிறது.

பிழையின்றி எழுதுவதில் பெருமை கொள்வோம், அதற்கு உதவுவோருடைய சேவையை மதித்துப் பாராட்டுவோம்.

★★★

58. திரு.வி.க. சந்தித்த சவால்

நாளை காலை உங்கள் பள்ளியில் ஒரு விழா நடைபெற விருக்கிறது. அதற்கான அழைப்பிதழை எப்படி எழுதுவீர்கள்

மாணவ மாணிக்கங்களே, மாண்புநிறை சிங்கங்களே, நம் பள்ளி விழா எப்போது நடைபெறவிருக்கிறதென்று அறிவீர்களா? புள்ளினங்கள் சத்தமிடும் புலர்காலைப்பொழுதில் இல்லை, சூரியன் உச்சியில் நிற்கும் மதியப்பொழுதில் இல்லை, இனிமையான தென்றல் வீசி அனைவரையும் மயக்கும் அழகான, அருமையான, சிறப்பான, எழிலான, அற்புதமான மாலைப்பொழுதில்தான் விழா நடைபெறவிருக்கிறது!

இப்படி நீங்கள் அழைப்பிதழை எழுதிக்கொண்டே போனால் படிக்கிறவர்கள் சலிப்படையமாட்டார்களா? 'சட்டுன்னு விஷயத்தைச் சொல்லு' என்று எரிச்சலடையமாட்டார்களா?

மேலே நாம் பார்த்த சொற்றொடர்களில் எந்தப் பிழையும் இல்லை; அப்படி எழுதும் முறையும் ஏற்றுக்கொள்ளக்கூடிய ஒரு விஷயம்தான்; ஆனால் அதை எங்கே எழுதுகிறோம் என்பதுதான் முக்கியம். எடுத்துக்காட்டாக, ஒரு மேடையில் நீங்கள் இதனை அறிவிக்கிறீர்கள் என்றால், இப்படி வண்ணமயமாகச் சொற்களைக் கோத்து அழகான சந்தத்துடன் இனிமையான

வர்ணனைகளுடன் சிறப்பாக விளக்கலாம். மாறாக, இதே விஷயத்தை ஓர் அழைப்பிதழில் தெரிவிக்கும்போது அதன் நோக்கம், விழா எப்போது நடைபெறுகிறது என்கிற தகவலை மக்களுக்கு விரிவாகவும் தெளிவாகவும் கொண்டுசேர்ப்பதுதான் அங்கே இதுபோன்ற அலங்காரமான நடை பொருந்தாது. அலங்காரமற்ற, எளிய, நேரடியான நடைதான் பொருந்தும், அதுதான் வாசிக்கிறவர்களுக்குப் பயன்படும்.

ஆனால், ஒருவர் வாழ்நாள்முழுக்க அலங்காரமான நடையிலேயே எழுதியும் பேசியும் பழகிவந்தால், இந்த மாற்றத்தின் தேவையை உணர்ந்துகொள்வது சிரமம், அதற்கேற்பத் தன் எழுத்தை மாற்றிக்கொள்வது இன்னும் சிரமம்.

புகழ்பெற்ற எழுத்தாளர் திரு.வி.க.அவர்களுக்கு இப்படியொரு சிரமம் ஏற்பட்டது. அவர் அதனை எப்படி எதிர்கொண்டார் என்பதைப் படித்தால் வியப்பும் மதிப்பும் பெருகுகிறது.

திரு.வி.க. அவர்கள் 'தேசபக்தன்' என்ற இதழின் ஆசிரியராகப் பொறுப்பேற்ற நேரம். அதற்குமுன் அவருடைய நடை அலங்காரமாக, அழகாக, கேட்போரை மயக்கும்வகையில் இருந்தது. அதேசமயம், அந்த நடை இதழ்களுக்குப் பொருந்துமா என்கிற கேள்வி அவருக்குள் ஏற்பட்டது.

அவர் சந்தித்த சிக்கலை உணர்ந்துகொள்வதற்கு, 1908ம் ஆண்டில் திரு.வி.க. எழுதிய சில வரிகளைப் பார்ப்போம்:

இவையிற்றைக் கண்ட கற்றவரும் நற்றவரும் மற்றவரும் வெற்றிவேல் போற்றும் குற்றம் இலா எம் குரவரை அடைந்து குறுமுனியே இக்குவலயத்து உற்றால் என விளங்கும் குணக்குன்றே, தமிழ்க்கடலை உண்ட தவப்பேறே என்று விழைந்து பலமுறை கேட்ப...

அழகிய நடைதான்; ஆனால், இது பொதுமக்கள் வாசிக்கும் ஒரு பத்திரிகைக்குப் பொருந்துமா? பலதரப்பட்டவர்கள் தகவல்களைத் தெரிந்துகொள்ளும் ஆர்வத்துடன் பத்திரிகையை வாசிக்கும்போது இத்தகைய நடை அவர்களுக்குப் பயன்படுமா?

திரு.வி.க. இதைப்பற்றி ஆழமாகச் சிந்தித்தார். எளிய சொற்கள், எல்லாரும் சிரமமின்றிப் புரிந்துகொள்ளக்கூடிய நேரடியான வாக்கிய அமைப்புகள் ஆகியவற்றுடன் எழுதவேண்டிய தேவையை உணர்ந்தார். தான் ஒரு புகழ்பெற்ற எழுத்தாளர் என்கிற கர்வம் ஏதுமின்றி வாசகருக்காக, பத்திரிகைக்காகத் தன்னுடைய நடையை மாற்றி அமைத்துக்கொண்டார். பின்னர் அதுவே அவருடைய நடையாகவும் ஆனது. இதை அவரே சொல்கிறார் பாருங்கள்:

"யான் தமிழ்ப் போதகாசிரியனாயிருந்தவன்; இப்பொழுது தமிழ்ப் பத்திரிகாசிரியனானேன். 'தேசபக்த'னுக்கென்று தனி நடை கொண்டேன். சிறுசிறு வாக்கியங்கள் அமைக்கலானேன். எளிமையில் கருத்துகள் விளங்கும் முறையைப் பற்றினேன். அந்நடையை நாள்தோறும் எழுதிஎழுதிப் பண்பட்டமையால் அதுவே எனக்குரிய இயற்கையாகியது."

இன்றைக்கு திரு.வி.க. அவர்களுடைய நூல்களை வாசிக்கிறவர்கள் அவர் எளிமையாகவும் நேரடியாகவும் எத்துணைத் தெளிவுடன் விஷயங்களை வாசகருக்குச் சொல்கிறார் என்று வியக்கிறார்கள், அவர் தன்னுடைய நடையைப் பத்திரிகைக்கு ஏற்றவகையில், வாசகருக்கு ஏற்றவகையில் மாற்றிக்கொள்ள தயாராக இருந்ததால்தான் இது சாத்தியமாயிற்று.

இன்றைக்கும் கதை, கட்டுரை, கவிதை என்று பல துறைகளில் இயங்கிவருகிற எழுத்தாளர்கள் சந்திக்கும் சவால்தான் இது. வாசகர்களின் தேவையை உணர்ந்து அதற்கேற்ப அவர்கள் தங்கள் நடையை மாற்றியமைத்துக்கொண்டால், இன்னும் அதிகப்பேரைச் சென்றடைகிறார்கள், பயனுள்ள எழுத்துகளை வழங்குகிறார்கள், அதற்கு முன்னோடி, தமிழ்த்தென்றல் திரு. வி.க.!

★★★

59. எதிர்ச்சொல், இணைச்சொல்

இரவு, பகல்: இந்த இரு சொற்களுக்குமுள்ள தொடர்பு என்ன? இரண்டும் பொழுதைக் குறிக்கும் சொற்கள்தாம். ஆனால், ஒன்றுக்கொன்று பொருந்தாத, முற்றிலும் மாறுபட்ட பொருட்களைக் குறிக்கின்றன: சூரியன் இல்லாத, இருளான பொழுது இரவு, சூரியன் நன்கு வெளிப்படுகிற, ஒளியான பொழுது பகல்.

இவ்விரண்டையும் 'எதிர்ச்சொற்கள்' என்கிறோம்; அதாவது, ஒன்றுக்கொன்று எதிரான சொற்கள்: இரவு இருந்தால் பகல் இல்லை, பகல் இருந்தால் இரவு இல்லை.

இவ்வாறு பல எதிர்ச்சொற்களைக் குறிக்கலாம்: உண்மை, பொய்; இன்பம், துன்பம்; வளர்ச்சி, வீழ்ச்சி; மேல், கீழ்; இனிப்பு, கசப்பு.

எதிர்ச்சொற்களை அடுத்தடுத்து ஒரே சொற்றொடரில் பயன் படுத்துவது நயமான உத்தி. எடுத்துக்காட்டாக: 'அவன் இரவும் பகலும் பாடுபட்டு உழைத்தான்' என்று சொல்லும்போது, இரவு, பகல் என இருவேளைகளிலும் பாடுபட்டான் எனும் பொருள் வருகிறது. அதேபோல், 'இவர் இன்ப, துன்பங்களைப்

பொருட்படுத்தாமல் சேவை புரிகிறார்' என்றால், எது நிகழ்ந்தாலும் அவர் தன்னுடைய சேவையெண்ணத்தை விடவில்லை என்பது புரிகிறது.

இதனால், சொற்களைக் கற்கும்போது அவற்றின் எதிர்ச்சொற்களையும் கற்கலாம். இதன்மூலம் இருசொற்களின் பொருளும் அவற்றைப் பயன்படுத்தும்விதமும் நமக்குப் பழகும். இதற்காகவே தமிழ் உள்ளிட்ட பல மொழிகளில் 'எதிர்ச்சொல் அகராதிகள்' வெளியிடப்படுகின்றன.

எதிர்ச்சொல்போல, இணைச்சொற்களையும் பயில்வது சிறப்பாகும். அதாவது, ஒரு சொல்லுக்கு இணையான, அதே பொருளை வெளிப்படுத்தும் பிற சொற்கள்.

எடுத்துக்காட்டாக, சொன்னான், செப்பினான், உரைத்தான், பேசினான் ஆகிய நான்கு சொற்களும் இணையானவை. இவற்றில் ஒரு சொல் இடம்பெற்றிருக்கிற இடத்தில் இன்னொரு சொல்லைப் பயன்படுத்தலாம். 'அவன் சொன்னான்' என்பதும் 'அவன் செப்பினான்' என்பதும் ஒரே பொருளை உணர்த்துகின்றன. அனைத்தும் ஒரே பொருளைதான் உணர்த்துகின்றன என்றால், இணைச்சொற்களால் என்ன பயன்? ஒரு சொல் போதாதா?

ஒரு மொழியின் சொற்கள் அனைத்தும் வெவ்வேறு தேவைகளுக் கேற்ப உருவாகின்றன; சில நேரங்களில் ஒரேமாதிரி தோன்றும் சொற்களிடையே நுணுக்கமான வேறுபாடுகளும் இருப்பதுண்டு.

எடுத்துக்காட்டாக, ஈ, தா, கொடு என்ற மூன்று சொற்களும் நமக்கு ஒன்றுபோல் தோன்றலாம். ஆனால் தொல்காப்பியர் அவற்றைப் பிரித்துக்காட்டுகிறார்:

★ ஈ: உயர்நிலையில் இருப்பவரிடம் தாழ்நிலையில் இருப்பவர் கேட்பது

★ தா: சமநிலையில் இருப்பவரிடம் இன்னொருவர் கேட்பது

★ கொடு: தாழ்நிலையில் இருப்பவரிடம் உயர்நிலையில் இருப்பவர் கேட்பது

ஆக, இணைச்சொற்களை இதுபோன்ற நுணுக்கமான பொருள் மாறுபாடுகளுடன் கற்பது நல்லது. இதன்மூலம் அதனைப் பொருத்தமான இடத்தில் பொருத்தமானவிதத்தில் பயன்படுத்தலாம்.

இந்தச் சொற்களுக்கு எதிர்ச்சொல், இணைச்சொல்லைச் சிந்தியுங்கள்:

1. வெம்மை
2. விரைந்தான்
3. முதல்
4. பெரியது

விடை:

(குறிப்பு: இச்சொற்களுக்குப் பல இணைச்சொற்கள் இருக்கலாம், இங்கு தந்திருப்பது ஓர் எடுத்துக்காட்டுமட்டுமே.)

1. வெம்மை: எதிர்ச்சொல் தண்மை, இணைச்சொல் சூடு
2. விரைந்தான்: எதிர்ச்சொல் மெதுவாகச் சென்றான், இணைச்சொல் வேகமாகச் சென்றான்
3. முதல்: எதிர்ச்சொல் கடைசி, இணைச்சொல் தொடக்கம்
4. பெரியது: எதிர்ச்சொல் சிறியது, இணைச்சொல் பாரியது

★★★

௬௦. முற்றும் உணர்ந்தவர் யார்?

எந்தவொரு செயலுக்கும் தொடக்கமுண்டு, நிறைவுண்டு. தொடங்குவோர் அந்த நிறைவை நோக்கிதான் செல்வார்கள்.

எடுத்துக்காட்டாக, சாப்பிடத்தொடங்குகிறோம்; அதன் நிறைவு, வயிறுமுழுக்க நிறைதல், பசி தீர்தல். ஓவியம் வரைகிறோம்; அதன் நிறைவு, எல்லாக் காட்சிகளையும் வரைந்து வண்ணந்தீட்டுதல்.

இப்படி அனைத்துச் செயல்களுக்கும் நிறைவுண்டு; கல்விக்கு?

'கற்றது கைம்மண் அளவு; கல்லாதது உலகளவு' என்பார்கள்; 'கல்விக்குக் கரையில்லை' என்றொரு பழமொழியும் உள்ளது. இவை அனைத்தும் உரைக்கும் கருத்து, கல்வி என்ற பணிக்கு நிறைவு என ஏதுமில்லை, உலகில் கற்பதற்கு எண்ணற்ற விஷயங்கள் உள்ளன; அவை அனைத்தையும் தொடர்ந்து கற்றுக்கொண்டேயிருக்கலாம்.

ஓவியம், சிற்பம் என ஒரு குறிப்பிட்ட கலையையோ, அறிவியல், வரலாறு என ஒரு குறிப்பிட்ட பாடத்தையோ எடுத்துக்கொண்டால், ஆழமாகக் கற்கப் பல விஷயங்கள் குவிந்துள்ளன; இன்னும் பல உண்மைகள் புதிதாகச் சிந்திக்கப்படுகின்றன, கண்டறியப்படுகின்றன.

இதனால்தான், துறைசார்ந்த அறிஞர், வல்லுநர் எனக் கருதப்படுகிறவர்களும் தொடர்ந்து கற்கிறார்கள். புதிய விஷயங்களைக் கற்றுக்கொள்கிறார்கள். கல்விக்கு நிறைவில்லை என்ற மனத்துடன் இருக்கிறார்கள்.

மாறாக, சிலர் 'இந்தத்துறையில் அனைத்தையும் நான் கற்றுவிட்டேன்' என்று செருக்கடைகிறார்கள்; பிறரைவிடத் தாங்கள் உயர்ந்தவர்களெனக் கருதுகிறார்கள்.

அப்படிப்பட்ட மக்களைக்கண்டு குமரகுருபரர் சிரிக்கிறார். 'முழுக்கக் கற்றவர்கள் யார்? அனைத்தையும் கற்றுவிட்டோம் என்று நினைத்துக் களிக்காதீர்கள்' என்கிறார்:

'முற்றும் உணர்ந்தவர் இல்லை, முழுவதூஉம்
கற்றனம் என்று களியற்க.'

இதைக்கேட்டு அந்தக் கற்றவர்களின் செருக்கு குறையவில்லை. 'நாங்கள் பெரியவர்கள், மற்றவர்கள் சிறியவர்கள்' என்றார்கள்.

குமரகுருபரர் ஒரு பெரிய பாறையை அவர்களுக்குக் காட்டுகிறார், 'இந்தப் பாறையை உடையுங்கள், பார்க்கலாம்' என்கிறார். 'இது ஒரு பெரிய விஷயமா?' என்று அவர்கள் ஆளுக்கொரு சம்மட்டியை எடுத்துக்கொள்கிறார்கள். அதனால் அந்தப் பாறையை அடித்துப் பிளக்க முயல்கிறார்கள்.

ஆனால், அவர்கள் எத்தனைமுறை அடித்தும் அந்தப் பாறை பிளவுபடவில்லை. அவர்கள் களைத்துப்போனதுதான் மிச்சம்.

இப்போது, குமரகுருபரர் ஒரு சிறிய உளியைக் காட்டுகிறார், 'உங்களுடைய பெரிய சம்மட்டிகளால் உடைபடாத இந்தப் பாறையை, இச்சிறு உளி உடைத்துவிடும்' என்கிறார். 'ஆகவே, கல்வியில் பெரியவர், சிறியவர் என்கிற பேச்சுகளெல்லாம் பொருளற்றவை. நீங்கள்தான் பெரியவர்கள் என்ற எண்ணத்தை விடுங்கள்.'

'சிற்றுளியால்
கல்லும் தகரும், தகரா, கனம்குழாய்,
கொல்உலைக் கூடத்தினால்.'

'நீதிநெறிவிளக்கம்' என்னும் நூலில் இடம்பெற்றுள்ள வெண்பா இது. நன்கு கற்றுவிட்டோம் என்கிற செருக்கில்லாதவர்கள்தான் தொடர்ந்து கற்பார்கள், இன்னும் நல்ல அறிஞர்களாவார்கள், வாழ்நாள்முழுக்கக் கற்றுக்கொண்டேயிருப்பார்கள் என்று விளக்குகிறது.

பள்ளியில், கல்லூரியில் நீங்கள் பயிலும் பாடங்களெல்லாம் வாழ்நாள் முழுக்கத் தொடரவேண்டிய கல்வியைத் தொடங்கி வைக்கின்றன. கற்றலில் உள்ள இன்பத்தை உணர்ந்தால் நீங்கள் ஒருபோதும் 'முழுவதும் கற்றோம்' என்று களிக்கமாட்டீர்கள், 'இன்னமும் கற்போம்' என்று பணிவோடு கற்றலை மகிழ்ந்து தொடர்வீர்கள்!

★★★

61. அஃறிணை

மயில் வந்தது; மயில் வந்தாள்.

இந்த இரு சொற்றொடர்களும் ‘மயில்’பற்றிப் பேசினாலும், வினைச்சொல்லின் பயன்பாட்டில் சிறு மாறுபாடு இருக்கிறது. ஏன்?

‘மயில் வந்தது’ என்று சொல்லும்போது, மயில் என்ற ஒரு பறவையை நாம் எண்ணிக்கொள்கிறோம். ‘மயில் வந்தாள்’ என்று சொல்லும்போது, மயில் என்ற பெயருடைய ஒரு பெண் வந்தார், அல்லது, மயில்போன்ற அழகிய பெண் ஒருவர் வந்தார் என்று நினைக்கிறோம்.

இங்கு ‘மயில்’ என்ற சொல் இரு சொற்றொடர்களுக்கும் பொதுவாக இருப்பினும், வினைச்சொல்லின் பயன்பாட்டைப் பொறுத்து ஒன்று பறவையையும் இன்னொன்று மனிதரையும் குறிக்கிறது. தமிழில் இவற்றை முறையே அஃறிணை, உயர்திணை என்கிறோம்.

‘திணை’ என்ற சொல்லின் பொருள், இனம். ஆக, உயர்திணை என்றால் உயர்ந்த இனம், மனிதர்கள், தேவர்கள், நரகர்கள் மூவரையும் உயர்திணையாகக் குறிப்போம். எடுத்துக்காட்டாக:

தந்தை, தாய், ஆசிரியர், ராமன், முருகன், விமலா, தலைவர், வணிகர் போன்றோர்.

இந்த மூன்றும் அல்லாத திணை, அல்+திணை-தான் அஃறிணை. இவை உயிருள்ள பொருட்களாக இருக்கலாம் (எகா: ஆடு, மாடு, மரம், செடி), உயிரற்ற பொருட்களாகவும் இருக்கலாம் (எகா: கல், காகிதம், சாப்பாடு, வண்டி).

அஃறிணையில் எண்ணிக்கையைப்பொறுத்து இரு வகைகள் உண்டு: எண்ணிக்கை ஒன்றைக் குறிப்பது ஒன்றன்பால் (எகா: படம்), பல எண்ணிக்கையில் உள்ளவற்றைக் குறிப்பது பலவின்பால் (எகா: படங்கள்).

ஒன்றன்பாலைச் சுட்டும்போது, 'அது' என்ற சொல்லைப் பயன்படுத்தலாம்; பலவின்பாலுக்கு 'அவை' என்ற சொல் பயன்படும்: அது படம், அவை படங்கள்.

அஃறிணைச் சொற்களைச் சொற்றொடரில் பயன்படுத்தும்போது, வினைமுற்றுகளைக் கவனிக்கவேண்டும்: பொதுவாக, ஒன்றன்பாலுக்கு து, று என்ற வினைமுற்றுகளும்; பலவின்பாலுக்கு அ என்ற வினைமுற்றும் பொருந்தும். எடுத்துக்காட்டாக:

★ மான் துள்ளியது (வினைமுற்று: து)

★ மான் துள்ளிற்று (வினைமுற்று: று)

★ மான்கள் துள்ளின (வினைமுற்று: அ)

இவைதவிர, ஒன்றன்பாலுக்கு டு, பலவின்பாலுக்கு ஆ, வ என்ற வினைமுற்றுகளும் உண்டு. ஆனால் அவை இப்போது அதிகப் பயன்பாட்டில் இல்லை.

அஃறிணையில் தொடங்கும் ஒரு சொற்றொடரை உயர்திணைக் குரிய வினைமுற்றுடன் எழுதினால், அல்லது, உயர்திணையில் தொடங்கி அஃறிணை வினைமுற்றுடன் எழுதினால் அதனைத் திணை வழு என்பார்கள். எடுத்துக்காட்டாக: பூனை வந்தார், ஓவியர் பாடியது.

சில சிறப்புச்சொற்கள் அஃறிணை, உயர்திணை இரண்டுக்கும்

பொருந்தும், அப்போது இருவிதமான வினைமுற்றுகளையும் பயன்படுத்தலாம். இக்கட்டுரையின் தொடக்கத்தில் நாம் பார்த்த மயில் வந்தது, மயில் வந்தாள் என்ற எடுத்துக்காட்டைக் கவனியுங்கள். அத்தகைய சொற்களை 'திணைப்பொது விரவுப்பெயர்கள்' என்பார்கள்.

அஃறிணைச் சொற்களைப் பயன்படுத்திச் சொற்றொடர்களை அமைக்கப் பழகவேண்டுமென்றால், ஏதேனும் ஒரு சிறுவர் கதையை எடுத்துக்கொள்ளுங்கள்; அதிலுள்ள மிருகங்கள் என்னென்ன செய்கின்றன, அதனை விவரிக்கும் சொற்றொடர்கள் எப்படி அமைக்கப்பட்டுள்ளன என்று கவனியுங்கள்; நீங்களும் அதுபோன்ற சொற்றொடர்களை அமைத்துப் பழகுங்கள்.

★★★

62. முல்லைப்பாட்டு

போர் தொடங்கப்போகிறது. அதற்கான ஏற்பாடுகள் நிகழ்ந்துகொண்டிருக்கின்றன. தலைவன் பெரும்வீரன்; தன்னுடைய நாட்டைக் காக்கப் போருக்குப் புறப்படுகிறான். அவனைப் பிரிவதையெண்ணித் தலைவி வருந்துகிறாள்.

'கவலைப்படாதே; நான் விரைவில் திரும்பிவந்துவிடுவேன்' என்று அவளுக்கு உறுதியளிக்கிறான் தலைவன்.

விரைவில் என்றால், எப்போது?

'கார்காலத்துக்குள் (மழைக்காலத்துக்குள்) வந்துவிடுவேன்' என்று சொல்லிவிட்டுக் கிளம்புகிறான் அவன்.

தலைவிக்கு அவனைப் பிரிய மனமில்லை; அதேசமயம், அவனுடைய கடமையைப் புரிந்துகொள்கிறாள்; அவன் திரும்பிவரும்வரை காத்திருக்கிறாள்.

அங்கு அவனுக்கும் அவளுடைய நினைவுதான்; அதனிடையில் கடமையாற்றுகிறான்; திரும்பிவரும் நாளை எண்ணிக் கொண்டிருக்கிறான்.

கார்காலம் நெருங்குகிறது. அவன் ஊர் திரும்புகிறான்.

இதனிடையில், அங்கு காத்திருக்கும் தலைவி தன்னைச் சுற்றியிருக்கும் இயற்கைக்காட்சிகளைப் பார்க்கிறாள்; கார்காலம் வரப்போகிறது என்று உணர்கிறாள்; தலைவன் இன்னும் வரவில்லையே என ஏங்குகிறாள்; பிரிவுத்துயரத்தால் வாடுகிறாள்.

அப்போது, தலைவியின் தோழி அவளுக்கு ஆறுதல் சொல்கிறாள், 'அவர் விரைவில் வந்துவிடுவார்' என்கிறாள். அதனால் தலைவியின் வருத்தம் தீர்வதில்லை; மீண்டும் தலைவனைக் கண்டால்தான் அவளுக்கு மகிழ்ச்சி.

இக்காட்சிகள் அனைத்தும், அகத்திணைகளில் ஒன்றான 'முல்லை'த்திணைக்கு உரியவை. இதற்கான இலக்கணம், 'இருத்தலும் இருத்தல் நிமித்தமும்...'. அதாவது, பிரிவின்போது தன்னை ஆற்றிக்கொண்டு இருத்தல்.

அகநானூறு, நற்றிணை, குறுந்தொகை போன்ற எட்டுத்தொகை நூல்களில் முல்லைத்திணையில் அமைந்த பல சிறப்பான பாடல்கள் உள்ளன; இவற்றுடன், பத்துப்பாட்டில் ஒரு முழு நூலும் முல்லைத்திணையில் அமைந்துள்ளது, இந்நூலின் பெயரே 'முல்லைப்பாட்டு'. இதனை எழுதியவர் நப்பூதனார்.

எட்டுத்தொகை நூல்களுக்கும் பத்துப்பாட்டு நூல்களுக்கும் முதன்மையான வேறுபாடு, அளவுதான். அதாவது, எட்டுத்தொகைப் பாடல்களில் அடிகளின் எண்ணிக்கை குறைவாக இருக்கும்; பத்துப்பாட்டில் இடம்பெறும் பாடல்களில் அடிகளின் எண்ணிக்கை மிகுதியாக இருக்கும்.

எடுத்துக்காட்டாக, முல்லைப்பாட்டில் 103 அடிகள் உள்ளன; மற்ற பத்துப்பாட்டு நூல்கள் இன்னும் பெரியவை.

முல்லைப்பாட்டு மழைக்கால வர்ணனையுடன் தொடங்குகிறது; முதிய பெண்கள் வணங்குகிறார்கள், நல்ல சொற்களுக்காகக் காத்திருக்கிறார்கள்; தலைவனைப் பிரிந்து வருந்தும் தலைவியைத் தேற்றுகிறார்கள். அதே நேரத்தில், அங்கு போர்க்களத்தில் பாசறை அமைக்கப்படுகிறது; வீரர்கள் அணிவகுக்கிறார்கள்; அங்குள்ள மன்னனின் இருப்பிடம் விவரிக்கப்படுகிறது;

அங்குள்ள காவலர்கள், நாழிகைக்கணக்கர்கள், யவனர்கள், மிலேச்சியர்களை விவரித்துப் பின்னர் மன்னனுடைய மனநிலை பேசப்படுகிறது; போரில் அவன் எதிரிகளை வெல்வது சொல்லப்படுகிறது.

இங்கு தலைவியோ அவனைப் பிரிந்து வருந்துகிறாள்; அக்காட்சி நெகிழ்வோடு விவரிக்கப்படுகிறது.

அவளுடைய வருத்தத்தைத் தீர்ப்பதற்காகத் தலைவன் வருகிறான்; அவனுடைய தேர் வருகிற முல்லைநிலத்தை அழகாக வர்ணித்து முல்லைப்பாட்டு நிறைவடைகிறது.

இயற்கை வர்ணனை, மன உணர்வுகள் என அனைத்தும் சிறப்பாக அமைந்த முல்லைப்பாட்டு நாம் வாசித்து அனுபவிக்க வேண்டிய நல்லிலக்கியம்!

★★★

63. அப்பர்

திருவையாறு, திருவாரூர், சிதம்பரம், திருவொற்றியூர், திருவண்ணாமலை, திருச்சி, திருக்கழுக்குன்றம்... இப்பெயர்களைக் கேட்டதும் உங்களுக்கு என்ன தோன்றுகிறது?

இவையெல்லாம் தமிழகத்தில் உள்ள ஊர்கள் என்பது எல்லாருக்கும் தெரியும்; இவை அனைத்தும் "அப்பர்" எனப் போற்றப்படும் திருநாவுக்கரசர் பாடிய திருத்தலங்கள் என்பது தெரியுமா?

அப்பர் பாடிய திருத்தலங்களின் ஒரு சிறு எடுத்துக்காட்டுப் பட்டியல்தான் இது; இப்படி இன்னும் பலப்பல தலங்களுக்கு அவர் சென்றிருக்கிறார், அங்கு எழுந்தருளியிருக்கும் சிவபெருமானைப் பாடியிருக்கிறார்.

இவ்வாறு அப்பர் பாடிய பாடல்களைப் பன்னிரு சைவத்திருமுறைகளில் நான்காவது, ஐந்தாவது, ஆறாவது திருமுறைகளாகத் தொகுத்துள்ளார்கள். இன்றும் பல ஆலயங்களிலும் அன்பர்களுடைய இல்லங்களிலும் இப்பாடல்கள் பாடப்படுகின்றன. அப்பர் பாடிய திருத்தலங்களுக்குச் சென்றால் அவருடைய பாடல்கள் ஆலயச்சுவர்களில் பதிக்கப் பட்டிருப்பதைக் காணலாம்.

'அப்பன்' என்ற சொல் தந்தையைக் குறிக்கிறது, 'அப்பா' என்ற விளியும் அதிலிருந்து பிறந்ததுதான். அச்சொல்லை மதிப்புடன் குறிப்பிடும்போது 'அப்பர்' என்றாகிறது. மருள்நீக்கியார் என்ற இயற்பெயர் கொண்ட இவருக்கு 'அப்பர்' என்ற பெயர் எப்படி அமைந்தது?

சைவத்திருமுறைகளில் முதல் மூன்றனையும் பாடிய திருஞானசம்பந்தர் முதன்முறையாக இவரைச் சந்திக்கும்போது, 'அப்பரே' என்று அன்போடு அழைக்கிறார். இவர் அதற்கு 'அடியேன்' என்று பதிலுரைக்கிறார். இக்காட்சியைச் சேக்கிழார் பெரியபுராணத்தில் காட்டுகிறார்:

> 'விடையின்மேல் வருவார்தம்மை
> அழுது அழைத்துக்கொண்டவர்தாம் அப்பரே
> என, அவரும் அடியேன் என்றார்.'

இவ்வாறு திருஞானசம்பந்தரால் 'அப்பர்' என்று அழைக்கப் பட்டதால் மருள்நீக்கியாருக்கு அப்பெயர் அமைந்தது. 'நாவுக்கு அரசர்' (நாவை ஆள்கிற, சிறப்பான பாக்களைப் பாடும் அரசர்) என்ற பொருளில் திருநாவுக்கரசர் என்ற பெயர் அமைந்தது.

அப்பர்பெருமான் பல சிவாலயங்களுக்குச் சென்று இறைவனைப் பாடியிருக்கிறார்; நெகிழ்வும் பக்திச்சுவையும் நிறைந்த இனிய பாடல்கள் அவை.

அத்துடன், அந்தந்த ஆலயங்களில் உள்ள புல்பூண்டுகளை 'உழவாரம்' எனப்படும் கருவியைக்கொண்டு நீக்கித் திருப்பணி செய்திருக்கிறார் நாவுக்கரசர். இன்றைக்கும் ஆலயங்களைத் தூய்மைப்படுத்தும் பணிகளை 'உழவாரப்பணி' என்பார்கள்.

வயிற்றுவலியால் துன்புற்ற நாவுக்கரசரை இறைவன் குணப் படுத்தினார் என்று பெரியபுராணம் விளக்குகிறது, அதன்பிறகு, நாவுக்கரசர்மீது கோபம் கொண்ட அரசனுடைய பல தண்டனைகளிலிருந்து அவரை இறைவன் காப்பாற்றினார் என்றும் குறிப்பிடுகிறது. அந்தந்தச் சூழல்களில் திருநாவுக்கரசர் பாடிய அருமையான பாடல்களும் நமக்குக் கிடைக்கின்றன.

அதேசமயம், நாவுக்கரசர் பாடியதாகப் பெரியபுராணத்தில் குறிப்பிடப்படும் பல திருத்தலங்களுக்குரிய பாடல்கள் இன்னும் கிடைக்கப்பெறவில்லை. இவ்வாறு பழந்தமிழில் நமக்குக் கிடைக்காத பாடல்கள் ஏராளம்; அவற்றை எண்ணி வருந்தும் அதே நேரத்தில், நமக்குக் கிடைத்திருக்கும் பல்லாயிரக்கணக்கான அற்புதமான பாடல்களை எண்ணி மகிழ்ந்து அவற்றை வாசிப்பதும் நம் கடமை!

★★★

64. பரிபாடல்

தமிழில் மரபுக்கவிதைகளைப் பல உட்பிரிவுகளாகப் பிரிப்பார்கள்; அவற்றுள் 'பரிபாடல்' என்பது ஓர் இசைப்பா வகை.

அறம், பொருள், இன்பம், வீடு ஆகிய நான்கு உறுதிப்பொருள்களில் இன்பத்தை மையமாகக்கொண்டு, மலை விளையாட்டு, நீர் விளையாட்டு போன்றவற்றைப் பரிபாடல் விவரிக்கும் என்று பேராசிரியர் குறிப்பிடுகிறார். இப்பாடல்களில் வெண்பா, ஆசிரியப்பா, வஞ்சிப்பா, கலிப்பா ஆகிய நான்கு பாக்களின் உறுப்புகளும் இருக்கும், 25முதல் 400அடிகள்வரை அமையும்.

இவ்வகையில் அமைந்த எழுபது பாடல்களின் தொகுப்பு, 'பரிபாடல்', சங்க இலக்கியத்தின் பதினெண்மேற்கணக்கு நூல்களில் 'எட்டுத்தொகைத் தொகுப்புகளில் ஒன்று.

எட்டுத்தொகை நூல்களில் அகநானூறு, குறுந்தொகை, ஐங்குறுநூறு, நற்றிணை, கலித்தொகை ஆகியவை அகத்திணை சார்ந்தவை, புறநானூறு, பதிற்றுப்பத்து ஆகியவை புறத்திணை சார்ந்தவை, பரிபாடல் மட்டும் அகம், புறம் என இரண்டும் கலந்தது.

பரிபாடலில் அமைந்துள்ள பாடல்கள் திருமால், முருகன், காளி ஆகிய தெய்வங்களைப்பற்றியும், வையை நதியைப்பற்றியும் மதுரை நகரத்தைப்பற்றியும் பாடுகின்றன. இதில் யாரைப்பற்றி எத்தனைப் பாடல்கள் இடம்பெற்றிருந்தன என்பதை ஒரு வெண்பா விளக்குகிறது:

திருமாற்கு இரு நான்கு, செவ்வேட்கு முப்பத்து)
ஒரு பாட்டு, காடுகாட்கு ஒன்று, மரு இனிய
வையை இருபத்து ஆறு, மா மதுரை நான்கு என்ப
செய்ய பரிபாடல் திறம்

அதாவது, திருமாலுக்கு எட்டுப் பாடல்கள், செவ்வேளாகிய முருகனுக்கு 31 பாடல்கள், காட்டிலிருக்கும் காளிக்கு 1 பாடல், வையை நதிக்கு 26 பாடல்கள், மதுரைக்கு 4 பாடல்கள், மொத்தம் 70 பாடல்கள்.

ஆனால், இந்த 70ல் நமக்குக் கிடைத்திருப்பவை 22 பாடல்கள்தாம்; அவற்றுள் திருமாலைப்பற்றியவை 6, முருகனைப்பற்றியவை 8, வையைப்பற்றியவை 8. எஞ்சியுள்ள பாடல்களில் சில பகுதிகள்மட்டும் கிடைத்துள்ளன.

பரிபாடலில் கிடைக்கப்பெறும் பாடல்கள் பாலையாழ், நோதிறம், காந்தாரம் ஆகிய பண்களில் அமைந்துள்ளன. இவற்றை எழுதினோர், ஆசிரியன் நல்லந்துவனார், இளம்பெருவழுதியார், கடுவன் இளவெயினர், கரும்பிள்ளைப்பூதனார், கீரந்தையார், குன்றம்பூதனார், கேசவனார், நப்பண்ணனார், நல்லச்சுதனார், நல்லழிசியார், நல்லெழுநியார், நல்வழுதியார், மையோடக்கோவனார். இவற்றுக்கு இசை வகுத்தோர், கண்ணகனார், கண்ணனாகனார், கேசவனார், நந்நாகனார், நல்லச்சுதனார், நன்னாகனார், நாகனார், பித்தாமத்தர், பெட்டனாகனார், மருத்துவன் நல்லச்சுதனார். இவர்களில் கேசவனார், நல்லச்சுதனார் இருவரும் பாடலும் எழுதி இசையும் வகுத்துள்ளார்கள்.

பரிபாடலில் காணப்படும் அன்றைய தமிழகத்தைப்பற்றிய தகவல்கள் அருமையானவை. எடுத்துக்காட்டாக, வையை

நதியைப் பற்றிய பாடல்களில் மழை விவரிப்பு, பெருவெள்ளக் காட்சிகள், மக்கள் நீர்வரவைக் காணச் செல்லுதல், புதுப்புனலாடி மகிழ்தல், மகளிர், மைந்தரின் செயல்கள், நீர் விளையாட்டு, நதியை வாழ்த்துதல், நீர் விழா, அங்கு நீராடி வரும் தலைவன், தலைவி, தோழி உரையாடல் எனக் காட்சிகள் கண்முன் விரிகின்றன. கடவுளரைப்பற்றிய பாடல்களில் இறைவன் பெருமை, அழகு, புகழ், துதிகள், படைச்சிறப்பு, முனிவர், தேவர் அவர்களைப் போற்றும் விதம், தனித்தன்மை, வெற்றிச்செயல்கள், கோயில்களின் அமைப்பு, வாழ்த்து போன்றவை அமைந்துள்ளன.

தமிழின் அழகுக்காகவும் இசைச் சிறப்புக்காகவும் பேசப்படும் பொருள்கள், உணர்வுகளுக்காகவும் அனைவரும் வாசிக்க வேண்டிய நூல் பரிபாடல்!

★★★

65. கார் நாற்பது

'கார்' என்றால் என்ன?

ஆங்கிலத்தில் அதுவொரு நான்கு சக்கர வாகனம். தமிழில் அதன் பொருள், 'கருப்பு' என்கிற நிறம்.

திருமாலைக் 'கார்வண்ணர்' என்பார்கள், அதன் பொருள், கருப்பு நிறத்து அழகர்!

வானில் மேகங்களும் கருப்பாகதானே இருக்கின்றன? ஆகவே, மேகங்களுக்கும் 'கார்' என்ற பெயர் உண்டு, அந்த மேகத்திலிருந்து பெய்யும் மழையையும் 'கார்' என்பார்கள், மழை அதிகம் பொழிகிற காலகட்டத்தைக் 'கார்காலம்' என்பார்கள்.

கார்காலம் மிக அழகானது; குளிர்ந்த காற்று, இதமான மழைத்துளிகள், அவற்றில் நனைந்து அழகாகத் தோன்றும் செடி, கொடிகள், பூக்கள் என எல்லாவிதங்களிலும் இனிமையானது; ஆண்டுதோறும் நன்கு மழை பொழிந்தால், பயிர்கள் செழிக்கும், குடிநீர்ப் பிரச்னை இருக்காது, அதனால்தான் அன்றைய அரசர்கள்கூட, 'மாதம் மும்மாரி பெய்கிறதா?' என்று விசாரிப்பார்களாம். அதாவது, மாதத்துக்கு மூன்றுமுறை மழை பொழிந்தால் அந்த நாடு செழிப்பாக இருக்கும்.

நமது பழந்தமிழ் இலக்கியங்களில் கார்கால விவரிப்புக்கு மிகுந்த முக்கியத்துவம் உண்டு. இதனை மையமாகக்கொண்டு ஒரு முழுப் புத்தகம்கூட உருவாகியிருக்கிறது, அதன் பெயர், 'கார் நாற்பது', அதாவது, கார்காலத்தைப்பற்றிய நாற்பது பாக்கள்.

இந்நூல் சங்க இலக்கியத்தின் 'பதினெண்கீழ்க்கணக்கு' நூல்களில் ஒன்றாக அமைந்துள்ளது. இதனை எழுதியவர் மதுரைக் கண்ணங்கூத்தனார்.

இந்தப் புலவருடைய பெயர் கூத்தனார், அவருடைய தந்தையின் பெயர் கண்ணன், அவர் பிறந்த அல்லது வாழ்ந்த ஊர் மதுரை, அதனால்தான் அவருக்கு 'மதுரைக் கண்ணங்கூத்தனார்' என்ற பெயர் அமைந்திருக்கவேண்டும் என்று ந. மு. வேங்கடசாமி நாட்டார் தெரிவிக்கிறார்.

கார் நாற்பதில் உள்ள அழகிய இயற்கை வர்ணனைப் பாடல்களும் உணர்வுகளும் கண்ணங்கூத்தனாரின் கவிச் சிறப்பைச் சொல்கின்றன. சங்க இலக்கியத்தில் இவர் வேறெந்தப் பாடல்களும் எழுதியிருப்பதாகத் தெரியவில்லை.

சங்கப் பாடல்களை அகம், புறம் என இருவகையாகப் பிரிப்பார்கள்; அதில் 'கார் நாற்பது' அகத்திணையைச் சேர்ந்தது; அதிலும் குறிப்பாக முல்லைத்திணையைச் சேர்ந்தது. தலைவனும் தலைவியும் ஒருவரையொருவர் பிரிந்து வருந்துவதையும், மீண்டும் சேரும் நாளை எண்ணிக் காத்திருப்பதையும் இப்பாடல்கள் சொல்கின்றன. எல்லாப் பாடல்களிலும் மழை ஒரு பாத்திரத்தைப்போல் வருகிறது. சிறு நூல்தான் என்றாலும், மழையில் குளிரக்குளிர நனைந்த சுவையைத் தருகிறது.

எடுத்துக்காட்டாக, கார் நாற்பதிலிருந்து சில மழை வர்ணனைப் பகுதிகள்:

★ 'திருவில் விலங்கு ஊன்றித் தீம்பெயல் தாழ...' (வானவில்லைக் குறுக்காக ஊன்றி இனிய மழை பொழிய...)

★ 'கடும் கதிர் நல்கூரக் கார் செல்வம் எய்த...' (சூரியனின் கடுமை குறைய, மழையாகிய செல்வம் பெருக...)

★ *'ஆலி புரள, உரும் இடி வானம் இழிய...' (ஆலங்கட்டிகள் புரள்கின்றன, வானில் இடி இடிக்கிறது, மழை பொழிகிறது...)*

★ *'ஆடு மகளிரின் மஞ்ஞை அணிகொளக் காடும் கடுக்கை கவின்பெறப் பூத்தன, பாடு வண்டு ஊதும்...' (ஆடும் பெண்களைப்போல் மயில்கள் அழகாக ஆடின, காட்டில் எங்கும் கொன்றைகள் அழகுற மலர்ந்தன, வண்டுகள் சத்தமிட்டபடி அவற்றை மொய்த்தன...)*

வாசிக்கும்போதே மழைச்சாரல் அடிக்கிறதல்லவா? முழு நூலையும் வாசித்து மகிழுங்கள், 'கார் நாற்பது' உங்களுக்கு ஓர் இனிய அனுபவத்தைத் தரும்.

★★★

௬௬. கும்மியாட்டம்

நீங்கள் கலந்துகொண்ட திருமணம் அல்லது கிராமத்துத் திருவிழாக்களில் இப்படியொரு வித்தியாசமான காட்சியைக் கவனித்திருக்கலாம்: ஒரு குத்துவிளக்கு அல்லது இறைவன் திருவுருவம் அல்லது முளைப்பாரிப் பயிர்களை நடுவில் வைத்துவிட்டுச் சில பெண்கள் அதைச்சுற்றி வட்டமாக நடப்பார்கள், வட்டத்தின் மையத்தை நோக்கிக் குனிந்து, மீண்டும் நிமிர்ந்து, கைதட்டி ஆடுவார்கள், ஒருவரோடொருவர் கைதட்டிக்கொள்வார்கள், அந்தத் தாளத்துக்கேற்ற இனிமையான ஒரு பாடலையும் பாடுவார்கள்.

அந்தப் பாடலின் பெயர், 'கும்மிப்பாட்டு', அந்த நடனத்தின் பெயர், 'கும்மியாட்டம்.' இதைக் கொம்மையாட்டம், கொப்பி, கொம்மி கொட்டுதல், கும்மியடித்தல், கொம்மை கொட்டல் என்று பல பெயர்களில் அழைக்கிறார்கள்.

'கொம்மை' என்ற சொல்லுக்கு வட்டம் என்ற பொருள் உள்ளது, பெண்கள் வட்டமாகச் சுற்றிவந்து ஆடுவதால் இந்த ஆட்டத்துக்குக் 'கொம்மையாட்டம்' என்று பெயர் வந்திருக்கலாம், பின்னர் அது 'கும்மி' என மாறியிருக்கலாம்.

'கும்முதல்' என்ற பயன்பாடும் தமிழில் உண்டு, அதற்குக் கைகளைக் குவித்தல், தட்டுதல் போன்ற பொருள்கள் சொல்கிறார்கள். 'கும்மாளம் போடுதல்' என்ற சொல்லையும்

கேள்விப்பட்டிருப்பீர்கள், இவை அனைத்தும் ஒரே வேர்ச்சொல்லிலிருந்து பிறந்திருக்கலாம்.

கும்மியாட்டத்தைக் கற்றுக்கொள்வது மிக எளிது; இதற்கென்று தனிப்பயிற்சியெல்லாம் தேவையில்லை, வயதில் முதிர்ந்த பெண்கள் ஆடுவதைப்பார்த்துச் சிறுமிகளும் இளம்பெண்களும் எளிதில் கற்றுக்கொள்வார்கள். இந்த ஆட்டத்துக்கென்று சிறப்பான பல பாடல்கள் உள்ளன. கிராமங்களில் ஒரு தலை முறைப் பெண்களிடமிருந்து அடுத்த தலைமுறைப் பெண்கள் செவிவழியாகவே கேட்டு மனப்பாடம் செய்துகொண்ட பாடல்கள் இவை. இப்போது இவற்றை எழுத்தில், ஒலி, ஒளிவடிவில் பதிவுசெய்துவைக்கத்தொடங்கியிருக்கிறார்கள்.

பெரும்பாலும் தெய்வங்களைப்பற்றிப் பாடும் பாரம்பரியமான கும்மிப்பாடல்களுடன், பல்வேறு புதிய தலைப்புகளில் கவிஞர்கள் எழுதிய கும்மிப்பாடல்களும் உள்ளன. எடுத்துக் காட்டாக, பாரதியார் ‘பெண்கள் விடுதலைக் கும்மி’ பாடியிருக்கிறார், இதேபோல் அரசியல் தலைவர்களைப் பற்றி, அறிவியல் முன்னேற்றங்களைப் பற்றியெல்லாம் கும்மிப் பாடல்கள் எழுதப்பட்டிருக்கின்றன. பெண்கள்தான் கும்மிப் பாட்டுக்கு ஆடவேண்டுமா? ஆண்களுக்கு அனுமதியில்லையா?

அப்படி எந்தக் கட்டாயமும் இல்லை. நெல்லை மாவட்டத்தில் முத்துகிருஷ்ணபேரி என்ற கிராமத்தில் ஒவ்வோராண்டும் ஆண்கள் கும்மியடித்து நடனமாடுகிறார்கள்; அப்படிச்செய்தால் உடனே மழை பொழியும் என்று அவ்வூர் மக்கள் நம்புகிறார்கள்.

ஆணோ, பெண்ணோ, இதுபோன்ற ஆட்டங்கள் மகிழ்ச்சியின் வெளிப்பாடுகள்தான். சமூகத்தில் பிறரோடு நன்கு பழகுவதற்கான ஒரு வாய்ப்பையும் இவை ஏற்படுத்தித்தருகின்றன, துள்ளிக்குதித்து ஆடுவதால் உடலுக்கும் நல்லது, மனமும் மகிழ்ச்சியாக இருக்கும்; பல நூற்றாண்டுகளாகப் பின்பற்றப்பட்டுவரும் ஒரு கலையைத் தொடர்ந்து எடுத்துச்செல்கிறோம் என்கிற மனநிறைவும் கிடைக்கும்!

★★★

67. புரட்சிக்கவிஞர் பாரதிதாசன்

இப்போதெல்லாம் திருமண நிகழ்ச்சிகளின்போது இசைக் கச்சேரிகளுக்கு ஏற்பாடு செய்கிறார்கள். ஒருபக்கம் மணமகன், மணமகளை உறவினர்கள், நண்பர்கள் சந்தித்து வாழ்த்த, இன்னொருபக்கம் இன்னிசை பரவி அனைவரையும் மகிழ்விக்கிறது.

இந்தக் கச்சேரிகள் எல்லாருக்குமானவை; திருமணத்தைப் பார்க்க வருகிறவர்களும் மேடையேறிப் பாடலாம், கைதட்டல் பெறலாம். நூறாண்டுகளுக்கு முன்னர், வேணு நாய்க்கர் என்ற உடற்பயிற்சி ஆசிரியருக்குத் திருமணம் நடந்தது. அந்த விழாவில் பலரும் பாடினார்கள். அவர்களில் ஒருவர், பதினெட்டு வயது இளைஞரான கனகசுப்புரத்தினம்.

அன்று கனகசுப்புரத்தினம் பாடிய பாடல், ‘வீர சுதந்தரம் வேண்டிநின்றார் பின்னர் வேறொன்றும் கொள்வாரோ’ என்ற பாரதியாரின் கவிதை. அதனை இசையோடு சிறப்பாகப் பாடினார் அவர். கனகசுப்புரத்தினம் பாடப்பாட, எல்லாரும் திரும்பித்திரும்பிப் பார்த்தார்கள். அவர்கள் எல்லாருடைய பார்வையும் திருமணத்துக்கு வந்திருந்த ஒரு விருந்தினர்மீது

குவிவதைப் பார்த்தார் கனகசுப்புரத்தினம். பாடலைக் கேட்காமல் இவர்களெல்லாம் யாரோ ஒருவரைக் கவனிப்பது ஏன் என்று குழம்பினார்.

அந்த விருந்தினர் மிக அழகாக, கம்பீரமாக இருந்தார். 'ரவிவர்மா படத்தில் இருக்கிற பரமசிவனைப்போல' அவர் தோன்றியதாகக் கனகசுப்புரத்தினம் எழுதுகிறார்.

யார் அந்த மனிதர்? எல்லாரும் அவரையே பார்க்கக் காரணமென்ன?

கனகசுப்புரத்தினம் பாடி முடித்ததும், அந்தக் கம்பீரமான மனிதரை அவருக்கு அறிமுகப்படுத்தினார் வேணு நாய்க்கர், 'நீ பாடிய இந்தப் பாடலை எழுதிய சுப்ரமணிய பாரதியார் இவர்தான்!'

பாரதியாருடைய பாடல்களைப் பாடிப்பாடி மகிழ்ந்துவந்த கனகசுப்புரத்தினத்துக்கு அவரை நேரில் சந்தித்தது மிகுந்த மகிழ்ச்சி. இருவரும் உவப்போடு பேசத்தொடங்கினார்கள்.

கனகசுப்புரத்தினம் சிறந்த ரசிகர், பாடகர்மட்டுமில்லை; அருமையான கவிஞரும்கூட. பாரதியார்மீது கொண்ட நேசத்தால் தன் பெயரையே 'பாரதிதாசன்' என மாற்றியமைத்துக்கொண்டவர் அவர்.

1891ம் ஆண்டு ஏப்ரல் 29ம் நாள் புதுச்சேரியில் பிறந்தவர் பாரதிதாசன். சிறுவயதிலிருந்தே தமிழுணர்வுடன் வளர்ந்தவர்; கவிதைகளைச் சுவைத்து மகிழ்ந்தவர்; பாரதியாருடைய கவிதைமுறையால் கவரப்பட்டு எழுதவந்தவர். அரசியல், சமூகப்பணிகளிலும் ஈடுபட்டுப் பல சீர்திருத்தக் கருத்துகளைப் பாடல்களில் எழுதிப் பரப்பினார், அதனால் 'புரட்சிக்கவிஞர்' என்று போற்றப்பட்டார்.

அழகின் சிரிப்பு, குடும்ப விளக்கு, பாண்டியன் பரிசு, இருண்ட வீடு, பிசிராந்தையார் உள்ளிட்ட பல சிறந்த நூல்களை எழுதியிருக்கும் பாரதிதாசனுக்கு இந்திய அரசு தனது மிக உயர்ந்த இலக்கிய விருதான 'சாகித்ய அகாதெமி'யை

வழங்கிக் கௌரவித்தது. அவருடைய பாடல்கள் இன்று முழுத்தொகுப்பாகக் கிடைக்கின்றன; கவியழகுக்காகவும் கருத்துச்சிறப்புக்காகவும் தொடர்ந்து வாசிக்கப்படுகின்றன.

பாரதியாரால் கவரப்பட்டுக் கனகசுப்புரத்தினம் தன் பெயரைப் 'பாரதிதாசன்' என மாற்றிக்கொண்டதுபோல, பின்னர் சுப்புரத்தினத்துக்கும் ஒரு 'தாசன்' கிடைத்தார். இராசகோபாலன் என்ற அந்தக் கவிஞர் தன் பெயரைச் சுப்புரத்தினதாசன் என மாற்றிக்கொண்டு, அதன் சுருக்கமான 'சுரதா' என்ற பெயரில் பல நூல்களை எழுதினார்.

இப்படிப் 'பாரதிதாசன் பரம்பரை'யில் வந்த கவிஞர்கள் பலர்; தமிழில் மறுமலர்ச்சிக் கவிதைகளைப் பெருமளவில் எழுதிய, எழுதச்செய்த பெருமை பாரதிதாசனுக்கு உண்டு!

★★★

68. சிறுவர்களுக்கும் சமூக உணர்வை ஊட்டிய கவிஞர்

ஆத்திசூடி தெரியுமா?

ஓ, தெரியுமே. அறம் செய விரும்பு, ஆறுவது சினம்... அதுதானே?

ஔவையார் எழுதிய ஆத்திசூடி அனைவருக்கும் தெரிந்தது. அந்நூல் எழுதப்பட்டுப் பல்லாண்டுகளுக்குப்பிறகு பாரதியாரும் ஓர் ஆத்திசூடி எழுதியிருக்கிறார், பாரதிதாசன் இரண்டு ஆத்திசூடி நூல்கள் எழுதியிருக்கிறார்: பெரியவர்களுக்கு ஒன்று, இளைஞர்களுக்கு ஒன்று!

எடுத்துக்காட்டாக, பாரதிதாசனின் ஆத்திசூடி இப்படித் தொடங்குகிறது:

★ அனைவரும் உறவினர்
★ ஆட்சியைப் பொதுமை செய்
★ இசை மொழி மேலதே
★ ஈதல் இன்பம்

இந்நூலை எழுதிச் சுமார் இருபதாண்டுகளுக்குப்பிறகு, பாரதிதாசன் 'இளையார் ஆத்திசூடி' எழுதினார். இதில் மாணவர்களுக்கேற்ற அறிவுரைகளை அகர வரிசையில் எழுதினார்:

- ★ அழுபவன் கோழை
- ★ ஆவின் பால் இனிது
- ★ இரவினில் தூங்கு
- ★ ஈவது மகிழ்ச்சி
- ★ உள்ளதைப் பேசு
- ★ ஊமைபோல் இராதே
- ★ எதையும் ஊன்றிப்பார்
- ★ ஏசேல் எவரையும்

இப்படி 88 அடிகளில் இளையார்களுக்கு அவசியமான பல கருத்துகள் இந்நூலில் விவரிக்கப்பட்டுள்ளன. நல்வழியைச் சொல்லும் அறிவுரைகளுடன், 'பல்லினைத் தூய்மை செய்', 'வண்டி பார்த்து நட' என்பதுபோன்ற வாழ்க்கைக்குறிப்புகளும், 'துவைத்ததை உடுத்து', 'சோம்பல் ஒரு நோய்', 'வேர்க்க விளையாடு' போன்ற நலக்குறிப்புகளும் உள்ளன.

சிறுவருக்கான தேசியகீதமொன்றும் எழுதியிருக்கிறார் பாரதிதாசன். இளையார் மனத்தில் நாட்டுப்பற்றை வளர்க்கும் அழகிய பாடல் அது:

'பாரத நன்னாடு
பழமை பெற்ற நாடு, தினம்
சாரத் தமிழில் அதைப் பாடு!'

விடுகதை விளையாட்டு சிறுவர்களுக்குப் பிடிக்கும் என்பதால், பாரதிதாசன் 'தேசிய விடுகவிகள்' எழுதியுள்ளார். அவற்றை நீங்களும் உங்கள் நண்பர்களிடம் கேட்டுப் புதிர் போடலாம்:

'கங்கை நதி தலையில் உண்டு, சிவனார் அல்ல,
காலடியில் குமரி உண்டு, ராமன் அல்ல.'
யார் அது?

இந்தியாதான்! தலையில் (மேற்பகுதியில்) கங்கை நதியும், காலடியில் (கீழ்ப்பகுதியில்) குமரிமுனையும் இருக்கிறதே!

பாரதிதாசனுடைய இன்னொரு பாடலில் சுவையான விளையாட்டொன்றை விவரிக்கிறார். அதன் பெயர், 'நாடு பிடிக்கும் விளையாட்டு.'

நான்கு மூலைகளைக் கொண்ட வடிவமொன்றைத் தரையில் வரையவேண்டும். அதன் மூலைகள் ஒவ்வொன்றிலும் ஒரு சிறுவர் நிற்கவேண்டும். நடுவில் ஒருவர் நிற்கவேண்டும். மூலையில் நிற்கிறவர்கள் இந்தியர்கள், நடுவில் நிற்பவர் அன்னியர் என எண்ணிக்கொள்ளவேண்டும்.

இப்போது, மூலையில் நிற்கிற நான்கு இந்தியர்களும் அடுத்த மூலைக்கு மாறவேண்டும்; நடுவிலிருக்கும் அன்னியர் அந்த மூலைகளில் ஒன்றைக் கைப்பற்ற முயல்வார்; அவரை அனுமதிக்கக்கூடாது.

ஒருவேளை, அன்னியர் ஒரு மூலையைக் கைப்பற்றிவிட்டால், அந்த மூலையில் இருந்தவர் மையத்துக்குச் சென்றுவிடவேண்டும், அடுத்த சுற்றில் அவர்தான் அன்னியர்.

பாரதிதாசன் உருவாக்கிய இந்த விளையாட்டின் நோக்கம், எதிரிகள் நம்மைப் பிடிக்கப்பார்க்கிறார்கள், அதற்கு இடம்தராமல் நாம் கவனமாக இருக்கவேண்டும் என்பதைச் சிறுவர்களுக்குப் புரியவைப்பதுதான்.

ஆசிரியர்கள் சொல்வதைக் குழந்தைகள் மதித்துக் கேட்பார்கள். ஆகவே, நாட்டுப்பற்றை உணர்த்தும் கருத்துகளை ஆசிரியர்கள் அவர்களுக்குச் சொல்வதுபோல் ஒரு பாடலும் எழுதியிருக்கிறார் பாரதிதாசன்:

> ‘ஆங்கிலரின் சாமான்கள் அத்தனையும் நீக்குங்கள்,
> வாங்காதீர்’ என்று மகாமன்றும் சொன்னது உண்டு,
> உங்கள் தகப்பன்மார் இதனை உணராமல்
> மங்க உரைத்தால், மறுத்து உரைப்பீர் மாணவரே,
> நான் உரைக்கச் சொல்லுவதை நன்றாய் உரைத்திடுங்கள்.’

சிறுவர் பாடல்களைக்கூடச் சமூக முன்னேற்றத்துக்கான கருவியாகப் பயன்படுத்தியவர் பாரதிதாசன். இளையார் மனத்தில் இக்கருத்துகள் பதிந்துவிட்டால் ஒட்டுமொத்தச் சமுதாயமும் வளரும் என்பது அவருடைய விருப்பம்!

★★★

௭௯. சூடிக்கொடுத்த சுடர்க்கொடி

ஆண்டாள், கோதை, நாச்சியார், சூடிக்கொடுத்த சுடர்க்கொடி.... இவை அனைத்தையும் ஒருவரையே குறிக்கின்றன. தமிழ்ப் பக்தி இலக்கியத்தின் மிகச்சிறந்த பாடல்களில் சிலவற்றை எழுதிய பெரும்புலவர், பெரும்பக்தர் அவர்.

வைணவர்கள், அதாவது, திருமாலை வணங்குபவர்கள் பெரிய செல்வமாகக் கொண்டாடுபவை, பன்னிரு ஆழ்வார்கள் எழுதிய நாலாயிரம் திவ்யப்பிரபந்தப் (ஆழ்வார்கள் அருளிச்செயல்) பாடல்கள். அந்தப் பன்னிருவரில் ஆண்டாள்மட்டும்தான் பெண்.

பொதுவாகவே தமிழ் இலக்கியத்தில் பெண்பாற்புலவர்கள் குறைவு. சங்க இலக்கியத்தில் ஔவையார், காக்கைப்பாடினியார், காவற்பெண்டு போன்றோரைக் காண்கிறோம், பின்னர் சைவத்திருமுறைகளைப் பாடிய புலவர்கள்மத்தியில் காரைக்கால் அம்மையார், ஆழ்வார்கள்மத்தியில் ஆண்டாள் ஆகியோரைக் குறிப்பிடலாம். அதன்பிறகு உரைநடை வளர்ந்து கதைகள், கட்டுரைகள் அதிகம் எழுதப்படுகின்ற இன்றைய சூழ்நிலையிலும் பெண்களின் பங்களிப்பு ஒப்பீட்டளவில் அதிகமில்லை.

அதேசமயம், எழுத்துத்திறனில் ஆண், பெண் என்ற வேறுபாடு இல்லை. ஆண்டாளின் பாடல்களே அதற்குச் சிறந்த சான்று. திருமால்மீது வைத்திருக்கும் அன்பைச் செழுமையான பாடல்களாக அற்புதமான சொற்களைக் கோத்துத் தந்திருக்கிறார் அவர். அப்பாடல்களில் வெளிப்படும் அழுத்தமான உணர்வுகளுக்காகவே இன்றும் ஆண்டாளின் பாடல்கள் பரவலாக வாசிக்கப்படுகின்றன, கொண்டாடப்படுகின்றன.

ஸ்ரீவில்லிபுத்தூரில் பிறந்தவர் ஆண்டாள்; பன்னிரு ஆழ்வார்களில் சிறப்பிடம் கொண்டவரான 'பெரியாழ்வார்' இவரை ஒரு துளசிச்செடியினருகில் கண்டெடுத்து வளர்த்ததாக நம்பிக்கை.

பெரியாழ்வார் அவ்வூரில் எழுந்தருளியிருக்கும் திருமாலுக்குப் பூக்களைத் தொடுத்து மாலையாக்கிச் சமர்ப்பிக்கும் திருத் தொண்டைச் செய்துகொண்டிருந்தார். அப்படி அவர் தொடுத்த மாலைகளை ஆண்டாள் அணிந்துபார்த்தாள், அதன்பிறகே அவை திருமாலுக்குச் சூட்டப்பட்டன. அதனால்தான் அவரைச் 'சூடிக்கொடுத்த சுடர்க்கொடி' என்று அழைக்கிறார்கள்.

திருமாலுக்கே தன்னைச் சமர்ப்பித்துவிடும் பக்தி ஆழத்துடன் வளர்ந்த ஆண்டாள் இரண்டு நூல்களில் மொத்தம் 173 பாடல்களை எழுதினார்: திருப்பாவை, நாச்சியார் திருமொழி.

மார்கழிமாதத்தில் இளம்பெண்கள் அதிகாலையில் எழுந்து நீராடி ஆலயத்துக்குச் சென்று இறைவனை வணங்கும் வழக்கம் இருந்துள்ளது. இதனைப் 'பாவை நோன்பு' என்பார்கள். இவ்வாறு பாவை நோன்பில் ஈடுபடும் பெண்கள் பாடுவதாக அமைந்த பாடல்களின் தொகுப்புதான் 'திருப்பாவை'. இன்றும் மார்கழி மாதத்தில் திருப்பாவைப் பாடல்களைப் பத்திரிகைகள், செய்தித்தாள்கள், வானொலி, தொலைக்காட்சி, இணையம் என அனைத்து ஊடகங்களின்வழியாகவும் கேட்கலாம், பல சிறந்த பாடகர்கள் இதனை இசையோடு பாடியுள்ளார்கள், ஏராளமான அறிஞர்கள் இதற்கு உரையெழுதியுள்ளார்கள்.

'நாச்சியார்' என்பது ஆண்டாளின் சிறப்புப்பெயர்களில் ஒன்று. இறைவனைப்பற்றி நாச்சியார் எழுதிய திருப்பாடல்களின்

தொகுப்பு என்பதால் அதனை 'நாச்சியார் திருமொழி' என்கிறோம். பெரும்புகழ்பெற்ற 'வாரணமாயிரம் சூழ வலம் செய்து, நாரண நம்பி நடக்கின்றான்' பாடல்களெல்லாம் இந்நூலில் இடம்பெற்றவைதாம்.

ஆண்டாளின் பாடல்கள் தமிழகத்தில்மட்டுமின்றிப் பிற மாநிலங்களில், அதாவது, தமிழ் தெரியாதவர்கள் மத்தியிலும் பாடப்படுகின்றன. தெலுங்கில் ஆண்டாளின் வரலாற்றை 'ஆமுக்தமால்யதா' என்ற பெயரில் எழுதியிருக்கிறார் கிருஷ்ணதேவராயர்.

பக்தியாழம், மொழிச்செழுமைக்காக ஆண்டாள் என்றென்றும் கொண்டாடப்படுவார்!

★★★

70. திருப்பாவை

பெண்களை வர்ணித்துச் சிறப்பிக்கும் பல சொற்களில் ஒன்று, ‘பாவை’.

இச்சொல்லின் நேரடிப்பொருள், பொம்மை. மரத்தால் செய்யப்பட்ட பொம்மைகளை ‘மரப்பாவை’ என்பார்கள். அழகாகத் தீட்டப்பட்ட ஓவியங்களைச் ‘சித்திரப்பாவை’ என்பதுண்டு. அதுபோல் அழகான பெண்களைப் ‘பாவை’ என்றார்கள்.

அப்படி அழகான இளம்பெண்கள் மார்கழி மாதத்தில் அதிகாலையில் இறைவனை வழிபடுவதைப் ‘பாவை நோன்பு’ என்பார்கள். அதாவது, பாவையர் நோற்றல்.

பாவை நோன்பின்போது பெண்கள் பாடுவதாகப் பல தமிழ் இலக்கியங்கள் எழுதப்பட்டுள்ளன, அவற்றுள் மிக முக்கியமானவை, ஆண்டாள் எழுதிய திருப்பாவை, மாணிக்கவாசகர் எழுதிய திருவெம்பாவை.

இப்பாடல்கள் அனைத்தும் ‘பாவாய்’ என்று முடிவதைப் பார்க்கலாம். ‘பாவை’ என்பதை விளிக்கும்போது (அதாவது, ‘பாவையே’ என்று அழைக்கும்போது) அச்சொல் ‘பாவாய்’

என்று மாறும். ‘அன்னை’ என்பது ‘அன்னாய்’ எனவும், ‘தங்கை’ என்பது ‘தங்காய்’ எனவும் மாறுவதைப்போல.

ஆண்டாள் திருப்பாவையில் முப்பது பாடல்கள் அமைந்துள்ளன. முதலில், ஆண்டாள் திருமாலுடைய பெருமைகளைச் சொல்லிப் பெண்களை நீராட அழைக்கிறார். பாவை நோன்பின் முறைகளைச் சொல்கிறார்:

1. இறைவன் திருவடிகளைப் பாடுதல்
2. நெய், பால் உண்ணாதிருத்தல்
3. அதிகாலையில் நீராடுதல்
4. கண்ணுக்கு மையிடுதல், கூந்தலுக்கு மலர் சூடுதல் போன்ற அலங்கரிப்புகளை விடுதல்
5. தவறான செயல்களைச் செய்யாதிருத்தல்
6. பிறரைப்பற்றி வம்பு பேசாதிருத்தல்
7. வறுமையில் உள்ளோருக்கு வேண்டியவற்றை வழங்குதல்
8. எந்நேரமும் இறைவனை எண்ணியிருத்தல்

இவ்வாறு பாவை நோன்பிருந்தால் என்ன நன்மை? அதை அடுத்த பாடலில் சொல்கிறார் ஆண்டாள், ‘நாடெல்லாம் திங்கள் மும்மாரி பெய்து... செல்வம் நிறைந்தேலோர் எம்பாவாய்!’

அதாவது, இளம்பெண்கள் பாவை நோன்பிருந்தால் நாட்டில் மாதம் மும்மாரி பொழியும், செல்வம் நிறையும். திருமாலுடைய பெருமைகளைப் பாடியபடி மற்ற பெண்களை எழுப்புகிறார் ஆண்டாள். ‘இறைவனை வணங்குவோம், வாருங்கள்’ என்று அழைக்கிறார்.

இப்போது அவர்கள் நந்தகோபனுடைய திருமாளிகைக்கு வருகிறார்கள். அங்குள்ள வாயில்காப்போனிடம் கேட்டுக் கதவைத் திறக்கச்செய்கிறார்கள். நந்தகோபனை, யசோதையை, நப்பின்னையைத் துயிலெழுப்புகிறார்கள், பின்னர் திருமாலை எழுப்பிப் போற்றி வணங்குகிறார்கள். தாங்கள் விரும்பும் வரத்தைக் கேட்கிறார்கள்.

அந்த வரம், பொன்னோ பொருளோ புகழோ இல்லை. 'எற்றைக்கும் ஏழ் ஏழ் பிறவிக்கும் உன்தன்னோடு உற்றோமே ஆவோம், உனக்கே நாம் ஆட்செய்வோம், மற்றை நம் காமங்கள் மாற்றேலோர்' என்கிறார் ஆண்டாள். அதாவது, என்றென்றும் இறைவனின் அடியாராக வாழவேண்டும், அவருக்குத் தொண்டுசெய்யவேண்டும், மற்ற ஆசைகளை விடவேண்டும், இறைவனை எண்ணியபடி வாழவேண்டும்!

திருப்பாவையை வாசிக்கும் நமக்கும் பல நன்மைகள் உண்டு என்கிறது முப்பதாவது பாடல், 'கோதை சொன்ன சங்கத்தமிழ்மாலை முப்பதும் தப்பாமே இங்கு இப்பரிசு உரைப்பார் ஈர் இரண்டு மால் வரைத்தோள் செங்கண் திருமுகத்துச் செல்வத் திருமாலால் எங்கும் திருவருள் பெற்று இன்புறுவர்.'

'சங்கத்தமிழ்மாலை' எனப் போற்றப்படும் ஆண்டாளின் முப்பது திருப்பாவைப் பாடல்களையும் முறைப்படி சொல்கிறவர்களுக்குத் திருமாலின் திருவருளும் பேரின்பமும் என்றென்றும் உண்டு!

★★★

71. மொழிஞாயிறு தேவநேயப் பாவாணர்

ஒரே மாதிரியான வண்ணத்தில், வடிவத்தில் உள்ள மணிகளைக் கோத்து மாலையாக்கினால் அழகாக இருக்கும்; ஒரு மாறுதலுக்காக வெவ்வேறு மணிகளைக் கலந்து கோப்பதும் உண்டு; அதுவும் தனி அழகுதான்.

ஆனால், இந்த விதிமுறை மொழிக்குப் பொருந்தாது. ஒரே சொற்றொடரில் வெவ்வேறு மொழிச்சொற்களைக் கலந்து பேசுவதும் எழுதுவதும் இனிமையாக இருக்காது. இதன்மூலம், ஒரு மொழியைமட்டும் அறிந்தவர்கள் அச்சொற்றொடர்களை முழுமையாகப் புரிந்துகொள்வதும் பதில்சொல்வதும் சிரமமாகிவிடும், ஒரு மொழியில் ஏற்கெனவே இருக்கும் சொற்கள் பிறமொழிக் கலப்பால் மறக்கப்படலாம், தொலைந்துபோகலாம்.

சிறிதுகாலத்துக்குமுன் தமிழ்மொழிக்கு இப்படியொரு நெருக்கடி வந்தது. தமிழ்ச்சொற்றொடர்களில் வடமொழிச்சொற்களைப் பெருமளவு கலந்து எழுதும் பழக்கம் ஏற்பட்டது. அப்படி எழுதுவதுதான் சிறந்தது என்ற தவறான நம்பிக்கையும் உண்டானது.

இதனை எதிர்க்கும்வகையாகத் தமிழறிஞர்கள் 'தனித்தமிழ் இயக்க'த்தைத் தோற்றுவித்தார்கள். தமிழ்மொழியில் நமக்குத் தேவையான அனைத்துச் சொற்களும் உள்ளன, பிறமொழியிலிருந்து சொற்களைக் கடன் வாங்கவேண்டிய அவசியமில்லை என்று இவர்கள் நிறுவினார்கள், தூய தமிழில் எழுதுதல், பேசுதல் பெருமைக்குரியது என்னும் கருத்தை அழுத்தமாக வலியுறுத்தினார்கள். இதன்மூலம், தமிழ்ப்பேச்சில், எழுத்தில் பிறமொழிச்சொற்களின் கலப்பு பெருமளவு குறைந்தது.

தனித்தமிழ் இயக்கத்துக்கு அரிய தொண்டாற்றிய அறிஞர் பெருமக்களில் முதன்மையான ஒருவர், தேவநேயப் பாவாணர். பல மொழிகளைக் கற்றறிந்த இவர், 'வேர்ச்சொல் ஆராய்ச்சி' எனப்படும் ஆய்வுமுறையின்மூலம் பல்வேறு சொற்களை விரிவாக ஆராய்ந்து அவற்றின் வேர்களைக் கண்டறிந்தார், பழந்தமிழர்களுடைய வாழ்க்கைமுறையை ஆராய்ந்து வெளிக்கொண்டுவந்தார், அதன்மூலம் தமிழின் செழுமையை, தமிழர்களுடைய தனித்துவமான வரலாற்றை உலகுக்கு உணர்த்தினார், அதற்காக 'மொழிஞாயிறு' என்ற சிறப்புப்பெயர் பெற்றார்.

1902 பிப்ரவரி 7ம்நாள், திருநெல்வேலி மாவட்டத்திலுள்ள கோமதிமுத்துபுரத்தில் பிறந்தவர் பாவாணர். இளவயதிலேயே பெற்றோரை இழந்துவிட்ட இவர், தமக்கையாரிடம் வளர்ந்தார். நன்கு படித்துப் பட்டம் பெற்றார், ஆசிரியப்பணியில் சேர்ந்தார்.

வியப்பான ஒரு செய்தி, பின்னாட்களில் மிகுந்த தமிழுணர்வுடன் வாழ்ந்த, தமிழைச் சிறப்பித்துப் பலப்பல நூல்களை எழுதிப் பரப்பிய பாவாணர் பள்ளி நாட்களில் ஆங்கிலப்பற்றுடன் இருந்தார்; ஆங்கிலத்தில் சிறப்பாகப் பேசும் திறனைப் பெற்றிருந்தார்; ஆங்கில இலக்கியத்தை, குறிப்பாக ஷேக்ஸ்பியருடைய நாடகங்களை நன்கு கற்று ஆங்கிலப் பேராசிரியராக விரும்பினார்; ஆனால், எதிர்பாராத சூழ்நிலைகளால் அவருடைய மனம் தமிழ்ப்பணியின்பால் ஈர்க்கப்பட்டது; அதன்பிறகு தமிழையே மையமாகக் கொண்டு இயங்கத் தொடங்கினார். இச்செய்தியை அவரே தன்னுடைய

கட்டுரைகளில் பதிவு செய்திருக்கிறார். பாவாணருடைய நூல்கள் அனைத்தும் விரிவும் ஆழமும் நிரம்பியவை, தமிழின் சிறப்பை மையமாகக் கொண்டவை.

பல்லாண்டுகள் தொடர்ந்த ஆய்வுகளின் அடிப்படையில் எழுதப்பட்டவை. அவற்றுள் குறிப்பிட்டுச் சொல்லவேண்டிய நூல்களில் சில: சொல்லாராய்ச்சிக் கட்டுரைகள், இலக்கணக் கட்டுரைகள், செந்தமிழ்ச்சிறப்பு, தமிழர் மதம், தமிழர் வரலாறு, பண்டைத்தமிழ் நாகரிகமும் பண்பாடும், தமிழர் திருமணம், வேர்ச்சொற் கட்டுரைகள்.

வாழ்நாளெல்லாம் தமிழின் பெருமையைப் பேசிய, தனித்தமிழ்ப் பேச்சை, எழுத்தை வலியுறுத்திய பாவாணருடைய நூல்கள் இன்றும் பரவலாக வாசிக்கப்படுகின்றன; மொழியறிஞர்களுக்கும் பொதுமக்களுக்கும் பிறமொழிக் கலப்பை விலக்கித் தூய தமிழைப் பயன்படுத்த வழிகாட்டுகின்றன; நம்முடைய பண்பாட்டை எண்ணிப் பெருமைகொள்ளச்செய்கின்றன.

★★★

72. பாவாணர் நூல்கள்

தமிழ்மொழியின் சிறப்பை ஆய்வு நோக்கில் அணுகி ஆராய்ந்து, சொல்லளவிலும் பொருளளவிலும் இலக்கணமாகவும் வாழ்வியலாகவும் தமிழின் வளத்தைத் தன்னுடைய நூல்களில் பதிவுசெய்தவர் மொழிஞாயிறு தேவநேயப் பாவாணர். அவருடைய நூல்களில் முதன்மையான சிலவற்றை இங்கு பார்ப்போம்.

★ தமிழர் வரலாறு: கற்காலம் தொடங்கித் தமிழர்களுடைய வரலாற்றை விரிவாக விளக்கும் இரு நூல்களின் தொகுப்பு இது. ஒவ்வொரு காலகட்டத்திலும் தமிழர்கள் எப்படி வாழ்ந்தார்கள், என்ன பழக்கவழக்கங்களுடன் இருந்தார்கள், அதில் காலப்போக்கில் என்ன மாற்றங்கள் ஏற்பட்டன என்று விரிவாக அலசும் நூல்கள் இவை.

★ சொல்லாராய்ச்சிக் கட்டுரைகள்: அணியியற்சொற்கள், வரலாற்றுச்சொற்கள், ஒருபொருள் பல சொற்கள், வழக்கற்ற சொற்கள், பொருள்திரிச் சொற்கள் எனப் பல தலைப்புகளில் சொற்களை எடுத்துக்கொண்டு உரிய இலக்கிய, வாழ்வியல் சான்றுகளுடன் ஆராயும் கட்டுரைகளின் தொகுப்பு

- ★ வேர்ச்சொற் கட்டுரைகள்: அகர வரிசையில் வேர்ச்சொற்களை ஒவ்வொன்றாக எடுத்துக்கொண்டு, அவற்றிலிருந்து பிற சொற்கள் எப்படிப் பிறந்தன என்பதை விரிவாக ஆராயும் நான்கு நூல்கள். எடுத்துக்காட்டாக: அர் > அரம்; அர > அரவு (அரம்போல் கூர்மையான பற்களையுடைய பாம்பு)
- ★ தமிழர் மதம்: தமிழர்களுடைய சிறுதெய்வ வழிபாட்டில் தொடங்கிப் பெருந்தேவ மதங்கள், ஆரியத் தெய்வங்கள், மாற்றங்கள், அவற்றின் தாக்கங்கள், இன்றைய நிலை போன்றவற்றை விரிவாகப் பேசும் நூல்
- ★ தமிழர் திருமணம்: இல்லறத்தின் சிறப்பு, பண்டைத் தமிழகத்தில் திருமணங்கள் எப்படி நடைபெற்றன, அன்றைய திருமணங்களின் வகைகள், இடைக்கால மாறுதல்கள், திருமணச் சீர்திருத்தம் ஆகியவற்றை விளக்கும் இந்நூலில், திருமண அழைப்பிதழ் மாதிரி, நிகழ்ச்சி நிரல் மாதிரி போன்றவையும் உள்ளன
- ★ தமிழ்நாட்டு விளையாட்டுகள்: கோலி, தெல், சில்லாங்குச்சு, பம்பரம், பட்டம், கிளித்தட்டு, சடுகுடு, பச்சைக்குதிரை, கிச்சுக்கிச்சுத் தம்பலம், ஒரு குடம் தண்ணி ஊத்தி, கண்ணாம்பொத்தி உள்ளிட்ட பல தமிழர் விளையாட்டுகளைப்பற்றிய விரிவான குறிப்புகள் நிறைந்த நூல்; ஒவ்வொரு விளையாட்டையும் ஆடும் முறை, அப்போது பேசப்படும் பேச்சுகள், பாடல்கள் எனப் பல தகவல்கள் இந்நூலில் தரப்பட்டுள்ளதால், படிப்போரும் விளையாடி மகிழலாம்
- ★ பாவாணர் உரைகள்: பல சூழ்நிலைகளில் பாவாணர் ஆற்றிய உரைகளின் தொகுப்பு
- ★ பழந்தமிழாட்சி: அன்றைய தமிழகத்தின் அரசியல்முறை, அரசருக்குரிய தகுதிகள், படைகள், பாதுகாப்பு, ஆட்சிமுறை, பண்டமாற்று, தொழில்கள், குற்றம் செய்தவர்களுக்கு வழங்கப்பட்ட தண்டனைகள், கலை, கல்வி, அரசர்

விழாக்கள், அன்றாட நிகழ்ச்சிகள், இல்லற வாழ்க்கை போன்றவற்றை விரிவாகப் பேசும் நூல்

★ செந்தமிழ்க் காஞ்சி: பாவாணருடைய பாடல்களின் திரட்டு நூல்

தேவநேயப் பாவாணருடைய நூல்கள் அனைத்தும் இணையத்தில் இலவசமாகக் கிடைக்கின்றன. இந்த இணைய முகவரியில் அவற்றை வாசிக்கலாம்: ***http://www.tamilvu.org/library/lA460/html/lA460ind.htm***

★★★

73. ஐந்திணை ஐம்பது

பழந்தமிழ்ப் பாடல்களை அகம், புறம் என இரண்டாகப் பகுப்பார்கள். அன்புசார்ந்த அக உணர்வுகளைச் சொல்பவை அகப்பாடல்கள், போர், வீரம், வாழ்க்கைக்கான நன்னெறிகள் போன்ற புற உணர்வுகளைச் சொல்பவை புறப்பாடல்கள்.

அகத்திணைப் பாடல்கள் ஏழு ஒழுக்கங்களாக, அதாவது, ஏழு திணைகளாக அமையும்: குறிஞ்சி, முல்லை, மருதம், நெய்தல், பாலை, கைக்கிளை, பெருந்திணை. இவற்றுள் கைக்கிளை, பெருந்திணை ஆகியவை பொருந்தாத அன்பைச் சொல்கின்றன, மீதமுள்ள ஐந்தும் தலைவன், தலைவி ஒருவரையொருவர் விரும்பி வாழும் ஒழுக்கத்தைப் பாடுகின்றன, ஆகவே, அவற்றை 'அன்பின் ஐந்திணை' என்று சிறப்பித்துச்சொல்வார்கள்.

உயர்ந்த அன்பைச் சொல்லும் இந்த ஐந்து திணைகளிலும் நூற்றுக்கணக்கான அகத்துறைப்பாடல்கள் உள்ளன. குறுந்தொகை, அகநானூறு, நற்றிணை, ஐங்குறுநூறு உள்ளிட்ட பல நூல்களில் இவை தொகுக்கப்பட்டுள்ளன. அந்த வரிசையில் ஒரு சிறப்பான அகத்துறை நூல், 'ஐந்திணை ஐம்பது.'

பெயரைக் கேட்டதும் இந்நூலின் கட்டமைப்பு புரிந்துவிடும்: அன்பின் ஐந்திணைகளாகிய ஐந்து அகத்திணைகளிலும்

தலா பத்துப் பாடல்களைக் கொண்ட, மொத்தம் ஐம்பது அகத்துறைப்பாடல்களின் தொகுப்பு இது, பதினெண்கீழ்க்கணக்கு நூல்களில் ஒன்று.

'ஐந்திணை ஐம்பது' எழுதியவருடைய பெயர் இந்நூலின் பாயிரத்தில் இவ்வாறு இடம்பெறுகிறது: 'வண்புள்ளி மாறன் பொறையன்'. இதில் வரும் 'வண்புள்ளி' என்பதை அவருடைய ஊராகச் சொல்பவர்களும் உண்டு, 'வண்மை + புள்ளி (கணக்கு)' என்று பிரித்து அவர் கணக்கில் தேர்ச்சியுடையவர், அரசாங்கக் கணக்குகளைப் பார்வையிடும் பொறுப்பில் இருந்தவர் என்பவர்களும் உண்டு.

'மாறன்' என்ற பெயர் பாண்டிய அரசர்களைக் குறிக்கும், 'பொறையன்' என்ற பெயர் சேர அரசர்களைக் குறிக்கும். இவை இரண்டும் இந்தப் புலவருடைய பெயரில் சேர்ந்து இடம்பெற்றிருப்பதால், இவர் இவ்விரு அரசர்களிடமும் நட்பாக இருந்தவர் என்று சொல்லப்படுகிறது. 'பொறையன்' என்பதைப் புலவருடைய பெயராகவும், 'மாறன்' என்பதை அவருடைய தந்தையின் பெயராகவும் சிலர் சொல்கிறார்கள்.

ஐந்திணை ஐம்பதில் இடம்பெற்றுள்ள அனைத்து வெண்பாக்களும் தனிச்சுவை கொண்டவை. அவற்றிலிருந்து எடுத்துக்காட்டாக ஒரு பாடலைமட்டும் இங்கு பார்ப்போம்:

கார்காலம் தொடங்கிவிட்டது. தலைவன் பணிக்காக வெளியூர் சென்றுள்ளான். அவனைப் பிரிந்து தலைவி வருந்துகிறாள். அதைக்கண்டு தோழி வருந்துகிறாள். 'முல்லை அரும்புகளைவிட அழகிய பற்களைக் கொண்ட பெண்ணே, வானத்தில் மேகங்கள் திரள்கின்றன, மின்னல் அடிக்கிறது, இடி முழங்குகிறது, இவையெல்லாம் துணையைப் பிரிந்தவர்களை வருத்தும் ஆயுதங்கள்!' என்கிறாள்.

உடனே, அவளுக்கு ஒரு சந்தேகம், 'பெண்ணே, உன் காதலன் சென்ற ஊரில் இந்த மின்னல், இடி, மழையெல்லாம் இல்லையோ?' என்கிறாள்.

கார்காலம் எல்லா ஊரிலும் ஒரேமாதிரிதான் இருக்கும்.

அப்படியானால், காதலன் சென்ற ஊரிலும் மின்னல், இடி, மழை எல்லாம் இருக்கும், அதைப் பார்த்த காதலன் தன் காதலியை எண்ணி வருந்துவான், அவளைத் தேடி வருவான், இதைத்தான் தோழி குறிப்பால் உணர்த்துகிறாள்:

'மின்னும் முழக்கும் இடியும் மற்று இன்ன
கொலைப்படை சாலப் பரப்பிய, முல்லை
முகை வென்ற பல்லினாய், இல்லையோ மற்று
நமர் சென்ற நாட்டுள் இக் கார்!'

★★★

74. ஐந்திணை எழுபது

தலைவனுக்கும் தலைவிக்குமான அன்பைப் பேசுபவை ஐந்து அகத்திணைகள். இவற்றில் பல நூறு சிறந்த சங்க இலக்கியப் பாடல்கள் எழுதப்பட்டுள்ளன:

★ காதலர்கள் இருவர் சேர்ந்துவாழும் வாழ்க்கையைப் பேசும் குறிஞ்சித்திணை

★ அவர்கள் போர், கல்வி போன்ற சூழ்நிலைகள் காரணமாக ஒருவரையொருவர் பிரிந்திருக்கும்போது ஒருவர் பிரிவை மற்றவர் பொறுத்திருத்தலைப் பேசும் முல்லைத்திணை

★ அவர்களுக்கிடையிலான ஊடலைப் பேசும் மருதத்திணை

★ அவர்கள் பிரிவால் வருந்தி இரங்குதலைப் பேசும் நெய்தல் திணை

★ பிரிவினால் ஏற்படும் வாட்டத்தைப் பேசும் பாலைத்திணை

இந்த ஐந்து அகத்திணைகளிலும் தலா பதினான்கு பாடல்கள் என மொத்தம் எழுபது அகத்துறைப் பாடல்களைக்கொண்ட நூல், 'ஐந்திணை எழுபது'. மூவாதியார் எழுதிய இந்நூல் பதினெண்கீழ்க்கணக்கில் இடம்பெற்றுள்ளது.

எழுபது பாடல்கள் என நூலின் பெயரே தெளிவாகச் சுட்டியபோதும், இந்நூலில் நமக்குக் கிடைத்திருப்பவை அறுபத்தாறு பாடல்கள்தாம். முல்லைத்திணையில் இரண்டு, நெய்தல் திணையில் இரண்டு பாடல்கள் கிடைக்கவில்லை.

இந்நூலை எழுதிய மூவாதியார் சமணர் என்கிறார்கள்; ஆனால், அதற்குச் சான்று ஏதுமில்லை; இவரைப்பற்றிய வேறு விவரங்களும் நமக்குக் கிடைக்கவில்லை.

அன்றைய தமிழகச்சூழலையும் காதலர்களுடைய அன்பின் ஆழத்தையும் சிறப்பாக வெளிப்படுத்தும் வெண்பாக்களைக் கொண்ட 'ஐந்திணை எழுப'திலிருந்து ஒன்றைமட்டும் எடுத்துக்காட்டாகக் காண்போம்:

தலைவியும் தோழியும் பேசிக்கொண்டிருக்கிறார்கள். அப்போது சற்றுத்தொலைவில் தலைவன் வந்து நிற்கிறான். அவன் வந்ததைத் தோழி கவனித்துவிட்டாள், ஆனாலும் அதைக் கவனிக்காததுபோல் தலைவியிடம் தொடர்ந்து பேசுகிறாள், வேண்டுமென்றே தலைவனைப்பற்றி ஏதோ கேலியாகப் பேசுகிறாள்.

உடனே, தலைவி சொல்கிறாள், 'அப்படியெல்லாம் பேசாதே, எங்களுடைய அன்பு மிக உயர்வானது.'

'உங்கள் அன்பு உயர்வானது என்று யார் சொல்கிறார்கள்?' என்று தொடர்ந்து சீண்டுகிறாள் தோழி.

'வேறு யார் சொல்லவேண்டும்? என் நெஞ்சுதான் சொல்கிறது!'

'அப்படியா? உன் நெஞ்சு அப்படி என்னதான் சொல்கிறது என்று கொஞ்சம் விளக்கமாகச் சொல்லேன், கேட்போம்!'

'நல்லவர்களுடன் நாம் வைக்கிற நட்பு என்றைக்கும் சிதையாது; ஆழமாக வேரூன்றி வலுவாகும், பல நன்மைகளைத் தரும், அதுபோல, நீர்நிலைகளையுடைய சோலைகளைக்கொண்ட மலை நாட்டின் தலைவனான என் காதலனுடன் நான் வைத்திருக்கும் நட்பு எப்போதும் இன்பமாகத் தொடரும், இதைத்தான் என் நெஞ்சு சொல்கிறது' என்கிறாள் தலைவி.

அவள் இப்படிச் சொன்னதும், தலைவன் மகிழ்கிறான், இதற்காகவே அவனைக் கேலிசெய்வதுபோல் பேசிய தோழியும் மகிழ்கிறாள்.

‘சான்றவர் கேண்மை சிதைவின்றாய் ஊன்றி
வலி ஆகிப் பின்னும் பயக்கும், மெலிவு இல்
கயம் திகழ் சோலை மலைநாடன் கேண்மை
நயம் திகழும் என்னும் என் நெஞ்சு.’

★★★

75. சங்ககால மழை

ஒரு மழைக்காட்சியைப் பார்ப்போமா?

இன்றைக்கு, நேற்றைக்கு இல்லை, பல நூற்றாண்டுகளுக்குமுன் பெய்த மழை இது. புரிகிறமாதிரி சொல்வதென்றால், 'சங்ககாலத்து மழை!'

சங்க இலக்கியத்தின் பதினெண்மேற்கணக்கு நூல்களில் ஒன்றான 'நெடுநல்வாடை'யில் மதுரைக் கணக்காயர் மகனார் நக்கீரனார் அன்றைய மழையை விவரித்திருக்கிறார். அதைப் படிக்கும்போதே குளிரெடுக்கும்!

மழை பெய்கிறது, உலகெல்லாம் குளிர்கிறது!

மழையால் எல்லாரும் மகிழ்கிறார்கள், மாடு மேய்க்கும் இடையர்களுக்குமட்டும் மழையைப் பிடிப்பதில்லை. ஏனெனில், அவர்களுடைய வேலை, வெட்டவெளியில் மாடுகளை மேய்ப்பது. திடீரென்று மழை வந்துவிட்டதால் அவர்கள் திகைத்து நிற்கிறார்கள். மழை நன்றாகப் பெய்வதால், அவர்களால் தங்களுடைய வீட்டுக்கும் செல்ல இயலவில்லை. குடும்பத்தினரைப் பிரிந்து தனிமையில் வாடுகிறார்கள்.

அந்த இடையர்கள் செங்காந்தள் மலர்களைக் கோத்து மாலையாக அணிந்திருக்கிறார்கள். அவற்றில் மழைத்துளிகள் விழுகின்றன, அவர்களை நனைக்கின்றன, அவர்கள் நடுங்குகிறார்கள். குளிரில் அவர்களுடைய கன்னங்களெல்லாம் புடைத்துப்போகின்றன.

கதகதப்புக்காக அவர்கள் நெருப்பு மூட்டுகிறார்கள். அதில் கைகளைக் காட்டிக் குளிர்காய்கிறார்கள்.

மனிதர்கள் நெருப்பு மூட்டிக் குளிர் காய்வார்கள், மிருகங்கள் என்ன செய்யும்?

விலங்குகள் புல் மேயாமல் நிற்கின்றன, குரங்குகள் குளிரில் நடுங்கிக் குறும்புகளை மறந்து உட்கார்ந்துவிடுகின்றன, பறவைகள் பறக்க இயலாமல் தடுமாறுகின்றன. கொக்குகளும் நாரைகளும் மழை நீரை ஆவலுடன் பார்க்கின்றன, அதில் தென்படும் மீன்களைப் பிடித்துத் தின்னுகின்றன.

கொடிகளில் மழைக்காலத்தை வரவேற்று மலர்கள் பூக்கின்றன: வெள்ளை நிறத்தில் முசுண்டைமலர்கள், தங்கநிறத்தில் பீர்க்கம்பூக்கள்.

மழையால் வயல்களில் நெல் செழித்து வளர்கிறது, அதன் கதிர்கள் அனைவரையும் வணங்குவதுபோல் நிற்கின்றன.

அருகில் பாக்கு மரம் செழித்து நிற்கிறது. சோலையில் குருந்த மரத்தின் குருத்துகளிலிருந்து மழைத்துளி இன்னும் சொட்டிக்கொண்டிருக்கிறது.

இன்னும் சற்று நெருங்கினால் ஊர் தெரிகிறது. அங்கு பெரிய கட்டடங்கள், மாடங்கள், நீண்ட தெருக்கள், மக்கள் மழையை ரசித்தபடி அங்குமிங்கும் சென்றுவருகிறார்கள்.

அவர்களுடைய வீட்டில் உள்ள பெண்கள், மாலைநேரத்தில் தெய்வத்தை வழிபடுகிறவர்கள். மாலைநேரம் வந்துவிட்டதைத் தெரிந்துகொள்ள அவர்கள் ஓர் இயற்கைக் கடிகாரம் வைத்திருக்கிறார்கள். அந்தக் கடிகாரம்: ஒரு தட்டுநிறைய பிச்சி அரும்புகள். மாலைநேரமானதும் அவை மலர்ந்து மணம்வீசும்.

அந்த வாசனையை வைத்து ‘மாலைநேரமாகிவிட்டது’ என்று இவர்கள் தெரிந்துகொள்வார்கள்.

அன்றைய வழிபாடு எப்படியிருந்தது?

இரும்பு விளக்கில் அவர்கள் திரியை இட்டு விளக்கேற்றுகிறார்கள். தெய்வத்துக்கு நெல், மலர்களைத் தூவித் தொழுகிறார்கள்.

மழை நேரத்தில் வெளியே செல்ல இயலாதல்லவா? அவர்கள் இனிய பாடல்களைக் கேட்டு, சுவையான நடனங்களைப் பார்த்து மகிழ்கிறார்கள்.

ஒருவர் யாழ் வாசிக்கிறார். அந்த யாழின் நரம்பு குளிரில் பிழையாக ஒலிக்கிறது. ஆகவே, அவர் அந்த யாழை எடுத்து அணைத்துக்கொள்கிறார்.

யாழை ஏன் அணைக்கவேண்டும்?

என்னதான் குளிரடித்தாலும், மனிதர்களுடைய உடலுக்கென்று ஒரு கதகதப்பு உண்டல்லவா? அந்த உடல்சூட்டில் யாழின் குளிர்ந்த நரம்பு ஒழுங்காகிறது, அதில் சரியான இசை ஒலிக்கிறது.

சங்ககால மழைக்காட்சி எப்படியிருந்தது? உங்கள் ஊரில் அடுத்தமுறை மழை பெய்யும்போது சுற்றியுள்ள காட்சிகளைக் கவனியுங்கள், சாலையில், தோட்டத்தில், வீட்டுக்குள் என்னென்ன நடக்கிறது என்று பாருங்கள். நெடுநல்வாடையின் மழைக்காட்சிகளுடன் ஒப்பிட்டுப்பாருங்கள்!

★★★

76. எள்ளாமை வேண்டும்

அந்தக் கல்லூரியில் மாணவர் சேர்க்கை நடந்துகொண்டிருந்தது. வெவ்வேறு ஊர்களிலிருந்து வந்த மாணவர்கள் தங்களுக்கு விருப்பமான துறைகளில் சேர்ந்துகொண்டிருந்தார்கள்.

ராசு என்ற மாணவருக்குத் தமிழ்த்துறை, வரலாற்றுத்துறை ஆகிய இரண்டு துறைகளிலும் இடம் கிடைத்திருந்தது. அவர் முதலில் தமிழ்த்துறைக்குள் நுழைந்தார். 'ஐயா, வணக்கம்.'

தமிழ்த்துறைத் தலைவர் ராசுவை நிமிர்ந்து பார்த்தார். கருத்த நிறம், கரடுமுரடான தோற்றம், முதுகில் புரளும் தலைமுடி. இதையெல்லாம் பார்த்ததும், 'இவன் அடங்காதவன்' என்று அவருக்குத் தோன்றிவிட்டது. 'நீ வரலாற்றுப்பிரிவில் சேர்ந்துகொள்' என்று சொல்லிவிட்டார்.

'சரிங்கய்யா' என்றார் ராசு. அவருடைய ஆலோசனைப்படி வரலாற்றுப் பிரிவில் சேர்ந்துவிட்டார்.

அதன்பிறகு, அவர் ஒழுங்காகக் கல்லூரிக்கு வரத்தொடங்கினார். ஆசிரியர்கள் எல்லாரிடமும் மரியாதையுடன் பழகினார். சமூகப்பணிகளில் ஈடுபட்டார். சுருக்கமாகச் சொன்னால், தமிழ்த்துறைத் தலைவர் எண்ணியதைப்போல் அவர் 'அடங்காத' மாணவராக இல்லை, மிக நல்ல மாணவராக இருந்தார்.

இதைப் பார்த்ததும், தமிழ்த்துறைத் தலைவருடைய மனம் குறுகுறுத்தது. ‘இந்த மாணவருடைய உருவத்தைப் பார்த்துத் தவறாக எடைபோட்டுவிட்டோமே, குறைத்து மதிப்பிட்டு விட்டோமே’ என்று வருந்தினார். ராசு படிப்பை முடித்ததும், அவருக்கு ஒரு வேலை வாங்கிக்கொடுத்துத் தன்னுடைய குற்றவுணர்ச்சியைக் குறைத்துக்கொண்டார்.

அந்தத் தமிழ்த்துறைத் தலைவர், புகழ்பெற்ற எழுத்தாளரான பெருமாள் முருகன். பல மாணவர்களைத் தமிழ்த்துறையில் சேர்க்கவேண்டும், அங்கிருந்து விலகிச்செல்ல விரும்புகிறவர்களையும் தமிழ்த்துறையில் தக்கவைத்துக்கொள்ளவேண்டும் என்று விரும்புகிற அவர், ராசு விஷயத்தில்மட்டும் தவறு செய்துவிட்டதாக வருந்துகிறார். தனக்குப் பிடித்த இந்தக் குறளைத் தானே பின்பற்ற மறந்துவிட்டதாகச் சொல்கிறார்:

‘உருவு கண்டு எள்ளாமை வேண்டும், உருள் பெரும் தேர்க்கு
அச்சாணி அன்னார் உடைத்து.’

ஒருவருடைய உருவத்தைப் பார்த்து அவரைக் குறைத்து மதிப்பிட்டுவிடக்கூடாது. அவர்களுக்குள் பெரிய திறமைகள் இருக்கலாம்.

கிராமங்களில் திருவிழா நடக்கும்போது, பெரிய தேரை மக்கள் ஒன்றுகூடி இழுப்பார்கள். அந்தப் பிரமாண்டமான தேர் கம்பீரமாக நகரும் அழகைப் பார்த்து எல்லாரும் வியந்து பாராட்டுவார்கள்.

அந்தத் தேரின் சக்கரங்களைக் கூர்ந்து கவனித்தால், ‘அச்சாணி’ எனப்படுகிற நீண்ட, சற்றே தடிமனான உலோக முளை அவற்றில் பொருத்தப்பட்டிருக்கும். அந்த அச்சாணியின் துணையோடுதான் தேர் கம்பீரமாக உருண்டோடுகிறது.

ஒருவேளை, யாராவது அந்த அச்சாணியைப் பார்த்து, ‘இது வெறும் கம்பிதானே’ என்று தூக்கிப்போட்டுவிட்டால்? தேர் எப்படி ஓடும்?

ஆக, ஒருவருடைய தோற்றத்தைமட்டும் வைத்து 'இவர் இப்படிப்பட்டவர்' என்று நாமாக ஒரு தீர்மானத்துக்கு வந்துவிடக்கூடாது. நல்லவர்போல் தோன்றும் தீயவரும் உண்டு, தீயவர்போல் தோன்றும் நல்லவரும் உண்டு, அவர்களோடு பழகிப்பார்த்து உண்மை உணர்வதுதான் சரி.

ஆங்கிலத்தில் இதனை, *'Don't Judge A Book by its Cover'* என்கிறார்கள். ஒரு புத்தகத்தின் மேலட்டையைமட்டும் பார்த்து அந்தப் புத்தகம் சிறந்ததா, மோசமானதா என்று யாரால் சொல்ல இயலும்? படித்துப்பார்த்தால்தானே தரம் விளங்கும்? மனிதர்களும் அப்படிதான்!

★★★

77. என் கிளியைக் கவனித்துக்கொள்ளுங்கள்!

புதிதாக ஓர் ஊருக்குச் சென்றுதிரும்புகிறீர்கள்; அந்த ஊரைப்பற்றி இன்னொரு நண்பருக்கு விளக்குகிறீர்கள். அப்போது, உங்களுடைய விவரிப்பில் என்னென்ன அம்சங்கள் இடம்பெறும்?

சாலைகள், கட்டடங்கள், பூங்காக்கள், கடைகள், உணவு, மொழி... இப்படிச் சில விஷயங்களைச் சொல்லிதான் நாம் ஊர்களை, நாடுகளை விவரிக்கிறோம். ஏனெனில், அங்கு சென்றதும் சட்டென்று நம் கண்களில் தெரிபவை இந்த அம்சங்கள்தான்.

ஆனால், பழந்தமிழ்ப்பாடல்களில் வரும் ஊர் விவரிப்புகள் வேறுவிதமாக இருக்கும். அங்கு பறவைகள், மிருகங்கள், வயல்கள், அவற்றில் விளையும் பயிர்கள், மலர்கள், மீன்கள், சோலைகள், நதிகள் போன்றவற்றை அதிகம் காணலாம். இவற்றை வாசிக்கும்போது, அன்றைய தமிழர்கள் இயற்கையோடு இயைந்து வாழ்ந்ததை அறியலாம்.

பறவைகள் என்றால், வெறுமனே பெயரைச் சொல்வதோடு புலவர்கள் நிறுத்துவதில்லை. அவற்றின் அலகுகள், இறக்கைகள்,

கால்கள், அவை எழுப்பும் ஒலி, அவற்றின் வாழ்க்கைமுறை என அனைத்தையும் நுணுக்கமாக வர்ணிக்கிறார்கள். அவர்கள் எந்த அளவுக்கு இயற்கையைக் கூர்ந்து கவனித்துள்ளார்கள் என்பது வியப்புக்குரியது!

எடுத்துக்காட்டாக, குறுந்தொகையில் அன்றில், அன்னம், கிளி, குயில், குருகு, கொக்கு, புறா, மயில் உள்ளிட்ட பறவைகள் இடம்பெறுகின்றன. நற்றிணையில் மின்மினிப்பூச்சியைக் காண்கிறோம். ஏராளமான பழந்தமிழ்ப் பாடல்களில் வண்டுகளைக் காணலாம்.

இந்தப் பறவைகள் சோலைகள், வயல்களில் சுற்றிவருவதும் உண்டு, வீடுகளில் செல்லப்பறவைகளாக வளர்க்கப்படுவதும் உண்டு. குறிப்பாக, பெண்கள் பறவைகளை விரும்பி வளர்த்தார்கள், அவற்றை மிகவும் நேசித்தார்கள்.

கம்பராமாயணத்தில் ஒரு காட்சி. ராமனும் லட்சுமணனும் சீதையும் பதினான்காண்டுகள் வனத்துக்குச் செல்கிறார்கள். அவர்களோடு வரும் சுமந்திரன் நாடு திரும்புகிறார். அப்போது சீதை அவரிடம் சொல்வது:

'யானுடைப்
பொன் நிறப் பூவையும்
கிளியும் போற்றுக என்று
உன்னும் என் தங்கையர்க்(கு)
உணர்த்துவாய்.'

அயோத்தியில் சீதை பொன்னிறமான நாகணவாய்ப்புள் ஒன்றையும், கிளியொன்றையும் விருப்பத்துடன் வளர்த்துவருகிறார். இப்போது அவர் வனத்துக்கு வந்துவிட்டதால், அந்தப் பறவைகளை யார் கவனித்துக்கொள்வார்கள் என்று அவருக்குக் கவலை. 'என் தங்கையரிடம் அந்தப் பறவைகளைக் கவனித்துக்கொள்ளச்சொல்லுங்கள்' என்கிறார் அக்கறையுடன்.

யோசித்துப்பாருங்கள், சீதையின் கணவர் ராமருக்கு அரச பதவி கிடைக்கவில்லை, அவர்கள் பல ஆண்டுகள் வனத்தில் வாழவேண்டிய சூழ்நிலை, இத்தனைக்கும் நடுவில் அவர்

தன்னுடைய செல்லப்பறவைகளை எண்ணிக் கவலைப்படுகிறார் என்றால், அவற்றின்மீது அவர் எப்படிப்பட்ட அன்பைச் செலுத்தியிருக்கவேண்டும்!

பறவைகளோ விலங்குகளோ செடி, கொடிகளோ, எல்லா உயிர்களையும் நேசிப்பதுதான் அன்பின் உயர்ந்த நிலை. என்றென்றும் பின்பற்றக்கூடிய சிறந்த வாழ்க்கை நெறி இது!

★★★

78. முறைப்படுத்துதல்

மறுநாள் பள்ளியில் வரலாற்றுத்தேர்வு. சிவராமனும் மலர்விழியும் மும்முரமாகப் படித்துக்கொண்டிருந்தார்கள்.

அவர்களுடைய வரலாற்றாசிரியர் வகுப்பில் சொல்லித்தந்த பாடங்களையெல்லாம் சிவராமன் முறைப்படி குறிப்பெடுத்து வைத்திருந்தான். அதைப் பயன்படுத்திதான் அவர்கள் தேர்வுக்குப் படித்தார்கள். திடீரென்று, சாளரத்தின்வழியாகக் காற்று வீசியது; மேசை மேலிருந்த குறிப்புத்தாள்கள் அங்குமிங்கும் பறந்தன.

'அடடா' என்று சிவராமனும் மலர்விழியும் எழுந்தார்கள். பறந்தோடும் தாள்களைப் பிடித்தார்கள். அவற்றை மீண்டும் மேசைமீது அடுக்கினார்கள். 'நல்லவேளை, எல்லாத் தாள்களையும் சேகரித்துவிட்டோம்' என்று மகிழ்ந்தார்கள்.

ஆனால், அந்தத் தாள்கள் இப்போது வரிசையில் இல்லை; முன்பின்னாகக் கலந்திருந்தன. அவற்றை வைத்து வரலாற்றை முறையாக அறிந்துகொள்ள இயலாது. வகுப்பில் குறிப்பெடுத்த சிவராமன், அந்தத் தாள்களில் பக்க எண்களைக் குறிப்பிடவில்லை. ஆகவே, இப்போது அத்தாள்களை வரிசைப்படுத்துவது பெரிய சிரமமாக இருந்தது.

அதனால் என்ன? வரலாறு என்பதே வரல்+ஆறு, அதாவது, மனிதர்கள் வந்த வழிதானே? ஒருவர் இந்த ஆண்டில் பிறந்தார், அந்த ஆண்டில் அரசரானார், இன்னோராண்டில் இந்தப் போரில் வென்றார், பிறிதோராண்டில் இக்கோயிலைக் கட்டினார், இந்த ஆண்டில் மறைந்தார் என்று அதில் இயல்பாகவே ஒரு கால வரிசை அமைந்திருக்குமல்லவா? அதைக்கொண்டு சிவராமனும் மலர்விழியும் அத்தாள்களை ஒழுங்குபடுத்தினார்கள். அதன்பிறகு, தொடர்ந்து தேர்வுக்குப் படித்தார்கள்.

காற்றில் பறந்த அந்தத் தாள்களை இம்மாணவர்கள் வரிசைப்படுத்திய செயலை ‘முறைப்படுத்துதல்’ என்பார்கள். அதாவது, காலமுறைப்படி குறிப்புகளை ஒழுங்குபடுத்துதல். இது ஒரு நல்ல எழுத்துப்பயிற்சியாகும்.

எடுத்துக்காட்டாக, நீங்கள் அமெரிக்காவைப்பற்றி ஒரு கட்டுரை எழுதுகிறீர்கள்; அதற்காகப் பல நூல்களை வாசிக்கிறீர்கள், இணையத்தளங்களைப் பார்க்கிறீர்கள், பலருடன் பேசுகிறீர்கள், அவற்றிலிருந்து பல குறிப்புகளை எழுதிவைக்கிறீர்கள்.

இப்போது, அந்தக் குறிப்புகளை யாராவது படித்தால் அவர்களுக்கு எதுவும் புரியாது. ஏனெனில், நீங்கள் கேட்டதையெல்லாம் ஒழுங்கின்றி எழுதிவைத்திருக்கிறீர்கள், அவை முறையான வரிசையில் இல்லை, அங்கொன்றும் இங்கொன்றுமாகக் கலந்திருக்கின்றன.

ஆகவே, நீங்கள் அவற்றை இன்னொருமுறை வாசித்து ஒழுங்குபடுத்தவேண்டும்; அவற்றினிடையே தொடர்பு ஏற்படும்படி சொற்றொடர்களை அமைக்கவேண்டும்; அப்போதுதான் வாசிப்பவர்களுக்கு அமெரிக்காவைப்பற்றிய ஒரு தெளிவான பார்வை கிடைக்கும்.

கதை, கவிதை, கட்டுரை என எதுவானாலும் சரி, ஆற்றொழுக்கைப்போன்ற வரிசையும் ஒழுங்கும் அவசியம். எழுதுபவரிடமே குழப்பமிருந்தால், அவர் சொல்ல விரும்பும் கருத்து வாசிப்பவருக்குச் சிறப்பாகச் சென்றுசேராது.

ஆகவே, எதை எழுதும்போதும் 'முறைப்படுத்துதலை' நினைவில் வைத்துக்கொள்ளவேண்டும். எழுதுகிறவருடைய மனக் குழப்பமாகிய காற்று அந்தக் குறிப்புகளைக் கலைத்துவிட்டாலும், கவனமாக அவற்றை அடுக்கியபின்னர்தான் எழுதத்தொடங்கவேண்டும், அவ்வொழுங்கு வாசகருக்கு நன்மை சேர்க்கும், படைப்பை உயர்வாக்கும்!

★★★

79. நாவல் அரசி

'காந்தி வந்திருக்கிறார்!'

சென்னை நகர் முழுவதும் பரபரப்பாக இருந்தது. தேசியவுணர்வு கொண்ட பலரும் அண்ணலைக் காண வந்தார்கள்.

அவர்களில் ஒருவர், கோதைநாயகி, நல்ல எழுத்தாளர், காந்தியின்மீது மிகுந்த மதிப்பு கொண்டவர்.

சிறிதுநேரத்துக்குப்பிறகு, காந்தி அங்கு வந்தார். தன்னைக் காண வந்திருந்தவர்களை அன்போடு பார்த்தார்.

கோதைநாயகியைப் பார்த்ததும், காந்தி ஒரு சிறு புன்னகை செய்தார், 'பாரத அன்னை விலங்குகளைப் பூண்டிருக்கிறார்; நீங்களோ பலவிதமான நகைகளைப் பூண்டிருக்கிறீர்கள்' என்றார்.

அதைக் கேட்டதும், கோதைநாயகியின் மனம் மாறியது. அதுவரை பட்டுப்புடைவை, அழகிய நகைகள் என்று தன்னை அலங்கரித்துக்கொண்டிருந்த அவர், கதர்ப்புடைவை உடுத்தத்தொடங்கினார், மங்கல நாண் உள்ளிட்ட மிகச்சில அணிகலன்களைமட்டும் அணிந்துகொண்டு எளிய தோற்றத்துடன் விடுதலைப்போராட்டத்தில் பங்கேற்றார்.

பெண்கள் படிப்பதே அதிசயமாக இருந்த காலத்தில் வை. மு. கோதைநாயகி நூற்றுக்கும் மேற்பட்ட நாவல்களை எழுதினார். எளிய மொழி, ஆழமான கருத்துகள், சீர்திருத்தச் சிந்தனைகள் ஆகியவற்றின்மூலம் ஏராளமான வாசகர்களைக் கவர்ந்தார்.

1901 டிசம்பர் 1ம் நாள் பிறந்த கோதைநாயகியாரின் தந்தையார் நீர்வளூர் வெங்கடாச்சாரி, தாயார் பட்டம்மாள். ஐந்து வயதிலேயே அவருக்குத் திருமணமாகிவிட்டது; அவருடைய கணவர் வை. மு. பார்த்தசாரதி.

அன்றைய சமூகச்சூழலில் பெண்கள் வீட்டில் இருந்தபடி குடும்பத்தைப் பார்த்துக்கொள்வதுதான் வழக்கமாக இருந்தது. ஆனால், வை. மு. பார்த்தசாரதி தன் மனைவியை அவ்வாறு வீட்டுக்குள் முடக்கிவைக்க விரும்பவில்லை, அவரைக் கல்வி கற்குமாறு ஊக்குவித்தார். கோதைநாயகியும் மிகுந்த ஆர்வத்துடன் கற்றுக்கொண்டார்.

கோதைநாயகியாருக்கு இயல்பாகவே நன்கு கதைசொல்லும் திறமை இருந்தது. எழுதப்படிக்கக் கற்றுக்கொண்டபிறகு, தனக்குத் தோன்றிய கதைகளை அவர் நாவல்களாக எழுதத் தொடங்கினார். நல்ல கதைமாந்தர்கள், சிறந்த சூழல் விவரிப்புகள், புதுமையான சிந்தனைகள், சுவையான நடை என அருமையாக அமைந்த அவருடைய நாவல்களுக்கு மக்களிடையே நல்ல வரவேற்பு கிடைத்தது.

அடுத்து, தன்னுடைய கதைகளை வாசகர்களிடம் கொண்டுசேர்ப்பதற்காக ஓர் இதழைத் தொடங்க விரும்பினார் வை. மு. கோதைநாயகி. அதற்காக, ‘ஜகன்மோகினி’ என்ற இதழை வாங்கி நடத்தத்தொடங்கினார்.

ஆனால், ஒரு பெண் எழுதுவதும் பத்திரிகை நடத்துவதும் பலருக்குப் பிடிக்கவில்லை. அவர்கள் வை. மு. கோதைநாயகியின் படைப்புகளைப் புறக்கணிக்கவேண்டும் என்று பரப்புரை நடத்தினார்கள்.

நல்ல எழுத்தை இப்படியெல்லாம் பேசித் தடுத்து நிறுத்த இயலுமா? வை. மு. கோதைநாயகி நடத்திய ‘ஜகன்மோகினி’

இதழையும் அவருடைய நூல்களையும் வாசகர்கள் தொடர்ந்து வாங்கி ஆதரவளித்தார்கள். அவர் எழுதிய பெரும்பாலான நாவல்கள் பல பதிப்புகளாக வெளிவந்து வெற்றிகண்டன. அந்தக் காலகட்டத்தில் மிகவும் புகழ்பெற்ற எழுத்தாளராக விளங்கினார் அவர்.

இன்று தமிழில் பெண் எழுத்தாளர்களுடைய நாவல்கள் பெருமளவில் வெளியாகின்றன; வாசகர்கள், வாசகியரால் விரும்பிப் படிக்கப்படுகின்றன. இவற்றுக்கெல்லாம் தொடக்கத்தை அமைத்துத்தந்த சிறந்த எழுத்தாளர் வை. மு. கோதைநாயகி.

★★★

80. தனிவினை, கூட்டுவினை

நீங்கள் தூங்கி எழுந்ததும் முதன்முதலாக என்ன செய்வீர்கள்?

சிலர் பல் துலக்குவார்கள்; சிலர் 'பிரஷ் பண்ணுவார்கள்'.

இந்த இரு சொற்றொடர்களும் ஒரே செயலை(வினையை) தான் குறிக்கின்றன. இரண்டாவது சொற்றொடரில் ஓர் ஆங்கிலச்சொல் (பிரஷ்) பயன்படுத்தப்பட்டுள்ளது. ஆனால், அதைத் தாண்டியும் இந்தச் சொற்றொடர்களின் அமைப்பில் ஒரு சுவையான வேறுபாடு உள்ளது.

'துலக்குதல்' என்ற சொல் ஏதோ ஒரு விஷயத்தை நன்கு தூய்மைப்படுத்துதல் என்ற பொருளை நேரடியாக விளக்குகிறது. 'துலக்கம்' என்ற சொல் ஒளி, பளபளப்பு, மெருகு, தெளிவு போன்ற பொருள்களில் பயன்படுத்தப்படுகிறது.

ஆனால், 'பிரஷ் பண்ணுதல்' என்ற சொல் அப்படியில்லை; அங்கு 'பிரஷ்' என்ற சொல் பல் துலக்கும் கருவியைக் குறிக்கிறது, 'பண்ணுதல்' என்ற சொல் எதையோ செய்தல் என்ற பொருளைக் குறிக்கிறது, இவை இரண்டும் சேரும்போது, பல் துலக்கும் கருவியைக் கொண்டு பல்லைத் துலக்குதல் என்ற பொருள் வெளிப்படுகிறது.

இதைத் தூய தமிழ்ச் சொற்றொடர்களிலும் காணலாம். எடுத்துக்காட்டாக, 'மரத்தில் ஏறினான்' என்று எழுதினால், 'ஏறுதல்' என்ற வினை நேரடியாகப் பொருள்தருகிறது. அதையே 'வாழ்க்கையில் முன்னேறினான்' என்று எழுதினால், 'முன்னேறுதல்' என்ற வினை இரண்டாகப் பிரிகிறது: முன் + ஏறுதல், அதாவது, முன்னோக்கிச் செல்லுதல், வாழ்க்கையில் நன்னிலைக்கு வளர்தல் என்ற பொருளைத் தருகிறது.

ஒரு வினைச்சொல் தனித்துப் பொருள்தருகிறதா, அல்லது, பிற சொற்களுடன் இணைந்து பொருள்தருகிறதா என்பதைப்பொறுத்து அதனை இரு வகைகளாகப் பிரிக்கலாம்: தனிவினை, கூட்டுவினை.

மேற்கண்ட எடுத்துக்காட்டில் 'ஏறுதல்' என்பது தனிவினை; 'முன்னேறுதல்' என்பது கூட்டுவினை. இதேபோல் இன்னும் சில எடுத்துக்காட்டுகள்:

★ மகிழ்ச்சியாக இருக்கிறேன் *(தனிவினை)*

★ மதுரைக்கு வந்திருக்கிறேன் *(வந்து + இருக்கிறேன்: கூட்டுவினை)*

★ பணம் கொடுத்தேன் *(தனிவினை)*

★ நூல் எழுதிக்கொடுத்தேன் *(எழுதி + கொடுத்தேன்: கூட்டுவினை)*

வினைச்சொல்லோடு மூன்றுவிதமான சொற்கள் சேரும்போது கூட்டுவினை பிறக்கும்:

1. பெயர்ச்சொல்லும் வினைச்சொல்லும் சேர்ந்து கூட்டு வினையாகும். எடுத்துக்காட்டு: ஆணையிட்டான் *(ஆணை + இட்டான்)*
2. வினைச்சொல்லும் இன்னொரு வினைச்சொல்லும் சேர்ந்து கூட்டுவினையாகும். இந்த இரு வினைச்சொற்களையும் முறையே முதல்வினை, துணைவினை என்பார்கள். எடுத்துக்காட்டு: எழுதிக்கொடுத்தேன் *(எழுதுதல் முதல்வினை + கொடுத்தல் துணைவினை)*

3. இடைச்சொல்லும் வினைச்சொல்லும் சேர்ந்து கூட்டுவினையாகும். எடுத்துக்காட்டு: முன்னேறினேன் (முன் + ஏறினேன்)

இந்தச் சொற்றொடர்களில் வரும் வினைச்சொற்களைக் கவனியுங்கள்; இவற்றில் எவையெல்லாம் தனிவினைகள், எவையெல்லாம் கூட்டுவினைகள் என்று கண்டுபிடியுங்கள்; கூட்டுவினைகளைப் பிரித்துக்காட்டி, அவை எந்த வகையைச் சேர்ந்தவை என்று குறிப்பிடுங்கள்:

1. இதைக் கவனித்துக்கேள்
2. சீக்கிரம் சாப்பிடு
3. ஆசிரியர் மாணவர்களைப் பாராட்டினார்
4. தாய் குழந்தைக்கு உணவூட்டினார்

விடை:

★ 2, 3 தனிவினைகள் (சாப்பிடுதல், பாராட்டுதல்)

★ 1, 4 கூட்டுவினைகள்: 'கவனித்துக்கேள்' என்பது வினைச்சொல் + வினைச்சொல் (கவனித்தல் முதல்வினை, கேட்டல் துணைவினை), 'உணவூட்டினார்' என்பது பெயர்ச்சொல் (உணவு) + வினைச்சொல் (ஊட்டினார்)

★★★

81. இலக்கியம் சொல்லும் தமிழர் உணவுகள்

அன்றுமுதல் இன்றுவரை உலகம் பலவிதங்களில் மாறிவருகிறது. ஆனால், என்றென்றும் மாறாத மிகச்சில விஷயங்களில் ஒன்று, உணவு.

பழங்காலத்தில் வேட்டையாடி, விவசாயம் செய்து வாழ்ந்த மனிதர்கள் தொடங்கி, இன்றைக்கு அலுவலகங்களுக்கோ தொழிற்சாலைகளுக்கோ சென்று பணிபுரிகிறவர்கள்வரை எல்லாரும் உணவை உண்டார்கள், உண்டாகவேண்டும், ஏனெனில் அது ஓர் அவசியத்தேவை. அது தரும் ஆற்றலால்தான் மனிதர்கள் நடமாடுகிறார்கள், பல்வேறு பணிகளைச் செய்கிறார்கள், நலத்துடன் வாழ்கிறார்கள்.

உணவு என்கிற விஷயம் மாறாவிட்டாலும், மனிதர்கள் எதை உண்கிறார்கள் என்பது காலந்தோறும் மாறிவந்திருக்கிறது. பழந்தமிழ் மனிதர் ஒருவர் இன்றைய தமிழ்நாட்டின் சமையலறையொன்றுக்குள் நுழைந்தால், அங்குள்ள பெரும்பாலான உணவுப்பொருட்களைக் கண்டு வியப்பார், 'இதெல்லாம் என்ன?' என்று திகைப்புடன் கேட்பார். நாம் அவருடைய சமையலறைக்குள் நுழைந்தாலும் அதையேதான் கேட்போம்.

எடுத்துக்காட்டாக, சில ஆண்டுகளுக்குமுன்புவரை பீட்சா என்ற உணவுப்பண்டத்தை நாம் அறியோம்; ஆனால் இன்று, அது சிற்றூர்களிலும் கிடைக்கிறது. அதேபோல், என்றைக்கோ நாம் உண்டுகொண்டிருந்த தினைமாவு என்கிற பண்டத்தை இன்றைய தமிழர்களில் பெரும்பாலானோர் உண்டதில்லை.

பழந்தமிழ் இலக்கியங்களில் இட்லியோ தோசையோ உப்புமாவோ சப்பாத்தியோ இல்லை; அதேசமயம், இன்று நாம் உண்ணும் சில பொருட்கள் அங்கும் வருகின்றன, அதாவது, பல நூற்றாண்டுகளாகத் தமிழர்கள் அவற்றை உண்டுவந்திருக்கிறார்கள் என்கிற வரலாற்றுக்குறிப்பை அறிகிறோம்.

எடுத்துக்காட்டாக, நெல், அரிசி ஆகியவை பல செய்யுள்களில் வருகின்றன; நெற்கதிர்கள் காற்றில் அழகாக அசைவதும், வயலில் மீன்கள் துள்ளுவதும், பயிர்களுக்கிடையில் விளைந்திருக்கும் பூக்களையும் காண்கிறோம்.

அதேசமயம், கோதுமையைப் பழந்தமிழ்ப் பாடல்களில் காண இயலுவதில்லை. ஆகவே, அது பின்னர் தமிழகத்துக்கு வந்த பண்டம் என ஊகிக்கிறார்கள்.

பழங்களைப்பொறுத்தவரை, மா, பலா, வாழை ஆகிய முக்கனிகளையும் பல செய்யுள்களில் காண்கிறோம். அதாவது, பழந்தமிழில் பழத்தமிழ்!

தேனைப்பற்றிப் பல புலவர்கள் பாடியுள்ளார்கள். மலர்களில் தேன் சொரிவதையும், அதற்காக வண்டுகள் அங்கு மொய்ப்பதையும் அழகழகாக விவரித்துள்ளார்கள்.

பால், அதிலிருந்து கிடைக்கும் தயிர், வெண்ணெய் போன்றவையும் பல பாடல்களில் இடம்பெற்றுள்ளன. ஆழ்வார் பாடல்களில் கண்ணன் வெண்ணெய் திருடி உண்ணும் காட்சிகள் மிக அழகானவை.

இனிப்பைத் தரும் சர்க்கரையைப் பழந்தமிழ்ப் பாடல்கள் ‘அக்காரம்’ என்று அழைக்கின்றன. இன்னொரு பக்கம் காரத்தைத் தரும் மிளகுக்குக் ‘கறி’ என்று பெயர்.

மாமிச உணவும் பழந்தமிழ்ப்பாடல்களில் உண்டு; கண்ணப்பர் சிவபெருமானுக்கு மாமிசத்தைப் படைத்ததைச் சேக்கிழார் பெரியபுராணத்தில் விளக்குகிறார்; கம்பராமாயணத்தில் ராமனுக்குக் குகன் மீனைப் படைக்கிறார்; சங்கத் தமிழ்ப் பாடல்களில் வேட்டையாடுதல், மீன் பிடித்தல் ஆகியவை விவரிக்கப்பட்டுள்ளன.

உலகில் நிகழ்ந்துவரும் மாற்றங்களுக்கேற்ப நம் உணவுமுறைகளும் மாறிவருகின்றன. அதில் தவறில்லை. அதேசமயம், நம்முடைய பாரம்பரிய உணவுகள் இங்குள்ள சூழலுக்கேற்ப அமைந்தவை என்பதை நினைவில்கொள்ள வேண்டும், சுவையான, சத்தான அந்த உணவுகளையும் தொடர்ந்து சமைக்கவேண்டும், உண்ணவேண்டும், அவற்றை அடுத்த தலைமுறைக்கும் கொண்டு செல்ல வேண்டும், அது நம் கடமை!

★★★

82. விரிவும் சுருக்கமும்

'மரத்தில் ஏறினான்.' *(1)*

தமிழிலக்கணப்படி இது ஒரு முழுமையான சொற்றொடர்தான். யாரோ ஓர் ஆண் மரத்தில் ஏறியதை இதன்மூலம் அறிகிறோம்.

ஆனால், அந்த ஆண் யார் என்பது நமக்குத் தெரியவில்லை. அதையும் சேர்த்துச் சொல்வோமா?

'முருகன் மரத்தில் ஏறினான்.' *(2)*

அந்த மரம் எப்படிப்பட்ட மரம்?

'முருகன் பசுமையான மரத்தில் ஏறினான்.' *(3)*

அது எந்தவகை மரம்?

'முருகன் பசுமையான ஆல மரத்தில் ஏறினான்.' *(4)*

எப்படி ஏறினான்?

'முருகன் பசுமையான ஆல மரத்தில் விரைவாக ஏறினான்.' *(5)*

எப்போது ஏறினான்?

'முருகன் காலையில் பசுமையான ஆல மரத்தில் விரைவாக ஏறினான்.' (6)

இந்த ஆறு சொற்றொடர்களையும் பொறுமையாக வாசித்துப் பாருங்கள். இவை ஒவ்வொன்றும் தன்னளவில் முழுமையான வையாக இருப்பினும், அடுத்தடுத்த சொற்றொடர்கள் அதனை இன்னும் முழுமையாக்குகின்றன. இவ்வாறு சொற்றொடர்களைக் கூடுதல் தகவல்களைத் தந்து விவரிப்பது நல்ல எழுத்துப்பயிற்சியாகும்.

அதற்காக, ஒவ்வொரு சொற்றொடரையும் நீளமாக்கிக்கொண்டே செல்லவேண்டும் என்று பொருளில்லை. வாசிப்போர் நேர நெருக்கடியில் இருக்கிற இன்றைய சூழ்நிலையில் நாம் எதையும் சுருக்கமாகச் சொல்லிப் பழகுவதுதான் நல்லது. அதேசமயம், அதில் எந்த முக்கியமான தகவல்களும் விடுபட்டுவிடக்கூடாது; அப்போதுதான் நாம் என்ன சொல்லவருகிறோம் என்பதை வாசிப்போர் குழப்பமின்றிப் புரிந்துகொள்வார்கள்.

ஆகவே, ஒரு சொற்றொடரை விரிக்கும் பயிற்சியும் நமக்குத் தேவை; சுருக்கும் பயிற்சியும் நமக்குத் தேவை; தகவல்கள் போதவில்லை எனத் தோன்றும்போது கூடுதல் சொற்களை, விவரிப்புகளைச் சேர்த்து விரிக்கவேண்டும், தகவல்கள் அளவுக்கதிகமாக உள்ளன எனத் தோன்றும்போது அவசியமில்லாதவற்றை நீக்கிச் சுருக்கவேண்டும்.

தேர்வுகளின்போது வினாத்தாள்களில், 'நூறு சொற்களுக்கு மிகாமல் விடை எழுதுங்கள்' என்பதுபோல் குறிப்பிட்டிருப்பார்கள். இதன் பொருள், ஏதேனும் நூறு சொற்களை எழுதவேண்டும் என்பதில்லை. அந்த வினாவுக்கு விடையெழுதும்போது கண்டிப்பாக இடம்பெறவேண்டிய நூறு சொற்களை எழுதினால்தான் உங்களுக்கு மதிப்பெண் கிடைக்கும். அதாவது, அளவுக்கதிகமாக நீட்டவும் கூடாது, மிகச் சுருக்கமாகவும் எழுதக்கூடாது. சரியான தகவல்களைக் கோத்து எழுதவேண்டும். அதற்கு இந்தப்பயிற்சி உதவும்.

மதிப்பெண்களைப் பெறுவதற்குமட்டும்தான் இந்தப்பயிற்சி

என்று எண்ணிவிட வேண்டாம். நீங்கள் படிப்பை நிறைவுசெய்து பணிக்குச் சென்றபிறகும், ஏதேனும் ஒரு புதிய விஷயத்தைப் பிறரிடம் முன்வைக்கும்போது வளவளவென்று எழுதிக்கொண்டிருந்தால் அவர்கள் ஆர்வமிழந்துவிடுவார்கள். சுருக்கமாகவும் தெளிவாகவும் எழுதுகிற, பேசுகிற பயிற்சி இருந்தால் உங்கள் கருத்தைச் சிறப்பாக முன்வைக்கலாம், பிறருடைய ஆதரவைப் பெறலாம்.

உங்களுடைய பாடப்புத்தகத்திலோ, வார, மாத இதழ்கள், செய்தித்தாள்களிலோ உள்ள கட்டுரைகள், கதைகளைக் கவனித்துப்பாருங்கள். அவற்றை இன்னும் விரிவுபடுத்தவேண்டிய தேவை இருக்கிறதா, இன்னும் சுருக்கவேண்டுமா, அல்லது, அவை சரியான அளவில் உள்ளதா என்று யோசியுங்கள். மாற்றி எழுதிப்பாருங்கள். அதன்மூலம் உங்களுடைய எழுத்து இன்னும் செறிவாகும்.

★★★

83. புகழா? தரமா?

ஒரு நூலை வாங்கலாமா, வாசிக்கலாமா என்று நீங்கள் எப்படித் தீர்மானிக்கிறீர்கள்?

சிலர் தலைப்பைக் கொண்டு தீர்மானிப்பார்கள், சிலர் விலையைக் கொண்டு தீர்மானிப்பார்கள், பெரும்பாலானோர் ஆசிரியருடைய பெயரைக்கொண்டு தீர்மானிப்பார்கள்.

அதாவது, புகழ்பெற்ற, நன்கு எழுதக்கூடிய ஆசிரியருடைய நூல் என்றால், உடனே வாங்கிவிடுவார்கள், ஆர்வத்துடன் படிப்பார்கள்; புதிய ஆசிரியருடைய நூல் என்றால், கொஞ்சம் தயங்குவார்கள்.

பல ஆண்டுகளுக்கு முன்னால், வி. கோ. சூரியநாராயண சாஸ்திரியார் என்ற பெரும் எழுத்தாளர் இருந்தார். அவருடைய படைப்புகளை வாசகர்கள் ஆர்வத்துடன் வாசித்து மகிழ்ந்தார்கள், பாராட்டினார்கள்.

அப்போது, அவருக்குள் இந்தக் கேள்விகள் எழுந்தன, 'ஒரு நூல் மக்களால் வாசிக்கப்படக் காரணம் என்ன? நூலின் சிறப்பா? அல்லது, எழுதியவருடைய புகழா? ஒரு புகழ்பெற்ற

ஆசிரியர் சிறப்பில்லாத நூலொன்றை எழுதினாலும் மக்கள் அதனை ஏற்றுக்கொண்டுவிடுவார்களா? புகழில்லாத ஒருவர் நல்ல நூலொன்றை எழுதினாலும் மக்கள் அதை நிராகரித்துவிடுவார்களா?'

இந்தக் கேள்விகளுக்கு விடை காண்பதற்காக அவர் ஒரு பரிசோதனை செய்துபார்க்கத் தீர்மானித்தார், 'இப்போது நான் எழுதிக்கொண்டிருக்கும் பாடல்களையெல்லாம் என்னுடைய உண்மைப் பெயரில் வெளியிடப்போவதில்லை, வேறு புனைபெயரில் வெளியிடப்போகிறேன். மக்களைப் பொறுத்தவரை இவை யாரோ புதியவருடைய பாடல்கள்; அதைப் பொருட்படுத்தாமல் அவர்கள் இப்பாடல்களை ஏற்றுக்கொண்டால், இவை உண்மையில் சிறப்பானவை என்று பொருள்.'

இதற்காக அவர் தேர்ந்தெடுத்த புனைபெயர்: பரிதிமாற்கலைஞன்.

உண்மையில் இது புதிய பெயரே இல்லை; சூரியநாராயணசாஸ்திரி என்ற தன்னுடைய பெயரைதான் இப்படித் தூய தமிழில் மொழிபெயர்த்து ஒரு புனைபெயரை உருவாக்கியிருந்தார். 'சூரியன்' என்றால் தமிழில் 'பரிதி', 'நாராயணன்' என்ற இறைவனுடைய பெயர் தமிழில் 'மால்', 'சாஸ்திரி' என்பதற்கு இணையான தமிழ்ச்சொல் 'கலைஞன்'. இவை மூன்றையும் சேர்த்துப் 'பரிதிமாற்கலைஞன்' என்ற பெயரை உருவாக்கினார் அவர்.

இந்தப் புதிய பெயரில் அவருடைய பாடல்கள் வெளியாகின. யாரோ புதியவர் எழுதியிருக்கிறார் என்று எண்ணாமல் மக்கள் அவற்றை வாங்கிப் படித்தார்கள், வியந்து பாராட்டினார்கள், இதைக்கேட்டுச் சூரியநாராயண சாஸ்திரியார் மகிழ்ந்தார், தன்னுடைய புகழ்பெற்ற பெயருக்காக அல்லாமல், கவிதைகளின் தரத்துக்காகதான் மக்கள் அவற்றை வாசித்து ஏற்றுக் கொண்டிருக்கிறார்கள் என்று புரிந்துகொண்டார்.

'தனிப் பாசுரத் தொகை' என்ற பெயரில் வெளியான இப்பாடல்களை ஜி.யூ. போப் மிகவும் ரசித்தார். அவற்றை

ஆங்கிலத்தில் மொழிபெயர்த்து அனுப்பினார். இந்நூலின் இரண்டாம் பதிப்பில் அவையும் சேர்க்கப்பட்டன.

இந்தச் சுவையான பரிசோதனையால் கிடைத்த ஒரு நல்விளைவு, 'சூரியநாராயண சாஸ்திரியார்' என்ற பிறமொழிப்பெயரை மறந்து அவர் 'பரிதிமாற்கலைஞராகவே' மாறிவிட்டார். தமிழ்மொழியின் வரலாறு, பாவலர் விருந்து, நாடகவியல் உள்ளிட்ட பல முக்கியமான நூல்களை எழுதிய பரிதிமாற்கலைஞர் பதிப்பாளராகவும் திகழ்ந்தார். அவருடைய எழுத்துகள் நல்ல தமிழ்நடைக்கு எடுத்துக்காட்டுகளாக அமைந்துள்ளன.

இனி நீங்கள் ஒரு புதிய நூலைக் கண்டால், அதன் தரத்தைக் கொண்டு மதிப்பிடுங்கள், ஆசிரியர் புகழ்பெற்றவரா, இல்லையா என்று பார்த்துத் தீர்மானிக்க வேண்டாம்; பல புதிய எழுத்தாளர்கள் அருமையாக எழுதுகிறார்கள், 'பரிதிமாற்கலைஞர்' போல் புனைபெயருக்குள் இருந்துகொண்டு உங்களைப் பரிசோதிக்கிற சிறந்த, அனுபவமிக்க எழுத்தாளர்களும் இருக்கக்கூடும். ஆகவே, நல்ல எழுத்து எங்கிருந்து வந்தாலும் வாசித்து ஆதரியுங்கள்!

★★★

84. கதைகளின் உலகம்

சிறுவயதில் நீங்கள் கதை கேட்டதுண்டா?

குழந்தைகளுக்குச் சோறூட்டுவதற்காகவும் தூங்கவைப்பதற்காகவும் தாயோ தந்தையோ கதை சொல்வார்கள். சுவையான கதாபாத்திரங்கள், வித்தியாசமான நிகழ்வுகள், வேடிக்கையான வசனங்களுக்கிடையில் நீதிக்கருத்துகளையும் சேர்த்துப் புரியவைப்பார்கள்.

இந்தச் சுவை நமக்குப் பழகிவிடுவதால், வளர்ந்தபிறகும் நாம் கதைகளைக் கேட்க விரும்புகிறோம். யாரேனும் ஒரு புதிய இடத்துக்குச் சென்று திரும்பினால், ‘அந்த ஊர் எப்படி இருந்தது? உன்னுடைய அனுபவத்தைச் சொல்’ என்று ஆர்வத்துடன் கேட்கிறோம். ஏதாவது ஒரு புதிய நிகழ்வைப் பார்த்தால் அதைப் பிறரிடம் விவரிக்கிறோம்.

கதை கேட்பது ஒரு சுவை என்றால், கதை படிப்பது இன்னொரு சுவை. தமிழில் வெவ்வேறு பொருண்மைகளில் வெவ்வேறு அளவுகளில் பல்லாயிரக்கணக்கான கதைகள் எழுதப்பட்டிருக்கின்றன. செய்தித்தாள்கள், வார, மாத இதழ்கள், நூலகப் புத்தகங்கள், இணையத்தளங்கள் எனப் பலவற்றிலும் நீங்கள் இவற்றை வாசிக்கலாம்.

பெரும்பாலான குழந்தைகள் முதலில் வாசிப்பது படக்கதைகளைதான்; அதாவது, படங்கள் அதிகமாகவும் எழுத்துகள் குறைவாகவும் உள்ள கதைகள்; பஞ்சதந்திரக்கதைகள், தெனாலிராமன் கதைகள், பீர்பால் கதைகளில் தொடங்கி இன்றைய நவீன உலகத்தை விவரிக்கும் கதைகள்வரை பலவிதங்களில் இக்கதைகள் வெளியாகின்றன.

படக்கதைகளின் மிகப்பெரிய நன்மை, புதிதாகப் படிக்கக் கற்கிறவர்களுக்கு அவை தன்னம்பிக்கை அளிக்கின்றன. குழந்தைகள் ஒவ்வோர் எழுத்தாக, ஒவ்வொரு சொல்லாக, ஒவ்வொரு சொற்றொடராகத் தாங்களே வாசித்து மகிழ்கிறார்கள்; இன்னும் நிறைய வாசிக்கவேண்டும் என்கிற ஆர்வத்தை வளர்த்துக்கொள்கிறார்கள்.

அடுத்தபடியாக, படங்கள் குறைவாகவும் எழுத்துகள் அதிகமாகவும் உள்ள கதைகளை அவர்கள் வாசிக்கிறார்கள். இவை அளவில் சிறிய கதைகளாக இருக்கலாம், அல்லது நூறு பக்கங்களைத் தாண்டியும் நீள்கிற கதைகளாக இருக்கலாம். இந்த அளவைப்பொறுத்து இவற்றைச் சிறுகதைகள், புதினங்கள் என்று அழைக்கிறோம்.

இளையர்களுக்காக எழுதப்படும் இந்தக்கதைகள் பெரும்பாலும் துணிகரச்செயல்களை மையமாகக்கொண்டு அமைகின்றன. ஒரு நாயகர் அல்லது நாயகி இருப்பார், அவர் ஏதேனும் ஒரு புதிரைச் சந்திப்பார், அல்லது, ஒரு குற்றச்செயலைக் காண்பார், அதிலிருக்கும் மர்மத்தை விலக்க முற்படுவார், பல தடைகளைச் சந்திப்பார், தன்னுடைய அறிவு மற்றும் வீரத்தின் துணையுடன் அவற்றை வென்று புதிரை அவிழ்ப்பார், உலகில் நன்மையை நிலைநாட்டுவார். இந்த எளிய அடிப்படையை வைத்துக்கொண்டு ஆயிரக்கணக்கான சுவையான இளையர் கதைகள் எழுதப்பட்டுள்ளன.

கதைகளின் வழியாக வரலாற்றை, அறிவியலை, பிற நாடுகள், கலாசாரங்களைக் கற்றுத்தரும் நூல்களும் இருக்கின்றன; இவை வாசிக்கச் சுவையாக இருக்கும், அதேசமயம் ஒரு புதிய விஷயத்தை நமக்கு உணர்த்தும்.

உங்கள் பள்ளியிலோ வீட்டருகிலோ உள்ள நூலகத்துக்குச் சென்றுபாருங்கள்; படக்கதைகள், சிறுகதைகள், புதினங்கள் என்று பலவிதமான கதைகளைக் காண்பீர்கள்; உங்களுக்குப் பிடித்த ஒன்றில் நுழையுங்கள், அனுபவித்து மகிழுங்கள், நீங்களே புதிய கதைகளை உருவாக்குங்கள், நண்பர்களுடன் பகிர்ந்துகொள்ளுங்கள், சிறந்த பொழுதுபோக்காகவும் அறிவை வளர்க்கும் உத்தியாகவும் அமையும் பழக்கம் இது!

★★★

85. தொல்காப்பியர் விவரிக்கும் ஆறு அறிவுகள்

தாவரங்களுக்கு அறிவுண்டா?

இந்தக் கேள்வியைக் கேட்டதும் பலர் வாய்விட்டுச் சிரிப்பார்கள், 'இல்லவே இல்லை' என்பார்கள், 'வாழைமரமும் மாமரமும் புத்தகம் படித்துத் தேர்வெழுதி மதிப்பெண் வாங்குகின்றனவா? தாமரைமலரும் நெற்கதிர்களும் வேலைக்குச்சென்று சம்பாதிப்பதில்லையே? அப்படியானால், அவற்றுக்கு அறிவு இல்லை என்றுதானே பொருள்?'

'அறிவு' என்பது புத்தகம் படிப்பதும் மதிப்பெண் வாங்குவதும் வேலைக்குச்செல்வதும்தான் என்றில்லை. குளிர் அதிகமாக இருக்கும்போது வெளியில் அதிகம் நடமாடாமல் உள்ளேயே இருக்கவேண்டும்; வெய்யில் அதிகமாக இருக்கும்போது நிறையத் தண்ணீர் குடிக்கவேண்டும் என்பதெல்லாம்கூட அறிவுதான். இது மிருகங்கள், பறவைகளுக்குக்கூடத் தெரிந்திருக்கிறதே!

ஆக, 'அறிவு' என்பது பலவகைப்படும். அந்த வரையறையின்படி பார்த்தால், தாவரங்களுக்கும் ஓர் அறிவு உண்டு: பிறர் தன்னைத் தொடுகிறார்கள் என்பதை உணரும் அறிவுதான் அது. தமிழில்

இதனை 'உற்றறிதல்' என்பார்கள். இந்த ஒரே அறிவுமட்டும் கொண்ட தாவரங்களை 'ஓரறிவுயிர்கள்' என்று அழைப்பார்கள்.

நத்தை, சங்கு, இப்பி ஆகியவற்றுக்கு உற்றறிகிற அறிவு உண்டு, அத்துடன், தன்னுடைய உணவை நாக்கினால் சுவைத்து அறிகிற இன்னோர் அறிவும் இருக்கிறது. ஆகவே, இவற்றை 'ஈரறிவுயிர்கள்' என்பார்கள்.

எறும்புகளுக்கு இந்த இரு அறிவுகளும் உள்ளன; மூன்றாவதாக, உணவை மூக்கினால் மோப்பம் பிடிக்கிற இன்னோர் அறிவும் இருக்கிறது. ஆகவே, இவற்றை 'மூவறிவுயிர்கள்' என்பார்கள்.

நண்டு, தும்பி ஆகியவற்றுக்கு இந்த மூன்று அறிவுகளும் உள்ளன; நான்காவதாக, தங்களைச் சுற்றியுள்ளவற்றைக் கண்ணால் காண்கிற இன்னோர் அறிவும் இருக்கிறது. ஆகவே, இவற்றை 'நான்கறிவுயிர்கள்' என்பார்கள்.

நாய், ஆடு, மாடு போன்றவற்றுக்கு இந்த நான்கு அறிவுகளும் உள்ளன; ஐந்தாவதாக, தங்களைச் சுற்றி எழும் ஓசைகளைக் காதால் கேட்கிற இன்னோர் அறிவும் இருக்கிறது. ஆகவே, இவற்றை 'ஐந்தறிவுயிர்கள்' என்பார்கள்.

நிறைவாக, மனிதனுக்கு இந்த ஐந்து அறிவுகளும் உள்ளன; ஆறாவதாகச் சிந்திக்கிற, இது சரி, இது தவறு என்று பகுத்தறிகிற இன்னோர் அறிவும் இருக்கிறது. ஆகவே, மனிதனை 'ஆறறிவுயிர்' என்கிறோம். இதுதான் மனிதனை மற்ற அனைத்து உயிரினங்களிலிருந்தும் உயர்த்துகிறது, பிற உயிர்களையெல்லாம் அவன் ஆள்வது இதனால்தான்.

அதேசமயம், முதல் ஐந்து அறிவுகளும் குறைவானவை என்று பொருளில்லை; இவை ஒவ்வொன்றும் வெவ்வேறுவிதத்தில் நம்முடைய இயக்கத்துக்கு உதவுகின்றன; இனிமையான, பயனுள்ள வாழ்க்கைக்குத் துணைபுரிகின்றன.

ஆக, உற்றறிதல் முதல் அறிவு, அத்துடன் நாக்கு/சுவையுணர்தல் சேரும்போது ஈரறிவு, அத்துடன் மூக்குமோத்தல் சேரும்போது மூவறிவு, அத்துடன் கண்/பார்த்தல் சேரும்போது நான்கறிவு,

அத்துடன் காது/கேட்டல் சேரும்போது ஐந்தறிவு, அத்துடன் மனம்/சிந்தித்தல், பகுத்தறிதல் சேரும்போது ஆறறிவு.

தமிழுக்கு இலக்கணம் வகுத்த தொல்காப்பியர்தான் உயிரினங்களை இப்படி வகைப்படுத்திக் கூறியிருக்கிறார்; தொல்காப்பியத்தின் பொருளதிகாரத்திலுள்ள மரபியல் பகுதியில் இந்த நூற்பா இடம்பெற்றுள்ளது:

‘ஒன்றறிவு அதுவே, உற்று அறிவதுவே,
இரண்டறிவு அதுவே, அதனொடு நாக்கே,
மூன்றறிவு அதுவே, அவற்றொடு மூக்கே,
நான்கறிவு அதுவே, அவற்றொடு கண்ணே,
ஐந்தறிவு அதுவே, அவற்றொடு செவியே,
ஆறறிவு அதுவே, அவற்றொடு மனனே,
நேரிதின் உணர்ந்தோர் நெறிப்படுத்தினரே.’

★★★

86. களர் நிலமும் கழனியும்

கமலாவின் தாய் ஒரு புதிய இனிப்புவகையைச் செய்திருந்தார். அது அவளுக்கு மிகவும் பிடித்திருந்தது.

'அம்மா, இந்த இனிப்பு என் தோழிங்களுக்கும் ரொம்பப் பிடிக்கும்' என்றாள் கமலா, 'நாளைக்கு நான் பள்ளிக்கூடத்துக்குப் போகும்போது அவங்களுக்கும் கொஞ்சம் இனிப்பு தர்றீங்களா?'

'கொஞ்சம் என்ன? நிறையவே தர்றேன்' என்றார் கமலாவின் தாய். தன்னுடைய மகளின் பகிர்ந்துண்ணும் குணத்தை எண்ணி அவருக்கு மிகவும் மகிழ்ச்சி, பெருமை.

மறுநாள், ஒரு பாத்திரம் நிறைய இனிப்புடன் பள்ளிக்குச் சென்றாள் கமலா. அந்த இனிப்பை எல்லாத் தோழிகளுக்கும் பகிர்ந்து கொடுத்தாள். அனைவரும் கலகலப்பாகப் பேசிச் சிரித்தபடி அதனை உண்டு மகிழ்ந்தார்கள்.

'ஏய், வளர்மதியை எங்கே காணோம்?' திடீரென்று யாரோ கேட்டார்கள், 'அவளுக்கு இனிப்புன்னா ரொம்பப் பிடிக்குமே!'

'ஆமா, வளர்மதி எங்கே?'

'அவ இன்னிக்குப் பள்ளிக்கூடத்துக்கு வரலை!'

'ஏன்? உடம்பு சரியில்லையா?' அக்கறையுடன் கேட்டாள் கமலா.

'அதெல்லாம் இல்லை, இனிமே அவளைப் பள்ளிக்கூடத்துக்கு அனுப்பமாட்டேன்னு அவங்கப்பா சொல்லிட்டார்!'

இதைக்கேட்ட கமலா அதிர்ந்தாள். இனிமேல் அவள் வளர்மதியைப் பார்க்கவே முடியாதா? அதைவிட முக்கியமாக, வளர்மதி இனிமேல் பள்ளிக்கு வரவேமாட்டாளா? அவள் நன்றாகப் படிக்கிற பெண்ணாயிற்றே? அவளை ஏன் பள்ளியைவிட்டு நிறுத்தவேண்டும்?

அன்று மாலை, பள்ளி முடிந்ததும் கிராமத்தின் வேறொரு பகுதியிலிருந்த வளர்மதியின் வீட்டை நோக்கி நடந்தாள் கமலா. வாசலிலேயே அவளுடைய தந்தை அமர்ந்திருந்தார். 'என்னம்மா? உன் தோழியைப் பார்க்க வந்தியா?' என்றார் சிரிப்புடன்.

'ஆமாங்க' என்றாள் கமலா, 'அவ இனிமே பள்ளிக்கூடத்துக்கு வரமாட்டான்னு எல்லாரும் சொல்றாங்க.'

'உண்மைதான்ம்மா' என்றார் வளர்மதியின் தந்தை, 'வீட்ல வேலை அதிகமாகிடுச்சு, அவங்கம்மாவால எல்லாத்தையும் தனியாச் சமாளிக்கமுடியலை, அதான் இவளைப் பள்ளிக்கூடத்திலேர்ந்து நிறுத்திட்டேன். இனிமே அம்மாவுக்கு உதவியா இருந்து வீட்டு வேலைங்களைக் கத்துக்கட்டும்.'

'ஐயா, என்னதான் வேலை இருந்தாலும் கல்வி முக்கியமில்லையா?'

'ப்ச், இவ படிச்சு என்ன வேலைக்கா போகப்போறா?' என்றார் அவர் அலட்சியமாக, 'நாளைக்கு இன்னொரு வீட்டுக்குப் போய் வேலைங்களைச் செஞ்சுகிட்டுக் குழந்தைகளை வளர்க்கறதுக்குப் படிப்பெல்லாம் எதுக்கு?'

அவர் பேசிய தன்மை கமலாவுக்கு அச்சத்தைத் தந்தது; ஆனாலும், துணிவை வரவழைத்துக்கொண்டு, 'ஐயா, இன்னிக்குப் பெண்கள் படிச்சு நல்ல வேலைங்களுக்குப் போய் கை நிறையச் சம்பாதிக்கறாங்க, ஒருவேளை அப்படி வேலைக்குப்

போகலைன்னாலும், குடும்பத்தைக் கவனிச்சுக்கறதுக்கும் அறிவு முக்கியமில்லையா?' என்றாள். 'இதை நான் சொல்லலைங்கய்யா, பாரதிதாசன் சொல்றார்' என்றபடி அந்தப் பாடலைச் சொல்லிக்காட்டினாள்:

> 'கல்வி இல்லாத பெண்கள் களர் நிலம்; அந்நிலத்தில் புல் விளைந்திடலாம்; நல்ல புதல்வர்கள் விளைதல் இல்லை,
> கல்வியை உடைய பெண்கள் திருந்திய கழனி; அங்கே நல் அறிவு உடைய மக்கள் விளைவது நவிலவோ நான்?'

விவசாயியாகிய வளர்மதியின் தந்தைக்கு, களர் நிலத்துக்கும் கழனிக்கும் உள்ள வேறுபாடு புரிந்தது. ஆணோ, பெண்ணோ, அடிப்படைக் கல்வி அவசியம் என்று புரிந்துகொண்டார். புன்னகையுடன், 'நல்லாச் சொன்னேம்மா' என்றார், 'உன் தோழி தொடர்ந்து படிக்கட்டும்; நீயே உள்ளே போய் அவகிட்ட இந்த விஷயத்தைச் சொல்லு!'

வாயெல்லாம் சிரிப்புடன், 'ரொம்ப நன்றிங்கய்யா' என்றாள் கமலா, பாத்திரத்தில் மீதமிருந்த இனிப்புடன் உள்ளே ஓடினாள்.

★★★

87. வணிகர் வாழ்க்கை

ஒரு சமூகத்தில் வாழும் மக்கள் பலவிதமான தொழில்களைச் செய்கிறார்கள்; இதன்மூலம் அவர்களும் தனிப்பட்டமுறையில் நன்மையடைகிறார்கள், அதாவது, தங்களுக்கென்று ஒரு வாழ்க்கையை அமைத்துக்கொள்கிறார்கள், அவர்களுடைய பணியின்மூலம் பிறருக்கும் பயன்படுகிறார்கள்.

எடுத்துக்காட்டாக, உங்கள் வீட்டருகில் ஒரு கடை இருக்கிறது. அங்கு ஒரு பேனா ஐந்து ரூபாய்க்குக் கிடைக்கிறது. அந்தக் கடையை நடத்துபவர் அந்தப் பேனாவை இன்னொருவரிடமிருந்து நான்கு ரூபாய்க்கு வாங்கி, உங்களிடம் ஐந்து ரூபாய்க்கு விற்கிறார். அதன்மூலம் அவருக்குக் கிடைக்கும் ஒரு ரூபாய்தான் அவருடைய சேவைக்கான கட்டணம்.

இப்படி வாடிக்கையாளர்களிடமிருந்து பெறும் கட்டணத்தைக் கொண்டு அவர் தன்னுடைய குடும்பத்தை நடத்துகிறார்; தன்னிடம் பணிபுரிவோர்க்குச் சம்பளம் தருகிறார்; தன் தொழிலை விரிவுபடுத்துகிறார். அதே நேரம், அவருடைய கடையில் பலவிதமான பொருட்கள் கிடைப்பதால், அந்தப் பகுதியிலிருக்கும் மக்கள் தங்களுக்கு வேண்டியவற்றை உடனுக்குடன் வாங்கிப் பயன்பெறுகிறார்கள்.

பொருட்களை ஓரிடத்திலிருந்து வாங்கி இன்னோரிடத்தில் விற்பதை ‘வணிகம்’ என்பார்கள்; இப்பணியைச் செய்வோர் ‘வணிகர்கள்’ எனப்படுவார்கள். ஒவ்வொருவரும் செய்கிற வணிகத்தின் அளவைப் பொறுத்து அவர்களைச் சிறுவணிகர், பெருவணிகர் என்றெல்லாம் வகைப்படுத்துவார்கள். உள்ளூரில் வாங்கி விற்போர், வெளியூர், வெளிநாட்டிலிருந்து வாங்கி விற்போர், தாங்களே தயாரித்து விற்போர், இணையம், கணினி, செல்பேசி போன்ற தொழில்நுட்ப சாதனங்களைப் பயன்படுத்தி விற்போர் என வணிகத்தில் பல வகைகள் உண்டு.

வணிக அமைப்புகள், அதாவது, கடைகள் பழங்காலத்திலேயே இருந்திருக்கின்றன. பழைமையான பல தமிழ் நூல்களில் வணிகர்களைப் பற்றிய குறிப்புகளைக் காண்கிறோம். அவர்களுடைய கடைகள் எப்படி அமைந்திருந்தன, அவற்றில் என்னென்ன பொருட்கள் கிடைத்தன, அவர்கள் தங்களுடைய வாடிக்கையாளர்களை எப்படி ஈர்த்தார்கள் என்றெல்லாம் தெரிந்துகொள்கிறோம்.

பெரும்பான்மையான வணிகர்கள் நேர்மையுடன் நடந்து கொண்டாலும், சிலர் பேராசையினால் தரமற்ற பொருட்களை அதிக விலைக்கு விற்பதும் உண்டு. இப்படிச் சிலர் செய்யும் தவற்றால், மக்கள் எல்லா வணிகர்களையும் ஐயத்துடன் பார்க்கிறார்கள்.

ஆகவே, நல்ல வணிகர்கள் பழியான பேச்சுக்கு அஞ்சுவார்களாம்; உண்மையை மட்டும்தான் பேசுவார்களாம்; தங்களுடைய பொருளை மதிப்பதுபோலவே பிறருடைய பொருளையும் மதிப்பார்களாம், அதாவது, வாடிக்கையாளர்களுடைய பணத்தைப் பறித்துக்கொள்ளவேண்டும் என்று ஆசைப்படமாட்டார்களாம். ஒரு பொருளின் விலை இத்தனை ரூபாய் என்றால், சரியாக அந்தத் தொகையைமட்டுமே வாடிக்கையாளரிடமிருந்து பெற்றுக்கொள்வார்களாம்.

அதேபோல், பிறரிடமிருந்து பொருட்களை வாங்கும்போதும் இவர்கள் உண்மையாக நடந்துகொள்வார்களாம்; அதாவது, அந்தப் பொருளுக்குரிய நியாயமான விலையைத் தந்து

வாங்குவார்களாம், தங்களுடைய லாபத்துக்காகப் பணத்தைக் குறைத்துக் கொடுத்து ஏமாற்றமாட்டார்களாம்.

எடுத்துக்காட்டாக, ஒரு மூட்டை அரிசியின் விலை ஆயிரம் ரூபாய் என்று வைத்துக்கொள்வோம். அதை 950 ரூபாய்க்கு வாங்கினால், வணிகருக்கு 50 ரூபாய் கூடுதல் லாபம் கிடைக்கும். அதேசமயம், அந்த விவசாயி 50 ரூபாய் இழப்பைச் சந்திப்பார். நல்ல வணிகர்கள் இதைப் புரிந்துகொண்டு எந்தப் பொருளுக்கும் நியாயமான விலையைத் தருவார்கள்; அதிக லாபத்துக்கு ஆசைப்பட்டுப் பிறருக்கு இழப்பை உண்டாக்கமாட்டார்கள்.

வணிகர்களுடைய நேர்மையான இந்த வாழ்க்கைமுறையைப் 'பட்டினப்பாலை' என்ற சங்க இலக்கிய நூல் அழகாக விவரிக்கிறது. கடியலூர் உருத்திரங்கண்ணனார் எழுதிய அந்த வரிகள்:

'வடு அஞ்சி வாய்மொழிந்து,
தமவும் பிறவும் ஒப்ப நாடி,
கொள்வதூஉம் மிகை கொடாது,
கொடுப்பதூஉம் குறை கொடாது
பல் பண்டம் பகர்ந்து வீசும்...'

★★★

44. சுதைச்சிற்பங்கள்

ஆலயங்களுக்குச் செல்லும்போது அங்கு பலவிதமான சிற்பங்களைப் பார்க்கிறோம்; அவற்றின் கோபுரத்திலும் ஏராளமான சிற்பங்கள் உள்ளன. சில வீடுகள், அலுவலகங்கள், தொழிற்சாலைகள், பூங்காக்களிலும் சிற்பங்களைக் காணலாம்.

இவை அனைத்தும் பார்ப்பதற்குக் கிட்டத்தட்ட ஒரேமாதிரி தோன்றக்கூடும். ஆனால், ஒரு சிற்பம் எந்தப் பொருளைக் கொண்டு செய்யப்படுகிறது என்பதைப் பொறுத்து அதில் பல வேறுபாடுகள் உள்ளன.

எடுத்துக்காட்டாக, மரத்தைச்செதுக்கிச் செய்யப்படுபவை மரச் சிற்பங்கள், கல்லைச் செதுக்கிச் செய்யப்படுபவை கற்சிற்பங்கள், இவற்றைச் செதுக்குவதற்கு 'உளி' என்னும் கூர்மையான கருவி பயன்படுத்தப்படுகிறது. உளியைக் கொண்டு கலைநயத்துடன் சிற்பங்களை உருவாக்கும் கலைஞர்கள் 'சிற்பிகள்' எனப்படுகிறார்கள்.

இன்னொருபக்கம், உலோகத்தை உருக்கி அச்சில் வார்த்துச் செய்யப்படுகிற உலோகச்சிற்பங்கள் உள்ளன, பிளாஸ்டிக் சிற்பங்களும் கிட்டத்தட்ட இதே முறையில் உருவாகிறவைதாம்,

சிலர் காகிதத்தைக் கூழாக்கிச் சிற்பங்களை உருவாக்குகிறார்கள், தற்போது 3D Printing எனப்படும் முப்பரிமாண அச்சுத் தொழில் நுட்பத்தில் நவீன சிற்பங்கள் கணினியில் வடிவமைக்கப்பட்டு அச்சிடப்படுகின்றன.

இந்த வரிசையில் மிகப் பிரபலமான, ஆனால், பலர் அறிந்திராத ஒரு வகை, சுதைச் சிற்பங்கள். தமிழகத்திலுள்ள பல ஆலயங்களின் கோபுரங்களில் இவ்வகைச் சிற்பங்களை அதிக எண்ணிக்கையில் காணலாம்.

‘சுதை’ என்றால் சுண்ணாம்பு. திருக்குறளில் நீங்கள் இந்தச் சொல்லைக் கவனித்திருக்கலாம்:

> ‘ஒளியார்முன் ஒள்ளியர் ஆதல்; வெளியார்முன்
> வான் சுதை வண்ணம் கொளல்.’

ஒரு குறிப்பிட்ட துறையில் நாம் பெரிய மேதைகளாக இருக்கலாம்; ஆனால், அதை எல்லாரிடமும் பேசிக்கொண்டிருக்க இயலாது. அறிவுள்ளவர்களிடம் பேசும்போது நம்முடைய அறிவும் நன்கு வெளிப்படும்படி பேசலாம், மற்றவர்கள் (அதாவது, அதுபற்றிய அறிவில்லாதவர்கள்) மத்தியில் பேசும்போது ‘சுதை வண்ணம்’, அதாவது, சுண்ணாம்பின் வண்ணத்தைப்போல் வெள்ளையாக இருந்துவிடுங்கள் என்கிறார் திருவள்ளுவர். இதன் பொருள், அறிவற்றவர்கள்மத்தியில் நாமும் அறிவற்றவர்களைப்போல் நடந்துகொண்டுவிடவேண்டும், அவர்களிடம் நம்முடைய அறிவை வெளிப்படுத்திப் பயன் இல்லை, அவர்களால் அதை உணரவோ, மதிக்கவோ இயலாது.

முன்பெல்லாம் அநேகமாக எல்லா வீடுகளிலும் சிறிதளவேனும் சுண்ணாம்பு இருக்கும்; வெற்றிலைபோடும் பழக்கமுள்ளவர்கள் அதில் சுண்ணாம்பைத் தடவி மடித்து மெல்லுவார்கள்; வீடுகளின் சுவர்களுக்குச் சுண்ணாம்பைக்கொண்டு வெள்ளை வண்ணம் பூசும் பழக்கமும் இருந்தது.

இந்தச் சுண்ணாம்பைக் குழைத்து, மரக்குச்சிகளின்மீது வேண்டிய வடிவத்தில் அமைத்து உருவாக்கப்படும் சிற்பங்கள்தான் ’சுதைச்சிற்பங்கள்’. பின்னாட்களில் சுண்ணாம்புக்குப்பதில்

சிமென்டும் மரக்குச்சிகளுக்குப்பதில் இரும்புக்கம்பிகளும் பயன்படுத்தப்பட்டன.

சுதைச்சிற்பங்களுக்கு வண்ணம் பூசும் பழக்கமும் உள்ளது; இதன்மூலம் அவை பார்ப்போரின் கவனத்தை ஈர்க்கும்வகையில் அழகுறத் திகழ்கின்றன. ஆலயக் கோபுரங்களைக் கவனித்துப் பார்த்தால் அருகருகே பலப்பல சுதைச்சிற்பங்கள் வண்ணமயமான எழிலுடன் சிறந்து விளங்குவதைக் காணலாம்.

கோபுரங்களில்மட்டுமின்றி, பல ஆலயங்களில் கருவறையிலும் சுதைச்சிற்பங்கள் உள்ளன, பக்தர்களால் வழிபடப்படுகின்றன என்கிறார் முனைவர் லோ. மணிவண்ணன். திருவரங்கம், காஞ்சிபுரம், அழகர்கோயில் ஆலயங்களை இதற்கு எடுத்துக் காட்டாகச் சுட்டுகிறார் அவர். இராமேசுவரம் ஆலயத்தில் உள்ள நந்தி சுதையால் செய்யப்பட்டது எனவும், திருவிடைமருதூர் ஆலயத்தின் உட்புறத்தில், மதுரை மீனாட்சி சுந்தரேசுவரர் ஆலயத்தின் மண்டபங்களில் பல சுதைச்சிற்பங்கள் உள்ளதாகவும் விவரிக்கிறார்.

★★★

89. கலந்துரையாடல்கள்

‘**உ**ங்களுக்குக் காந்தியைப்பற்றி என்ன தெரியும்?’ என்று கேட்டார் ஆசிரியர்.

முதல் வரிசையில் ஒரு மாணவன் எழுந்து நின்றான், ‘ஐயா, அவருடைய முழுப்பெயர் மோகன்தாஸ் கரம்சந்த் காந்தி’ என்றான்.

இன்னொரு மாணவி, ‘அவர்தான் நமக்குச் சுதந்தரம் பெற்றுத் தந்தார்; ஆகவே, அவரைத் தேசத்தந்தை என்று அழைக்கிறோம்’ என்றாள்.

வேறொரு மாணவன், ‘அவர் 1869ம் ஆண்டு குஜராத்திலுள்ள போர்பந்தரில் பிறந்தார்’ என்றான்.

அடுத்த சில நிமிடங்களுக்குள் இப்படிப் பல மாணவர்கள் காந்தியைப்பற்றி வெவ்வேறு விஷயங்களைச் சொன்னார்கள். அதன்மூலம் வகுப்பிலிருந்த அனைவரும் காந்தியைப்பற்றி நன்கு தெரிந்துகொண்டார்கள்.

இப்படி ஒரு குறிப்பிட்ட தலைப்பை எடுத்துக்கொண்டு பலரும் தங்களுடைய கருத்துகளை, தங்களுக்குத் தெரிந்த

தகவல்களைச் சொல்வதைக் 'கலந்துரையாடல்' என்பார்கள். மாணவர்கள்மட்டுமில்லை, அலுவலகங்களில் பணிபுரிவோர், ஒரு துறைசார்ந்த அறிஞர்கள், தலைவர்கள், அதிகாரிகளெல்லாம்கூட இதுபோன்ற கலந்துரையாடல்களில் ஈடுபடுவதுண்டு.

கலந்துரையாடல்களின் நோக்கங்களில் சில: அறிவைப் பகிர்ந்துகொள்வது, ஒரே தலைப்பைப்பற்றிப் பலர் என்ன நினைக்கிறார்கள் என்கிற கோணங்களைப் புரிந்துகொள்வது, மாறுபட்ட சிந்தனைகளைக் கொண்டவர்கள் அவற்றை எடைபோட்டு ஒத்த கருத்துக்கு வருவது, அடுத்து என்ன செய்யலாம் என்று தீர்மானிப்பது.

நீங்கள் ஒரு கலந்துரையாடலில் பங்கேற்கிறீர்கள். அதற்கு எப்படி உங்களைத் தயார்செய்துகொள்வீர்கள்?

முதலில், தரப்பட்டுள்ள தலைப்பைப்பற்றி உங்களுக்கு என்ன தெரியும் என்று சிந்திக்கவேண்டும். அவற்றை ஒரு தாளில் எழுதிக்கொள்ளவேண்டும்.

ஒருவேளை, அதிக விஷயங்கள் தெரியாது என்றால், கவலைப்படவேண்டாம்; கற்றுக்கொள்வதற்கான வாய்ப்பாக அதனைக் கருதலாம். நூலகத்துக்குச் சென்று அந்தத் தலைப்பில் நூல்களைத் தேடி வாசிக்கலாம், இணையத்தளங்களில் தேடலாம், அதுபற்றித் தெரிந்தவர்களிடம் பேசலாம்.

எடுத்துக்காட்டாக, பிளாஸ்டிக் பயன்பாட்டைப்பற்றிய கலந்துரையாடலில் நீங்கள் கலந்துகொள்ளப்போகிறீர்கள் என்று வைத்துக்கொள்வோம். இதுபற்றி ஆழமாகத் தெரிந்துகொள்வதற்காக நீங்கள் நூல்களையோ, இணையத்தையோ அணுகலாம், உங்களுடைய ஊராட்சிமன்றத்திலிருக்கும் தூய்மைப்பிரிவு அதிகாரியைச் சந்திக்கலாம். இவற்றைத் 'தகவல் திரட்டல்' என்பார்கள்.

தகவல் திரட்டலின்போது உங்களுக்குப் பலவிதமான தகவல்கள் கிடைக்கும்: வரலாற்றுப் பின்னணி, அறிவியல் உண்மைகள், புள்ளிவிவரங்கள், அறிஞர்களுடைய கருத்துகள், மக்களுடைய எண்ணங்கள், இத்துறையில் நிகழ்ந்துவரும் ஆராய்ச்சிகள்,

மாற்றங்கள், அவற்றின் விளைவுகள்... இவற்றையெல்லாம் நீங்கள் சரியானமுறையில் கோக்கவேண்டும், கலந்துரையாடலில் உங்களுக்குத் தரப்படும் நேரத்துக்குள் அவற்றைக் குழப்பமில்லாமல் பேசவேண்டும், இதற்காக முன்கூட்டியே பயிற்சியெடுத்துக்கொள்வது நல்லது.

கலந்துரையாடலின்போது, உங்களுக்குமுன்னால் பேசுகிறவர்கள் சொல்லும் கருத்துகளையும் நீங்கள் குறித்துக்கொள்ளவேண்டும், பின்னர் நீங்கள் பேசும்போது அவற்றை ஏற்றுக்கொள்ளலாம், அல்லது, உரிய தரவுகளுடன் மறுத்துப்பேசலாம்.

அதேநேரம், கருத்து மோதல்களும் விவாதங்களும் ஆரோக்கியமானமுறையில் நடைபெறவேண்டும், எந்தவிதமான தனிப்பட்ட மோதல்கள், கசப்புகளுக்கும் இடம் தரக்கூடாது.

நல்ல கலந்துரையாடல்களின்மூலம், பேசுகிறவர்கள், கேட்கிறவர்கள் என இருதரப்பினரும் பயன்பெறுவார்கள், எல்லாருடைய அறிவும் சிந்தனையும் விரிவடையும்.

★★★

೨೦. கேள்விச்செல்வம்

'கேள்வி' என்றால் என்ன?

வகுப்பறையில் ஆசிரியர் மாணவர்களிடம் கேட்பது கேள்வி. அதற்கு மாணவர்கள் சொல்வது பதில்.

இதேபோல், தேர்வின்போது கேள்வித்தாள் தரப்படும். மாணவர்கள் அந்தக் கேள்விகளுக்குப் பதில் எழுதவேண்டும். பள்ளிக்கு வெளியிலும் கேள்வி, பதில் உண்டு. கடைக்குச் சென்று 'இந்தப் பேனா என்ன விலை?' என்று கேள்வி கேட்கிறோம். 'ஐந்து ரூபாய்' என்று பதில் வருகிறது.

கேள்விகளுக்குப் பின்னால் '?' என்ற நிறுத்தற்குறி இடம் பெறுகிறது. ஆகவே, அதனைக் 'கேள்விக்குறி' என்றே அழைக்கிறோம்.

இதுவரை நாம் பார்த்த 'கேள்வி'கள் அனைத்தும், ஆங்கிலத்தில் '*Question*' என்று அழைக்கப்படுபவை. '*Answer*' எனப்படும் பதிலைப் பெறும் நோக்கத்துடன் கேட்கப்படுபவை. தமிழில் 'கேள்வி' என்ற சொல்லின் பொருள் இத்துடன் நின்றுவிடுவதில்லை. இன்னும் அகன்று விரிந்து ஆழமாகச் செல்கிறது, ஓர் உயர்ந்த நோக்கத்தைச் சுட்டுகிறது.

திருக்குறளில் 'கேள்வி' என்ற பெயரில் ஓர் அதிகாரமே உள்ளது; அதன் முதல் குறள்:

> 'செல்வத்துள் செல்வம் செவிச்செல்வம், அச்செல்வம்
> செல்வத்துள் எல்லாம் தலை.'

ஆனால், இந்தக் குறளில் 'கேள்வி' என்ற சொல்லே இல்லையே; அப்படியானால், திருவள்ளுவர் என்ன சொல்லவருகிறார்?

செல்வங்களிலெல்லாம் மிகச்சிறந்த செல்வம், செவியால் 'கேட்கிற' செல்வம்தான் என்கிறார் திருவள்ளுவர். இதைத்தான் 'கேள்வி' என்கிறோம்.

'கேள்', 'கேட்டல்' என்ற சொற்களிலிருந்துதான் 'கேள்வி' வருகிறது; இதன் பொருள், நல்ல விஷயங்களைப் பிறரிடமிருந்து கேட்டுத் தெரிந்துகொள்ளுதல்.

சும்மா கேட்டால் போதாது; அதிலிருக்கும் விஷயங்களை நுட்பமாகப் புரிந்துகொள்ளவேண்டும், இப்படிப்பட்டவர்களை 'நுணங்கிய கேள்வியர்' என்கிறார் திருவள்ளுவர்.

கேள்வியராவது எப்படி?

நாள்தோறும் மூன்று வேளை வயிற்றுக்குச் சோறு சாப்பிடுகிறோமில்லையா? அதுபோல, செவிக்கும் சாப்பாடு போடவேண்டும், அதாவது, நல்ல விஷயங்களை, சான்றோருடைய அறிவுரைகளைத் தொடர்ந்து கேட்கவேண்டும்.

இன்னும் சொல்லப்போனால், 'செவிக்கு உணவு' இல்லாத போதுதான் நாம் வயிற்றுக்கு உணவு தேடவேண்டும் என்கிறார் வள்ளுவர். இதன் பொருள், எந்நேரமும் புதியவற்றைக் கேட்டுத் தெரிந்துகொள்வதில் ஆர்வத்துடன் இருக்கவேண்டும். நம்முடைய பெற்றோர், சகோதரர்கள், நண்பர்கள், ஆசிரியர்கள், பல துறைகளைச் சார்ந்த அறிஞர்கள் என எல்லாரிடமிருந்தும் பலவற்றைக் கேட்டுத் தெரிந்துகொள்ளவேண்டும்.

கேட்டால் போதுமா? வாசிக்கவேண்டியதில்லையா?

வாசிப்பதும் சிறப்புதான். ஆனால், இவ்வுலகில் எத்தனையோ

துறைகள், எத்தனையோ தலைப்புகள், எத்தனையோ நூல்கள் உள்ளன, அவை அனைத்தையும் ஒருவர் வாசிப்பது சாத்தியமில்லை, ஆகவே, நம்மைச் சுற்றியுள்ளவர்களிடமிருந்து அவர்களுடைய அறிவைக் கேட்டுத் தெரிந்துகொள்வது அதிக நன்மை தரும்.

நம் நாட்டில் எத்தனையோ பாமர மக்கள் படிக்கத் தெரியாதவர்களாக உள்ளார்கள். படிப்பறிவற்ற அவர்களும் நல்ல விஷயங்களைக் கேட்டுத் தெரிந்துகொள்ளலாம்.

எந்நேரமும் பிறர் சொல்வதைக் கேட்டுக்கொண்டே இருக்க முடியுமா? மற்ற வேலைகளைக் கவனிக்கவேண்டாமா?

ஒருவருக்கு எவ்வளவுதான் வேலைகள் இருந்தாலும், கேள்விச் செல்வத்தை அலட்சியப்படுத்தக்கூடாது. தன்னால் இயன்றவரை நல்ல விஷயங்களைக் கேட்கவேண்டும். நாம் எந்த அளவுக்குக் கேட்கிறோமோ அந்த அளவுக்கு அவை நமக்கு நன்மை தரும்.

★★★

91. வாழ்க்கை வரலாறுகள்

மனித வரலாற்றில் எண்ணற்ற சிறந்த ஆளுமைகள் தோன்றியுள்ளார்கள். இவர்கள் ஒவ்வொருவருடைய வாழ்க்கையிலும் நமக்குப் பல பாடங்கள் உள்ளன. ஆனால், இந்த ஆளுமைகளைப்பற்றி எப்படித் தெரிந்துகொள்வது?

சிந்தனையாளர்கள், தலைவர்கள், அறிஞர்கள், கலைஞர்கள், விளையாட்டுவீரர்கள், தொழிலதிபர்கள், எழுத்தாளர்கள் எனப் பல துறைகளில் சிறந்து விளங்கிய, விளங்குகிற ஆளுமைகளைப் பற்றி நூல்கள் எழுதப்படுகின்றன. இவை அந்தந்த ஆளுமைகளுடைய பிறப்பு, வளர்ப்பு, வாழ்க்கைப் பின்னணி, சிறுவயதில் அவர்களைப் பாதித்த சிந்தனைகள், திருப்புமுனைகளாக அமைந்த நிகழ்வுகள், உதவினோர், வழிகாட்டினோர், குடும்ப உறுப்பினர்கள், குறிப்பிடத்தக்க சாதனைகள், விருதுகள், தோல்விகளைச் சமாளித்து முன்னேறிய விதம் எனப் பல விஷயங்களை விரிவாகப் பேசுகின்றன. இவற்றை 'வாழ்க்கை வரலாற்று நூல்கள்' என்பார்கள்.

வாழ்க்கை வரலாற்று நூல்கள் இருவகைப்படும்: ஆளுமைகளைப் பற்றிப் பிறர் தொகுத்து எழுதும் நூல்கள், அந்தந்த ஆளுமைகளே எழுதும் 'தன்வரலாற்று' *(autobiographical)* நூல்கள்.

எடுத்துக்காட்டாக, எழுத்தாளர் கல்கியைப்பற்றிச் சுந்தா எழுதிய 'பொன்னியின் புதல்வர்' முதல் வகையைச் சார்ந்ததாகும்;

தமிழ்த்தாத்தா உ.வே.சா. அவர்கள் தன்னுடைய வாழ்க்கையைப் பற்றித் தானே எழுதிய 'என் சரித்திரம்' இரண்டாம் வகையைச் சார்ந்ததாகும்.

இந்த இருவகை நூல்களும் வெவ்வேறு காரணங்களுக்காக முக்கியத்துவம் பெறுகின்றன. ஒருவர் தன்னுடைய வளர்ச்சியைப்பற்றித் தானே எழுதும்போது, பிறர் எளிதில் அறிந்திராத அரிய நிகழ்வுகள், சிந்தனையோட்டங்களை அதில் காணலாம்; அதேசமயம் அவருடைய வாழ்க்கையைப் பிறர் எழுதும்போது வெவ்வேறு கோணங்களை அறியலாம், அவருடன் பழகிய பிறருடைய எண்ணங்களைத் தெரிந்துகொள்ளலாம்.

வாழ்க்கை வரலாற்று நூல்களை எழுதுவதற்கு மிகுந்த உழைப்பு தேவைப்படுகிறது. அந்த ஆளுமை வாழ்ந்த காலகட்டத்தைப் பற்றிய வரலாற்றுப் பின்னணி, அவருடைய வாழ்க்கைக் குறிப்புகள், புள்ளிவிவரங்கள், சுவையான நிகழ்வுகள், அவருடன் பழகியவர்களுடைய அனுபவங்கள் எனப் பலவற்றையும் நூலாசிரியர்கள் முனைந்து திரட்டுகிறார்கள். இதற்காக அன்றைய செய்தித்தாள்கள், பத்திரிகைகள், நூல்கள், இணையத்தளங்கள், தனிப்பட்ட பேட்டிகள், நினைவுக்குறிப்புகள் போன்றவற்றைப் பயன்படுத்துகிறார்கள். இவற்றிலிருந்து கிடைத்த தகவல்களை ஒழுங்குபடுத்திச் சுவையான நடையில் வழங்குகிறார்கள். நாமே அருகிலிருந்து அவர்களுடைய வாழ்க்கையைப் பார்த்ததுபோன்ற எண்ணத்தை உருவாக்குகிறார்கள்.

வெற்றிபெற்ற ஆளுமைகளுடைய வரலாற்றை அல்லது தன் வரலாற்றை வாசிக்கும்போது, நமக்கு வேகமும் தன்னம்பிக்கையும் அதிகரிக்கின்றன. அவர்கள் சந்தித்த சவால்கள், அவற்றை அவர்கள் சமாளித்தவிதம், அவர்கள் பின்பற்றிய உத்திகள், கற்றுக்கொண்ட பாடங்கள் போன்றவை 'நம்மாலும் இவ்வாறு சாதிக்க இயலும்' என்ற உணர்வை உண்டாக்குகின்றன. நம் முன்னேற்றத்துக்குத் துணைபுரிகின்றன. நல்ல வாழ்க்கை வரலாற்று நூல்களை வாசிப்போம், நம் உலகப்பார்வையை, நம்பிக்கையை விரிவாக்கிக்கொள்வோம்.

★★★

92. கடலும் தமிழும்

அரலை, அரி, அலை, அழுவம், அளம், அளக்கர், ஆர்கலி, ஆலந்தை, ஆழி, ஈண்டுநீர், உரவுநீர், உவரி, உவா, ஓதம், ஓலம், கடல், கயம், கலி, கார்கோள், கிடங்கர், குண்டுநீர், குரவை, சக்கரம், சலதரம், சலதி, சுழி, தாழி, திரை, துறை, தொடரல், தொன்னீர், தோழம், நரலை, நிலைநீர், நீத்தம், நீரகம், நிரதி, நெடுநீர், நெறிநீர், பரப்பு, பரவை, பாரி, பாழி, பானல், பிரம்பு, புணர்ப்பு, புணரி, பெருநீர், பௌவம், மழு, முந்நீர், வரி, வலயம், வளைநீர், வாரி, வாரிதி, வீரை, வெண்டிரை, வேலை... இந்தச் சொற்கள் அனைத்துக்கும் என்ன ஒற்றுமை?

இவை யாவும் ஒரே பொருளைதான் குறிக்கின்றன: 'கடல்' என்று நாம் பொதுவாக அழைக்கும் அந்தப் பெரிய நீர்ப்பரப்புக்குதான் புலவர்கள் பழம்பாடல்களில் இத்தனைச் சொற்களைப் பயன்படுத்தியிருக்கிறார்கள் என்னும்போது, தமிழின் சொல்வளத்தை எண்ணி வியக்கிறோம்.

இச்சொற்களின் பொருளை, வேரை ஆராய்ந்தால் இன்னும் வியப்பு அதிகரிக்கும். எடுத்துக்காட்டாக, 'தொன்னீர்' என்ற சொல், 'தொன்மையான நீர்ப்பரப்பு' என்ற பொருளில் கடலுக்குப் பொருந்துகிறது, 'முந்நீர்' என்ற சொல் மூன்றுவகை

நீர்களின் சேர்க்கை என்ற பொருளில் வருகிறது: ஆற்றுநீர், ஊற்றுநீர், வேற்றுநீர், அதாவது, மழை போன்ற வேறு செயல்களால் கிடைக்கும் நீர்.

'கடல்' என்ற சொல்லையே புலவர்கள் பலவிதமான அடைமொழிகளுடன் இணைத்துப் பயன்படுத்தியுள்ளார்கள். எடுத்துக்காட்டாக:

★ அலைகடல், திரைகடல்: அலைகள் நிறைந்தது

★ மறிகடல்: அலைகள் மடிந்து வீசுவது

★ ஆழ்கடல்: ஆழமானது

★ செழுங்கடல்: செழிப்பானது

★ கருங்கடல்: கருத்த நிறமுடையது

★ பெருங்கடல்: அளவில் பெரியது

கடலில் பயணம் செய்வதற்கேற்ற மரக்கலங்களும் அந்நாளில் இருந்துள்ளன. சரக்குகளை ஏற்றிவரும் பெரிய கப்பல்களைப்பற்றிய குறிப்புகளையும் காண்கிறோம். இதன்மூலம் இந்தியாவைத் தாண்டிப் பல நாடுகளுடனும் தமிழர்கள் வணிகத்தொடர்பில் இருந்துள்ளார்கள்.

அன்பின் ஐந்திணைகளில் ஒன்றான 'நெய்தல்', கடல் மற்றும் கடல்சார்ந்த பகுதிகளைப்பற்றிப் பேசுகிறது. அங்கு வாழும் மீனவர்களுடைய வாழ்க்கைமுறையைப்பற்றிப் பல விரிவான பாடல்கள் உள்ளன. கடற்கரைப்பகுதிகளில் காணப்படும் தாவரங்கள், பறவைகளைப்பற்றிய குறிப்புகளையும் காண்கிறோம்.

தமிழகத்தின் கணிசமான பகுதி கடற்கரையாக அமைந்துள்ளது. ஆகவே, தமிழ் மொழியிலும் இலக்கியத்திலும் கடலின் தாக்கம் ஆழமாக இருக்கிறது.

★★★

௯௩. உழவர் பெருமை

மேகங்கள் பொதுவாக வெண்ணிறமாக இருக்கும்; சில நேரங்களில் அவை கருத்துக் காணப்படும், அதன் பொருள், அவற்றில் நீர் நிரம்பியிருக்கிறது, விரைவில் மழையாகப் பொழியப்போகிறது.

ஆக, மழைதரும் மேகம் கருத்திருக்கும்; அதனால் அதனைக் 'கார்மேகம்' என்பார்கள். இதிலிருந்து 'கார்' என்ற சொல்லுக்கே மழை என்ற பொருளும் அமைந்துவிட்டது.

மழை எல்லாருக்கும் பிடிக்கும்; ஆனால், மற்ற அனைவரையும்விட மழையை அதிகம் விரும்புகிறவர்கள், எதிர்பார்த்துக் காத்திருப்பவர்கள் விவசாயிகள்தாம். ஏனெனில், மழைதான் அவர்கள் விதைத்த பயிர்களைச் செழித்து வளரவைக்கும். நல்ல மழை இருந்தால் விளைச்சலும் நன்றாக இருக்கும். மழை பொழியாத நேரங்களில் விளைச்சல் பாதிக்கப்படும். ஆகவே, நன்கு மழை பொழியவேண்டும் என்றுதான் உழவர்கள் எதிர்பார்ப்பார்கள். இதனால், 'கார்' என்ற சொல்லுக்கும் உழவர்களுக்கும் தமிழில் நெருங்கிய தொடர்பு உள்ளது. உழவர்களைக் 'காராளர்' (கார்+ஆளர்) என்பார்கள், ஒரு நிலத்தில் பயிர்செய்யும் உரிமையைக் 'காராண்மை' (கார்+ஆண்மை) என்பார்கள்.

உழவர்களை மையமாகக் கொண்டுதான் இந்த உலகமே சுழல்கிறது என்பார் திருவள்ளுவர். ஏர் பிடித்து உழவுசெய்யும் அவர்களுடைய கைகளை வேல் பிடித்து ஆட்சிசெய்யும் அரசர்கள்கூட அன்போடு நோக்குவார்கள் என்கிறார் கம்பர். காரணம், அவர்கள்தானே உலகுக்கே உணவை வழங்குகிறவர்கள்! அவர்கள் பயிரிடும் தானியங்களையும் காய்கறிகளையும் பழங்களையும்தானே எல்லாரும் உண்கிறோம்!

அன்றைய தமிழகத்தில் விளைநிலங்கள் கவனமாகப் பாதுகாக்கப் பட்டன, அதற்கு உதவும் மாடுகளும் பெரும்செல்வமாக மதிக்கப்பட்டன. ஆற்றிலிருந்து, அணையிலிருந்து, கிணற்றிலிருந்தெல்லாம் நீரைப் பெற்றுப் பயன்படுத்தும் விவசாய முறைகள் உண்டாக்கப்பட்டிருந்தன. உழவர்கள் தனிப்பட்ட அக்கறையுடன் இவற்றைக் கவனித்துக்கொண்டார்கள், முன்னேற்றினார்கள். இயற்கையான விவசாயமுறையைப் பயன்படுத்தி வளத்தைப் பெருக்கினார்கள். அதன்மூலம் மக்களுக்கும் நல்ல உணவுப்பொருட்கள் கிடைத்தன, உழவர்களும் பயனடைந்தார்கள்.

அறிவியல் மாற்றங்களால் எல்லாத்துறைகளும் பயன்பெறுவதைப் போல் உழவுத்துறையிலும் புதிய முன்னேற்றங்கள் வந்தன. விதைத்தலில் தொடங்கி அறுவடைவரை அனைத்திலும் புதுமைகள் அறிமுகமாகின. இதனால் நன்மைகளும் உண்டு, தீமைகளும் உண்டு.

இன்றைக்கும், நவீன உழவுமுறைகளைப் புறக்கணித்து இயற்கைமுறையில் உழவுசெய்வோர் உள்ளார்கள். அவர்களுடைய விளைபொருட்களைத் தேடி வாங்கும் வாடிக்கையாளர்களும் இருக்கிறார்கள். ஆனால், இவர்கள் சிறுபான்மையினர் என்பதுதான் உண்மை.

நாடெங்கும் உழவர்கள் சந்தித்துவரும் பலவிதமான பிரச்னைகளைப் பற்றிய செய்திகளை அவ்வப்போது வாசிக்கிறோம். அரசாங்கங்கள் அவற்றைச் சரிசெய்வதற்கான முயற்சிகளை எடுத்துவருகின்றன. எனினும், இந்த விஷயத்தில் மக்கள் மனம் மாறினால்தான் குறிப்பிடத்தக்க மாற்றம் ஏற்படும்.

உணவு மனிதனுக்கு இன்றியமையாதது. அவன் செயல்படுவதற்குத் தேவையான ஆற்றலைத் தந்து உடல்நலத்தைப் பாதுகாக்கிறது. அந்த உணவை உற்பத்திசெய்கின்ற உழவர்கள் மிகவும் மதிக்கப்படவேண்டியவர்கள். சமூகத்துக்கு ஒரு முக்கியமான பங்களிப்பைச் செய்யும் தலைமைப்பொறுப்பில் உள்ளவர்களாக எண்ணப்படவேண்டியவர்கள்.

★★★

൯4. சொந்த உழைப்பில் திருக்குறள் வாங்குவோம்

அந்த அரங்கத்தின் வாயிலில் 'வாய்மைக்கழகம் உங்களை வரவேற்கிறது' என்ற அறிவிப்பு கம்பீரமாக நின்றது. அதைப் பார்த்து மகிழ்ந்தபடி பலரும் அரங்கத்தினுள் சென்றுகொண்டிருந்தார்கள்.

உள்ளே திருக்குறளைப்பற்றிய சொற்பொழிவொன்று நடைபெற்றுக் கொண்டிருந்தது. திருக்குறளை ஒரு வாழ்க்கை முறையாகப் பயன்படுத்துவது எப்படி என்று விவரித்துக் கொண்டிருந்தார் பேச்சாளர். மக்கள் அதைக் கவனமாகக் கேட்டுக் குறிப்பெடுத்துக்கொண்டார்கள், அதன்மூலம் அவர்களுடைய வாழ்க்கையில் ஒரு பெரிய மாற்றம் உண்டாகப் போவது தெளிவாகப் புரிந்தது.

கூட்டத்துக்கு வந்திருந்த ஒருவர் பெரும் பணக்காரர். அவர் இந்தச் சொற்பொழிவைக் கவனமாகக் கேட்டார். அவருடைய நெஞ்சம் நெகிழ்ந்தது. எல்லாரும் திருக்குறளைப் படிக்கவேண்டும், பின்பற்றவேண்டும் என்று விரும்பினார் அவர்.

ஆனால், எல்லாரிடமும் திருக்குறள் இருக்குமா? அதை வாங்கும் அளவுக்கு அனைவருக்கும் வசதி இல்லையே!

'அதனால் என்ன? நான் பல திருக்குறள் நூல்களை விலைக்கு வாங்கி இங்கிருக்கும் அனைவருக்கும் தருவேன்' என்று சொல்லிக்கொண்டார் அவர். உடனடியாக மேடையேறி அதனை அறிவித்தார். அங்கு அமர்ந்திருந்த அனைவரும் இதைக்கேட்டு மகிழ்ந்தார்கள். திருக்குறள் பலருக்கும் சென்றுசேர்கிறது என்றால், மகிழ்ச்சிதானே!

'கொஞ்சம் பொறுங்கள்' என்றார் பேச்சாளர். 'உங்களுடைய கொடையுள்ளம் எனக்குப் புரிகிறது; ஆனால், திருக்குறளை அனைவருக்கும் விலையில்லாமல் தரும் எண்ணம் வேண்டாம்.'

அவர் சொன்னதைக் கேட்டு அனைவருக்கும் அதிர்ச்சி. வள்ளுவருடைய கருத்துகள் எல்லாருக்கும் சென்றுசேர்கிற ஒரு வாய்ப்பை இவர் ஏன் தடுக்கிறார் என்று குழம்பினார்கள்.

கூட்டத்தினருடைய குழப்பத்தைப் புரிந்துகொண்ட பேச்சாளர் தன்னுடைய எண்ணங்களை விளக்கத்தொடங்கினார், 'திருக்குறள் ஒரு வாழ்வியல் நூல், ஒவ்வொருவரும் வாசிக்கவேண்டிய நூல், அதேசமயம், அதனை இன்னொருவர் அன்பளிப்பாகத் தருவது ஏற்புடையதில்லை.'

'நீங்கள் அனைவரும், உங்களுடைய சொந்த உழைப்பில் பணம் ஈட்டி, அதைக்கொண்டு திருக்குறள் வாங்கவேண்டும், அதைக்கற்றுப் பயன்பெறவேண்டும், அதுதான் சரி.'

'உங்களில் சிலருக்கு, இன்றைக்கு அந்த அளவுக்கு வருவாய் இல்லாமலிருக்கலாம், பரவாயில்லை, தொடர்ந்து உழையுங்கள், உங்களால் இயன்ற அளவுக்குப் பணம்சேமியுங்கள், உங்கள் உழைப்பில் ஒரு திருக்குறள் நூலை வாங்கிக் கற்கத்தொடங்குங்கள். அது உங்களை இன்னும் பலமடங்கு மேம்படுத்தும்.'

பேச்சாளர் இதை விளக்கியதும் அனைவரும் மகிழ்ந்து கைதட்டினார்கள். திருக்குறளை அன்பளிப்பாக வழங்க முன்வந்தவரும் மகிழ்ச்சியுடன் இந்தக் கருத்தை ஏற்றுக்கொண்டார். அனைவரும்

சொந்த உழைப்பில் திருக்குறளைப் பெற்றுக் கற்கிற நாள் நிச்சயம் வரும் என்று உறுதி கூறினார்.

கற்பனையான இந்த நிகழ்வைப் படைத்தவர் தமிழறிஞர் வ.சுப. மாணிக்கம். அவருடைய 'வள்ளுவம்' என்ற நூலில்தான் இந்த அழகிய கருத்து இடம்பெற்றுள்ளது.

நீங்களும் உங்கள் உழைப்பில் திருக்குறளை வாங்கிக் கற்று முன்னேறுங்கள்! வள்ளுவருடைய கருத்துகள் உலகெங்கும் பரவட்டும், நம்மை வழிநடத்தட்டும்!

★★★

௯5. முயற்சியே மலர்ச்சி

ஒரு பெரிய மரம். அதன் நிழலில் ஒரு சிறு பாக்கு மரம் முளைத்தது.

பாக்கு மரத்துக்குச் சூரிய ஒளி என்றால் மிகவும் பிடிக்கும். அந்த ஒளியைத்தான் அது அமுதமாக நினைத்து விரும்பியது.

ஆனால், பெரிய மரத்தின் நிழலில் வளரும் சிறிய மரத்துக்குச் சூரிய ஒளி எப்படிக் கிடைக்கும்? எந்நேரமும் அது இருளிலேயே வளரவேண்டியிருந்தது.

பாக்கு மரத்துக்கு இருள் பிடிக்கவில்லை. அது ஒளியை விரும்பி வளர்ந்தது. மேலும் மேலும் உயரமானது.

ஆனால், அது என்னதான் உயரமாக வளர்ந்தபோதும், பெரிய மரத்தின் நிழலைத் தாண்டிச் சூரிய ஒளியை அதனால் காண இயலவில்லை. ஆனாலும் பாக்கு மரம் நம்பிக்கையை இழக்கவில்லை, தொடர்ந்து அந்தப் பெரிய மரத்துடன் போராடியது, துணிச்சலுடன் முன்னேறியது.

ஒருநாள், பாக்கு மரம் அந்தப் பெரிய மரத்தைத் தாண்டி உயரமாக வளர்ந்துவிட்டது. இனி அதற்கு எந்தத் தடையும்

இல்லை, அமுதமாகிய சூரிய ஒளியை ஆசைதீரப் பருகியது. இத்தனை ஆண்டுகளாகப் பெரிய மரத்துடன் போராடிப் பெற்ற வெற்றியை ருசித்தது.

ந. பிச்சமூர்த்தி எழுதிய புதுக்கவிதையொன்றில்தான் நாம் இந்த இயற்கை நிகழ்வைக் காண்கிறோம். பெரிய மரத்தின் நிழலில் வளரவேண்டியிருந்த ஒரு பாக்கு மரத்தின் கதையை விவரிக்கும் கவிஞர் அதன்மூலம் அரிய வாழ்க்கை உண்மையொன்றை நமக்குச் சொல்கிறார்:

‘அதுவே வாழ்க்கைப் போர்,
முண்டி மோதும் துணிவே இன்பம்,
உயிரின் முயற்சியே வாழ்வின் மலர்ச்சி’

இருள் நம்மைச் சூழ்ந்திருந்தாலும், வெளிச்சம் வருவதற்கான அடையாளங்களே இல்லாவிட்டாலும், நம்பிக்கையை இழந்துவிடக்கூடாது, அந்த இருளுக்குக் காரணமான ‘பெரிய மரம்’ எத்தனை வலிமையானதாக இருந்தாலும் பரவாயில்லை, ஒளியைத் தேடும் நம்முடைய துடிப்பும் உழைப்பும் சேர்ந்தால் அதை வெல்லலாம்.

பாறையிலும் சிறு செடிகள் முளைத்திருப்பதைக் காண்கிறோம். தன் குஞ்சுகளைப் பிடிக்க வரும் பெரிய பறவையை ஒரு சிறிய கோழி எதிர்த்துப் போராடுவதைப் பார்க்கிறோம். எப்படிப்பட்ட சூழ்நிலையிலும் தொடர்ந்து போராடவேண்டும் என்று இயற்கை நமக்குச் சொல்லித்தருகிறது.

தாவரங்கள், விலங்குகளிலிருந்து மனிதன் இந்தப் பாடத்தைக் கற்றுக்கொள்ளலாம். நாம் எடுக்கும் முயற்சிகள் உடனடியாக வெற்றி தராதபோது, தொடர்ச்சியான தோல்விகளைக் காணும்போது, விலகிவிடலாமா என்கிற சலிப்பு தோன்றும்போது, அந்தப் பாக்கு மரத்தை எண்ணிக்கொள்ளலாம். பெரிய மரம் தந்த இருளைத் தாண்டிச் சூரிய ஒளி என்கிற அமுதம் உள்ளது என்ற நம்பிக்கையுடன் அது உயர்ந்து வளர்ந்து வெற்றிபெற்றதைப்போல் நாமும் தொடர்ந்து போராடுவதற்கான ஊக்கம் பெறலாம்.

'துணிவே இன்பம்' என்ற கவிஞருடைய வரிகள் அற்புதமானவை, நம்மால் வெல்ல இயலும் என்கிற துணிச்சல் மனத்துக்கு மகிழ்ச்சியை, ஊக்கத்தைத் தருகிறது, தொடர்ந்து முயலவைக்கிறது, அந்த முயற்சி, தடைகளை உடைத்துத்தள்ளி வாழ்வில் மலர்ச்சியைக் கொண்டுவருகிறது.

★★★

௯௬. முன்னுரை

நூல்கள் எப்படித் தொடங்குகின்றன?

பெரும்பாலான நூல்களின் தொடக்கத்தில் 'முன்னுரை' இருக்கும். அதாவது, நூலுக்குள் நுழைவதற்குமுன் அதன் ஆசிரியர் அல்லது பதிப்பாசிரியர் அல்லது அதனை வாசித்த ஓர் அறிஞர் சொல்லும் கருத்துகளை வாசிக்கலாம். அதன்மூலம் நூலைப்பற்றிய புரிந்துகொள்ளலும் எதிர்பார்ப்பும் அதிகரிக்கும், வாசிப்பு அனுபவம் மேம்படும்.

நூல்களின் முன்னுரையில், அந்த நூல் எழுதப்பட்ட சூழ்நிலை, அதற்கு உதவிய பிற நூல்கள், நிபுணர்கள், ஆராய்ச்சிகளுக்கான நன்றிக்குறிப்புகள், அத்துடன் இணைத்துப் படிக்கக்கூடிய பிற நூல்களைப்பற்றிய தகவல்கள், வாசிப்போர் தங்களுடைய கருத்துகளை ஆசிரியருடன் பகிர்ந்துகொள்வதற்கான வழிமுறை போன்றவை காணப்படும். இவை நூல்பற்றிய ஓர் ஆர்வத்தை வாசகர்களுக்கு ஏற்படுத்தி உள்ளே இழுக்கும்.

சில நூல்களில் முன்னுரை என்று தனியாக ஒரு பகுதி இருக்காது. ஆனால், நூலின் முதல் பகுதியே முன்னுரையாகச் செயல்பட்டு வாசகர்களுக்கு ஆர்வமூட்டும்.

நூல்களைப்போலவே, மேடைப்பேச்சுகளுக்கும் முன்னுரை தேவைப்படுகிறது, நாம் எதைப்பற்றிப் பேசப்போகிறோம் என்பதைக் கேட்போருக்கு உணர்த்தி, அந்தத் தலைப்பின்மீது ஓர் ஆர்வத்தை உண்டாக்குகிறது.

எடுத்துக்காட்டாக, ஓர் அறிஞர் திருக்குறளைப்பற்றிப் பேசப்போகிறார். ஒலிவாங்கியைப் பிடித்தவுடன் நேரடியாகத் தலைப்புக்குள் சென்றுவிடாமல், திருக்குறளைப்பற்றித் தெரிந்துகொள்ளவேண்டியது எந்த அளவு முக்கியமானது என்பதைச் சில எளிய எடுத்துக்காட்டுகளுடன் விளக்குகிறார், அதுபற்றிய அறிஞர் கருத்துகளைச் சொல்கிறார், இவை அரங்கிலிருந்த மக்களுக்கு ஆர்வத்தைத் தருகின்றன, வேறு ஏதோ சிந்தனையில் இருந்தவர்கள்கூட, 'இவர் சொல்வதைக் கேட்போமே' என்று கவனத்தைக் குவிக்கிறார்கள், அதன்பிறகு, தான் பேசவந்த தலைப்பை விவரிக்கத்தொடங்குகிறார் அவர்.

இந்த முன்னுரை உத்தி, அவர் பேசப்போகும் தலைப்புக்கேற்ப மக்களைத் தயார்செய்கிறது. மக்களைத் தன்வயப்படுத்திக் கொண்ட பின்னர் அவர் சொற்பொழிவைத் தொடங்குவதால், அது அவர்களுக்குச் சரியாகச் சென்றுசேர்வதற்கான வாய்ப்புகள் பலமடங்கு அதிகரிக்கின்றன.

முன்னுரையானது அரங்குக்கேற்ப அமையவேண்டும். எடுத்துக்காட்டாக, குழந்தைகள் அதிகம் உள்ள ஓர் அரங்கில் அவர்களுக்குப் புரியக்கூடிய உவமைகளைப் பயன்படுத்திப் பேசலாம், கேள்விகளைக் கேட்டுப் பதில் பெற்று உரையாடலாம், அறிஞர்கள் நிறைந்த அவையில் அவர்களுடைய அறிவுநிலைக்கேற்ற முன்னுரையை அமைக்கலாம்.

பொதுவாக முன்னுரைகள் ஓரிரு நிமிடங்களில் அமைவது நல்லது. அதைவிடச் சுருக்கமான முன்னுரைகள் எதிர்பார்த்த பலனைத் தராது. பல நிமிடங்களுக்கு நீளும் முன்னுரைகள் கேட்போருக்குச் சலிப்பைத் தரக்கூடும், அவர்கள் பொறுமையிழந்து, 'சீக்கிரம் விஷயத்துக்கு வாங்க' என்று சொல்லும் நிலை ஏற்பட்டுவிடலாம்.

ஆகவே, சரியான அளவில் ஆர்வத்தைத் தூண்டியபின் சட்டென்று தலைப்புக்குள் சென்றுவிடவேண்டும். அப்போதுதான் அதிகப் பேர் நம் பேச்சை விரும்பிக் கேட்டுப் பலன் பெறுவார்கள்.

இப்போது, உங்களுக்கொரு சிறு பயிற்சி: சிறுசேமிப்பின் முக்கியத்துவத்தைப் பற்றி நீங்கள் மாணவர்கள்மத்தியில் உரையாற்றப் போகிறீர்கள். அதற்கு எப்படி முன்னுரை அமைப்பீர்கள்? சிந்தியுங்கள், எழுதுங்கள், பேசிப்பார்த்துப் பயிற்சியெடுங்கள்!

★★★

௯7. எந்த? அந்த!

கண்ணனின் தந்தை தன் மகனை அழைக்கிறார், 'கண்ணா, எனக்கு ஒரு பேனா வேண்டும், கொண்டுவந்து தருவாயா?'

'தருகிறேன் அப்பா' என்கிறான் கண்ணன், 'ஆனால், உங்களிடம் பல பேனாக்கள் உள்ளனவே, அதில் எந்தப் பேனாவைக் கேட்கிறீர்கள்?'

தந்தை சிரித்தபடி தன் கையிலிருந்த செய்தித்தாளைக் காட்டுகிறார், 'நான் குறுக்கெழுத்துப்போட்டிக்கான விடைகளை நிரப்பிக்கொண்டிருக்கிறேன், இதை நிரப்புவதற்கு எந்தப் பேனா பயன்படுமோ அந்தப் பேனாவைக் கொண்டுவா.'

'புரிந்தது அப்பா' என்று உள்ளே ஓடுகிறான் கண்ணன். தன் தந்தையின் மேசையிலிருந்து ஒரு சிவப்பு நிறப் பேனாவைக் கொண்டுவருகிறான். அவனுடைய தந்தை அதை வாங்கிக்கொண்டு குறுக்கெழுத்துப்போட்டிக்கான விடைகளை நிரப்பத் தொடங்குகிறார். இயல்பான இந்த உரையாடலைக் கொஞ்சம் கூர்ந்து கவனித்தால், சில சுவையான அம்சங்கள் விளங்கும், தமிழின் எழிலான சொற்றொடர் அமைப்புகளைப் புரிந்துகொள்ளலாம்.

முதலில், கண்ணன் 'எந்தப் பேனா?' என்று கேட்கிறான்; இது ஒரு வினாச் சொற்றொடர், ஏனெனில் 'எந்த' என்பது

ஒரு வினாச்சொல். பதிலுக்குக் கண்ணனின் தந்தை ‘அந்தப் பேனா’ அல்லது ‘இந்தப் பேனா’ என்று சுட்டிக்காட்டிச் சொல்லியிருக்கலாம்; இவை சுட்டுச் சொற்றொடர்கள், ஏனெனில், ‘அந்த’, ‘இந்த’ என்பவை சுட்டுச்சொற்கள்.

ஆனால், கண்ணனின் தந்தை இந்தச் சுட்டுச்சொற்களை நேரடியாகப் பயன்படுத்தவில்லை, அதாவது, ‘அந்தப் பேனா’, ‘இந்தப் பேனா’ என்று சுட்டிக்காட்டவில்லை, அதற்குப்பதிலாக, ‘எந்த’ என்ற வினாச்சொல்லையும் பயன்படுத்தி ஒரு கூட்டுச் சொற்றொடரை அமைக்கிறார்: ‘நான் செய்துகொண்டிருக்கும் பணிக்கு எந்தப் பேனா சிறந்ததோ அந்தப் பேனாவைக் கொண்டுவா’ என்கிறார். ஒரு கூட்டுச் சொற்றொடரில் பல எளிய சொற்றொடர்கள் கலந்திருக்கும்; அவை ஒன்றோடொன்று இயைந்து செயல்படும். எடுத்துக்காட்டாக, கண்ணனுடைய தந்தை சொன்ன இந்தக் கூட்டுச் சொற்றொடரில் இரண்டு எளிய சொற்றொடர்கள் உள்ளன:

1. நான் செய்துகொண்டிருக்கும் பணிக்கு எந்தப் பேனா சிறந்தது? (வினாச் சொற்றொடர்)

2. அந்தப் பேனாவைக் கொண்டுவா (சுட்டுச் சொற்றொடர்)

இதில் முதல் சொற்றொடரில் ‘எந்த’ என்ற சொல் அமைந்திருப்பதால், அது வினாச் சொற்றொடராகிறது. அந்தக் கேள்விக்கு விடை கண்டால்தான் இரண்டாவதாக உள்ள ‘அந்தப் பேனாவைக் கொண்டுவா’ என்ற சுட்டுச் சொற்றொடரை நிறைவேற்ற இயலும்.

ஆகவே, தந்தை சொன்ன கூட்டுச் சொற்றொடரைக் கேட்ட கண்ணன் சிந்திக்கிறான். குறுக்கெழுத்துப்போட்டிக்கான விடைகளை நிரப்புவதற்குச் சிறந்த பேனா எது என்று கண்டறிகிறான், அதைக் கொண்டுவந்து தருகிறான்.

‘எ’ என்ற எழுத்தில் தொடங்கும் வினாச்சொற்களையும், ‘அ’ என்ற எழுத்தில் தொடங்கும் சுட்டுச்சொற்களையும் கலந்து நாமும் இப்படிப்பட்ட சொற்றொடர்களை உருவாக்கலாம். எடுத்துக்காட்டாக:

- ★ எந்தப் பாடம் எனக்கு அதிகம் பிடிக்குமோ அந்தப் பாடத்தில் நான் அதிக மதிப்பெண் வாங்குகிறேன் (எந்த > அந்த)
- ★ எவர் என்னைப் பாராட்டினாரோ அவரிடம் நான் பணிவாக நடக்கிறேன் (எவர் > அவர்)
- ★ எது எனக்குப் பிடித்திருக்கிறதோ அதை நான் கூடுதலாக உண்கிறேன் (எது > அது)
- ★ ஆசிரியர் எவ்வாறு சொல்லித்தந்தாரோ அவ்வாறு நான் படிக்கிறேன் (எவ்வாறு > அவ்வாறு)
- ★ எந்த அணி நன்றாக விளையாடியதோ அந்த அணி வெற்றி பெற்றது (எந்த > அந்த)
- ★ நான் எங்கே சென்றாலும் அங்கே நல்ல பெயர் வாங்குவேன் (எங்கே > அங்கே)

சில நேரங்களில், பல வினாச்சொற்களை அடுக்கி ஒரே சுட்டுச் சொல்லில் நிறைவுசெய்கிற வழக்கமும் உண்டு; ஆனால் இது பேச்சைவிட எழுத்தில்தான் அதிகம் பயன்படும். எடுத்துக்காட்டாக:

'எந்தத் தலைவரைக் கண்டு எதிரிகள் அஞ்சினார்களோ, எந்தத் தலைவர் உலகெங்கும் புகழ் பெற்றாரோ, எந்தத் தலைவருடைய கட்டளைக்கு மக்கள் விரும்பிப் பணிந்தார்களோ, எந்தத் தலைவர் அன்போடு அனைவரையும் அரவணைத்துச் சென்றாரோ, அந்தத் தலைவரை நாம் என்றென்றும் பின்பற்றுகிறோம்.'

இங்கு 'எந்த' என்ற வினாச்சொல் நான்குமுறை பயின்று வந்துள்ளது; அவை அனைத்தும் 'அந்த' என்ற ஒரே சுட்டுச் சொல்லில் நிறைவுபெறுகின்றன. எந்தத் தலைப்பை நான் விளக்கியுள்ளேனோ அந்தத் தலைப்பை நீங்கள் நன்கு புரிந்துகொண்டிருப்பீர்கள் என்று நம்புகிறேன்.

★★★

૭8. பெருஞ்சுட்டு

ஓர் அரசாங்க விழா. ஆயிரக்கணக்கான பொதுமக்கள் அதில் கலந்துகொள்வதற்காக வந்திருக்கிறார்கள்.

திடீரென்று, அந்த விழாக்கூடத்தின் வாசலில் ஒரு பரபரப்பு. பெரிய வாகனமொன்று வந்து நிற்கிறது. அதிலிருந்து ஒரு பெரிய தலைவர் இறங்குகிறார், அனைவரையும் வணங்கியபடி விழாமேடையை நோக்கி நடக்கிறார்.

இப்போது, அந்த விழாக்கூடத்திலிருக்கும் மக்கள் எல்லாருடைய பார்வையும் அந்தத் தலைவர்மீதுதான் இருக்கும், 'ஏய், விழாத்தலைவர் வந்துட்டார், பாரு' என்பார் ஒருவர், 'நல்லா கம்பீரமா இருக்கார்ல?' என்பார் இன்னொருவர், 'இவர் அருமையாப் பேசுவார்' என்பார் வேறொருவர். இப்படி ஒவ்வொருவரும் தங்கள் அருகிலிருக்கும் இன்னொருவரிடம் அவரைச் சுட்டிக்காட்டி ஏதாவது சொல்வார்கள்.

இந்தப் புகழைப் 'பெருஞ்சுட்டு' என்கிறார் குமரகுருபரர். அவருடைய 'நீதிநெறிவிளக்கம்' என்ற நூலில் இடம்பெற்றுள்ள அழகான சொல் இது.

‘சுட்டு’ என்ற சொல் சுட்டிக்காட்டுதலைக் குறிக்கிறது. ‘இடம் சுட்டிப் பொருள் விளக்குக’ என்று சொல்கிறோமில்லையா? அதுபோலப் பலரும் ஒருவரைச் சுட்டிக்காட்டிப் பேசிக் கொள்ளுதலைச் ‘சுட்டு’ என்றழைக்கிறார் குமரகுருபரர்.

ஆனால், மக்கள் நல்லவர்களைமட்டுமா சுட்டிக்காட்டிப் பேசுகிறார்கள்? தீயவர்களைச் சுட்டிக்காட்டுகிற வழக்கமும் இருக்கிறதே!

எடுத்துக்காட்டாக, ஒருவர் தன் அலுவலகத்தில் பணத்தைக் கையாடிவிட்டார். காவல்துறையினர் அவரைப் பிடித்துச் சிறைக்கு அழைத்துச்செல்கிறார்கள். அப்போது, அக்கம்பக்கத்திலிருக்கும் ஊழியர்கள், பொதுமக்கள் அவரைப் பார்த்து, ‘இந்த ஆளா திருடினது?’ என்று சுட்டிக்காட்டிப் பேசுவார்கள். இதுவும் ‘சுட்டு’ என்ற வகையில் வரும்.

அதனால்தான் ‘சுட்டு’ என்று பொதுவாகச் சொல்லாமல், ‘பெருஞ்சுட்டு’ என்ற சொல்லைப் பயன்படுத்துகிறார் குமர குருபரர். அதாவது, ஒருவரைப் பெருமையுடன் சுட்டிக்காட்டிப் பேசுதல்!

ஆங்கிலத்தில் ‘*Limelight*’ என்றொரு சொல் இருக்கிறது, தமிழில் அதனைப் ‘புகழ்வெளிச்சம்’ என்றழைக்கிறோம். அதற்கு இணையான, ஆனால் இன்னும் ஆழமான, அழகான சொல்தான் ‘பெருஞ்சுட்டு.’

நாம் ஒவ்வொருவரும் நம்முடைய துறையில் சிறப்பாகச் செயல்பட்டு வெற்றிபெற எண்ணுகிறோம்; பிறர் நம்மைச் சுட்டிக்காட்டிப் பெருமையுடன் பேசவேண்டும் என்று விரும்புகிறோம்; அதாவது, ‘பெருஞ்சுட்டு’க்காக ஏங்குகிறோம்.

பெருஞ்சுட்டை விரும்புகிறவர்கள் மூன்றே மூன்று எளிய உத்திகளைப் பின்பற்றினால் போதும் என்கிறார் குமரகுருபரர். அவை:

1. மற்றவர்களிடம் இருக்கிற நல்ல விஷயங்களை எல்லாரிடமும் சொல்லிப் பாராட்டவேண்டும்

2. அவர்களுடைய குறைகளை ஊர்முழுக்கச் சொல்லிக் கோள்மூட்டக்கூடாது; மட்டம்தட்டக்கூடாது; அவற்றை நம் மனத்துக்குள் வைத்துக்கொள்ளவேண்டும்

3. பேச்சில் கர்வம் கூடாது; பணிவாகப் பேசவேண்டும்

இந்த மூன்றையும் உண்மையாகப் பின்பற்றிப்பாருங்கள், ஊரே உங்களைச் சுட்டிக்காட்டிப் பாராட்டும், 'இவர் என்னுடைய நண்பர்' என்று பெருமைப்படும்!

★★★

௨௨. எட்டு விதைகள், ஒரே மரம்

கண்ணனின் தாத்தாவுக்குத் தோட்டவேலை என்றால் மிகவும் பிடிக்கும்.

அவர் கிராமத்தில் விவசாயம் செய்துவந்தவர். பின்னர் அவர்களுடைய குடும்பம் முழுவதும் நகரத்துக்கு வந்துவிட்டதால், இங்குள்ள தோட்டத்தில் மலர்ச்செடிகள், காய்கறிகளை விளைவித்து மனநிறைவுகாண்கிறார்.

தாத்தா தோட்டத்துக்குச் செல்லும்போதெல்லாம் கண்ணனும் அங்கு சென்றுவிடுவான். ஒவ்வொரு செடியாகக் காண்பித்துப் பலவிதமான கேள்விகளைக் கேட்பான், தாத்தாவும் பொறுமையாகப் பதில்சொல்வார்.

அன்றைக்குத் தாத்தா தோட்டத்து மண்ணை நன்கு பதப்படுத்திச் சில விதைகளை விதைத்துக் கொண்டிருந்தார். அதைப்பார்த்த கண்ணன் தன்னுடைய வழக்கமான கேள்விகளைக் கேட்கத்தொடங்கினான்.

'தாத்தா, இது என்ன?'

‘இதுதான் விதை!’

‘இதை நட்டா என்ன முளைக்கும்?’

‘செடி முளைக்கும், கொடி முளைக்கும், பெரிய மரம்கூட முளைக்கும்.’

‘எந்த மரம் முளைக்கும்?’

‘அது விதையைப் பொறுத்தது, ஒரு விதையில மாமரம் முளைக்கும், இன்னொரு விதையில ஆலமரம் முளைக்கும்...’

‘ஒரு விதையில ஒரு மரம்தான் முளைக்குமா?’

‘ஆமாம்’ என்ற தாத்தா மர்மமாகச் சிரித்தார், ‘ஆனா, ஒரு மரம்மட்டும் ரொம்பச் சிறப்பானது, அது முளைக்கணும்ன்னா ஒண்ணில்ல, ரெண்டில்ல, மொத்தம் எட்டு விதைகளை விதைக்கணும்!’ என்றார்.

‘எட்டு விதைகள்லேர்ந்து ஒரே ஒரு மரம் முளைக்குமா?’ வியப்போடு கேட்டான் கண்ணன்.

‘ஆமா, அந்த எட்டு விதைகளும் சேர்ந்து அந்த அருமையான மரத்தை முளைக்கவைக்கும்’ என்று விளக்கினார் தாத்தா. ‘அந்த எட்டு விதையும் என்னென்னன்னு சொல்றேன், கேட்கறியா?’

‘சொல்லுங்க, தாத்தா!’

‘முதல் விதை, நமக்கு உதவிசெஞ்சவங்ககிட்ட நன்றியோட இருக்கணும், அவங்க செஞ்ச உதவியை மறந்துடக்கூடாது!’

‘ரெண்டாவது விதை, எப்பவும் பொறுமையோட இருக்கணும், அவசரப்படக்கூடாது!’

‘மூணாவது விதை, இனிமையாப் பேசணும், யாரும் மனம் வருந்தறமாதிரி பேசக்கூடாது.’

‘நாலாவது விதை, எந்த உயிர்க்கும் கெடுதல் செய்யக்கூடாது!’

‘அஞ்சாவது விதை, நல்லாப் படிக்கணும்.’

‘ஆறாவது விதை, மத்தவங்களுக்கு உதவணும்.’

‘ஏழாவது விதை, அறிவோட வளரணும்.’

‘எட்டாவது விதை, நல்லவங்களோட சேரணும்.’

‘இந்த எட்டு விதையையும் விதைச்சா, நல்ல ஒழுக்கம்ங்கற அருமையான மரம் நமக்குள்ள விளையும்’ என்றார் தாத்தா, ‘ஒழுக்கம்தான் மனுஷனுக்கு உயிர், அதுதான் எந்தச் சூழ்நிலையிலயும் நம்மைக் காக்கும், ஜெயிக்கவைக்கும்!’

கண்ணனின் கண்கள் வியப்பால் விரிந்தன, ‘தாத்தா, இதெல்லாம் உங்களுக்கு எப்படித் தெரியும்?’

கடகடவென்று சிரித்தார் தாத்தா, ‘இந்த எட்டு விதைகளும் ஆசாரக்கோவைங்கற புத்தகத்துல வருது, பெருவாயின் முள்ளியார்ங்கற புலவர்தான் இவற்றை விளக்கிச்சொல்லியிருக்கார்’ என்றார். ‘அந்தப் பாட்டைச் சொல்றேன், கேட்கறியா?’

‘நன்றி அறிதல், பொறை உடைமை, இன்சொல்லோடு

இன்னாத எவ் உயிர்க்கும் செய்யாமை, கல்வியோடு

ஒப்புரவு ஆற்ற அறிதல், அறிவு உடைமை,

நல் இனத்தாரோடு நட்டல், இவை எட்டும்

சொல்லிய ஆசார வித்து.’

★★★

100. பெயர்ச்சொற்களைப் பற்றி...

காலை நேரத்தில் ஒரு மாணவன் கை வீசியபடி பள்ளியை நோக்கி மகிழ்ச்சியுடன் நடந்தான். 'பள்ளிக்குச் செல்வது எனக்கு மிகவும் பிடித்திருக்கிறது' என்றான்.

மேற்கண்ட பத்தியில் என்னென்ன பெயர்ச்சொற்கள் உள்ளன என்று யோசியுங்கள்:

★ காலை

★ மாணவன்

★ கை

★ பள்ளி

★ மகிழ்ச்சி

★ (பள்ளிக்குச்) செல்லுதல்

இந்த ஆறும் பெயர்ச்சொற்கள் என்று பொதுவாகக் குறிப்பிடப்பட்டாலும், இவை ஒவ்வொன்றும் வெவ்வேறு வகையைச் சேர்ந்தவை. அதாவது, நாம் இங்கு ஆறுவிதமான பெயர்ச்சொற்களைக் காண்கிறோம்:

★ ‘மாணவன்’ என்ற சொல், ஒரு மனிதரை, அதாவது, உயிருள்ள ஒரு பொருளைக் குறிக்கிறது. ஆகவே அது ’பொருட்பெயர்’. உயிரற்ற பொருட்களைக் குறிக்கும் பேனா, கல் போன்ற சொற்களும், விலங்குகள், தாவரங்களைக் குறிக்கும் சொற்களும்கூடப் பொருட்பெயர்கள்தாம்

★ ‘பள்ளி’ என்ற சொல் ஓர் இடத்தைக் குறிக்கிறது. ஆகவே அது ‘இடப்பெயர்’.

★ ‘காலை’ என்ற சொல் ஒரு நேரத்தைக் குறிக்கிறது. ஆகவே அது ‘காலப்பெயர்’.

★ ‘கை’ என்ற சொல் மாணவனின் ஓர் உறுப்பைக் குறிக்கிறது. ஆகவே அது ‘சினைப்பெயர்’. (’சினை’ என்றால், உறுப்பு)

★ ‘மகிழ்ச்சி’ என்ற சொல் ஒரு குணத்தை அல்லது பண்பைக் குறிக்கிறது. ஆகவே அது ‘குணப்பெயர்’ அல்லது ‘பண்புப்பெயர்’.

★ ‘செல்லுதல்’ என்ற சொல் ஒரு தொழிலைக் குறிக்கிறது. ஆகவே அது ’தொழிற்பெயர்’.

நீங்கள் எந்தக் கதை, கவிதை, கட்டுரையைப் படித்தாலும் சரி, அதில் இந்த ஆறுவகைப் பெயர்ச்சொற்களும் பரவலாகக் காணப்படும். நம்முடைய பேச்சிலும் இவை நிறைந்துள்ளன.

இவற்றை அடையாளம் காண்பதற்காக, இன்றைய செய்தித்தாளில் ஏதேனும் ஒரு செய்தியை எடுத்துக்கொள்ளுங்கள். அதில் வரும் பெயர்ச்சொற்களைமட்டும் வட்டமிடுங்கள். பின்னர் அந்தப் பெயர்ச்சொற்கள் ஒவ்வொன்றும் எந்த வகையைச் சேர்ந்தவை என்று சிந்தியுங்கள்; வெவ்வேறு வகையைச் சேர்ந்த பெயர்ச்சொற்களுக்கு வெவ்வேறு வண்ணம் தீட்டுங்கள்.

பெயர்ச்சொற்களின் இன்னொரு சிறப்பு, இவற்றைக்கொண்டு திணை, பால், எண், இடம் போன்றவற்றை அறியலாம். எடுத்துக்காட்டாக:

★ மாணவி (உயர்திணை, பெண்பால்)

★ *களிறு (அஃறிணை, ஆண்பால்)*

★ *கற்கள் (அஃறிணை, பலவின்பால்)*

★ *நீ (உயர்திணை, முன்னிலை)*

★ *அவள் (உயர்திணை, பெண்பால், படர்க்கை)*

நீங்கள் செய்தித்தாளில் வட்டமிட்ட பெயர்ச்சொற்களைக் கவனியுங்கள், அவற்றில் திணை *(உயர்திணை, அஃறிணை)*, பால் *(ஆண், பெண், பலர்)*, எண் *(ஒன்றன்பால், பலவின்பால்)*, இடம் *(தன்மை, முன்னிலை, படர்க்கை)* போன்றவை தெரிகின்றனவா என்று சிந்தியுங்கள்.

பெயர்ச்சொற்கள் வேற்றுமை உருபுகளை ஏற்கும். அதாவது, ஐ, ஆல், கு, இன், அது, கண் போன்ற வேற்றுமை உருபுகள் இவற்றுடன் சேர்ந்து புணர்ந்து வெவ்வேறு வகைகளில் பயன்படும். எடுத்துக்காட்டாக:

★ *அவன் + ஐ => அவனை*

★ *மரம் + கு => மரத்துக்கு*

★ *கை + ஆல் => கையால்*

★ *பள்ளி + கு => பள்ளிக்கு*

நீங்கள் செய்தித்தாளில் வட்டமிட்ட பெயர்ச்சொற்கள் ஒவ்வொன்றுடனும் வேற்றுமை உருபுகள் எவையேனும் கலந்துள்ளனவா என்று பாருங்கள். ஆம் எனில், எந்தச் சொல்லுடன் எந்த வேற்றுமை உருபு கலந்துள்ளது, அது எப்படி அந்தச் சொல்லை மாற்றிப் பொருள்தருகிறது என்று சிந்தியுங்கள்.

பெயர்ச்சொற்கள் நம்முடைய அன்றாடத் தகவல்தொடர்புக்கு மிகவும் துணைபுரிகின்றவை. அவற்றை நன்கு கற்றுக்கொண்டு சரியாகப் பயன்படுத்துவோம்.

★★★

தெளிவான எழுத்தும் ஆழமான ஆய்வும் நிறைந்த நூல்களுக்காகத் தமிழ் வாசகர்களிடையில் நன்கு அறியப்பட்டுள்ள என். சொக்கன் புனைவு, வாழ்க்கை வரலாறு, நிறுவன வரலாறு, தன்னம்பிக்கை, சிறுவர் இலக்கியம் உள்ளிட்ட துறைகளில் இதுவரை எழுபதுக்கும் மேற்பட்ட நூல்கள், நூற்றுக்கணக்கான கதைகள், கட்டுரைகளை எழுதியுள்ளார். விரிவான ஆய்வுகள், சான்றுகளின் அடிப்படையிலான ஆழமான வரலாற்று நூல்களைத் தமிழில் எழுத இயலும், அவற்றைப் பெரும்பான்மை வாசகர்களுக்குக் கொண்டுசேர்க்கவும் இயலும் என்பதைப் பலமுறை நிரூபித்த எழுத்து வகை இவருடையது.

தமிழ், ஆங்கிலம் ஆகிய இரு மொழிகளிலும் எழுதும் சொக்கனுடைய நூல்கள் ஹிந்தி, கன்னடம், மலையாளம் உள்ளிட்ட பல மொழிகளில் மொழிபெயர்ப்பாகியுள்ளன.

www.ingramcontent.com/pod-product-compliance
Lightning Source LLC
LaVergne TN
LVHW101404051026
849519LV00005BC/1646
9789395222365